'वाचकाला अंतर्मुख करणारी कथा. इराणमधील राजकीय व सामाजिक गुंतागुंत समजून घेण्यात रस असलेल्या वाचकांनी एकदा तरी जरूर वाचावं, असं पुस्तक!'

— फिरूझेह दुमास,
'फनी इन फारसी: अ मेमोआर ऑफ ग्रोइंग अप इरानियन इन अमेरिका'च्या लेखिका.

'झारा गहरमानीने लिहिलेलं 'माय लाइफ अॅज अ ट्रेटर' हे पुस्तक जितकं प्रेरणादायी आहे, तितकंच बिथरून टाकणारंसुद्धा! तारुण्यसुलभ आदर्शवाद आणि धर्मांधांची दुराग्रही मतप्रणाली ह्या दोहोंमध्ये क्लेश झाल्यावर उद्भवणाऱ्या भयावह परिस्थितीचं लेखिकेनं केलेलं नेमकं चित्रण, वाचकाला मुळापासून हादरवून सोडतं! मात्र, घोर हिंसेच्या भीतिदायक छायेत वावरताना आपल्यात जागृत ठेवलेल्या मनोबलाचं झाराने जे चित्रण केलेलं आहे, ते निव्वळ विलक्षण होय. कमालीच्या नकारात्मक परिस्थितीमधूनही सौंदर्य व स्वातंत्र्यासाठीची आस कशी तेवत ठेवता येते, ह्याची ही कथा एक उत्तम उदाहरण आहे. इराणच्या कुख्यात एव्हिन तुरुंगामध्ये व्यतीत केलेल्या काळ्याकुट्ट दिवसांचं विदारक चित्रण करणारी झारा गहरमानीची ही कथा, प्रतिकूल परिस्थितीमध्येसुद्धा एका तरुण, आशावादी मुलीच्या हृदयात जागृत राहणाऱ्या स्वातंत्र्य व जीवन लालसेचं उत्कृष्ट रेखाटन आहे.'

— लुई ब्राउन,
'द डान्सिंग गर्ल्स ऑफ लाहोर : सेलिंग लव्ह अॅण्ड सेव्हिंग ड्रीम्स इन पाकिस्तान्स प्लेझर डिस्ट्रिक्ट'चे लेखक.

'मानवतेशी गद्दारी करणाऱ्या व्यक्तीपेक्षा इतर कुठलाही गद्दार जास्त शापित नसेल!'

- जेम्स रसेल लॉवेल,
'ऑन द कॅप्चर ऑफ सर्टन फ्युजिटिव्ह स्लेव्ह्ज नीयर वॉशिंग्टन'.

'सद्य:काळातील भू-राजकारणामध्ये महत्त्वाचं स्थान धारण केलेल्या एका राष्ट्राचं आणि त्या राष्ट्रामधील समाजव्यवस्थेचं रोखठोक चित्रण करणारा एक स्तुत्य उपक्रम, असंच ह्या पुस्तकाचं वर्णन करता येईल. परंतु केवळ इतक्यावरच न थांबता, झारा गहरमानीलिखित 'माय लाइफ ॲज अ ट्रेटर' हे पुस्तक एका तरुणीच्या आंतरिक/मानसिक प्रवासाचंही रोचक चित्रण बनलेलं आहे. त्या तरुणीच्या मनातली भीती, स्वातंत्र्याची इच्छा, धैर्य, आत्मसन्मान आणि एव्हिन तुरुंगासारख्या भीषण ठिकाणी तग धरून तिथून बाहेर निसटण्यात यश मिळवण्यासाठी लागणारी अपार जिद्द ह्या सगळ्या निरनिराळ्या पैलूंचं सदर पुस्तकामध्ये अतिशय सुंदर दर्शन घडतं. झारा गहरमानीचा हा मन:पूर्वक लेखनप्रपंच म्हणजे उत्कृष्ट लेखनाचा अविस्मरणीय अनुभव होय! अतीव क्रौर्याच्या विळख्यात सापडल्यावरसुद्धा मनुष्य (मानव) निव्वळ आपल्या इच्छाशक्तीच्या आणि हुशारीच्या बळावर त्या प्रतिकूल परिस्थितीवर कसा मात मिळवू शकतो. ह्याचा उत्कृष्ट नमुना म्हणून हे पुस्तक सोल्झेनीसन वा प्रायमो लेव्ही ह्यांसारख्या मातब्बर लेखकांच्या कार्याच्या पंगतीत जाऊन बसेल. ह्यात शंका नाही.'

– जेनाइन दी जियोवानी,
'मॅडनेस व्हिजिबल : अ मेमोआर ऑफ वॉर'च्या लेखिका

'माय लाइफ ॲज अ ट्रेटर' या इंग्रजी पुस्तकाचा मराठी अनुवाद

मी झारा गहरमानी एक देशद्रोही

लेखक
झारा गहरमानी

अनुवाद
रेशमा कुलकर्णी-पाठारे

मेहता पब्लिशिंग हाऊस

Please contact us at **Mehta Publishing House,** Pune 411030.
✆ +91 020-24476924 / 24460313 / Mob. No. 9545000513
Email : production@mehtapublishinghouse.com
Website : www.mehtapublishinghouse.com

◆ *या पुस्तकातील लेखकाची मते, घटना, वर्णने ही त्या लेखकाची असून त्याच्याशी प्रकाशक सहमत असतीलच असे नाही.*

MY LIFE AS A TRAITOR by ZARAH GHAHRAMANI
WITH ROBERT HILLMAN

This Edition Arranged with The Mary Cunnane Agency Pty Ltd
Translated into Marathi Language by Reshma Kulkarni

मी झारा गहरमानी एक देशद्रोही / अनुवादित सत्यकथा

अनुवाद : रेश्मा कुलकर्णी-पाठारे

Email : author@mehtapublishinghouse.com

मराठी अनुवादाचे आणि प्रकाशनाचे हक्क : मेहता पब्लिशिंग हाऊस पुणे

प्रकाशक : सुनील अनिल मेहता, मेहता पब्लिशिंग हाऊस,
१९४१ सदाशिव पेठ, पुणे - ४११ ०३०.

मुद्रक : ट्रिनिटी ॲकॅडमी फॉर कॉर्पोरेट ट्रेनिंग लिमिटेड,
नऱ्हे इंडस्ट्रिअल एरिया, झील कॉलेज रोड, नऱ्हे, पुणे - ४१.

मुखपृष्ठ : सतीश भावसार

प्रथमावृत्ती : सप्टेंबर, २०१६

किंमत : ₹ २००

P Book ISBN 9789386175052

हे पुस्तक मी मोठ्या प्रेमाने आणि आदराने
माझा मित्र अकबर मोहम्मदीला अर्पण करते.
आपल्या प्राणाची पर्वा न करता, अकबरने जी धिटाई
दाखवली तिला तोड नाही.
माझ्या ह्या शूर मित्राला माझं हे पुस्तक ...

१

माझ्या डोळ्यांवरची पट्टी अगदी घट्ट बांधलेली आहे. पट्टीआडचे माझे डोळे तिथल्या अंधाराला चीर देऊन बाहेर काय चाललंय, हे बघण्याचा प्रयत्न करीत आहेत.... आणि माझं मन? ते तर कधीच भीतीनं गोठून गप्पगार होऊन पडलेलं आहे.

अनंतकाळानं माझ्या डोळ्यांवरची ती पट्टी हिसकावून काढण्यात आल्यावर, माझ्या किलकिल्या डोळ्यांना सर्वांत प्रथम दिसतो, तो समोर उभा असलेला एक माणूस. हा मनुष्य पुढे कित्येक दिवस मला आपल्या प्रश्नांनी बेजार करून सोडणार आहे, ह्याची मला त्या वेळी कल्पना आली नाही; पण त्याच्या चेहऱ्याच्या ठेवणीतरून व त्यावरील भावांवरून एवढं मात्र लक्षात आलं की त्याच्या ठायी दया माया ह्या शब्दांना पाचोळ्याइतकंच महत्त्व असेल! त्या माणसाच्या चेहऱ्याकडं ओझरता कटाक्ष टाकताक्षणी मी समजून चुकते, की एका तरुणीला – नव्हे, एका अल्लड मुलीला – भर रस्त्यावरून उचलून तुरुंगात डांबून त्याच्यासारख्या क्रूरकर्म्याच्या तावडीत दिल्यानंतर, तिच्या काळजाचं किती पाणी-पाणी होईल, ह्याची त्याला पूर्ण जाणीव आहे! त्या क्षणी माझ्या मनाच्या काना कोपऱ्याला विळखा घालून राहिलेल्या प्रचंड भयाची त्याला पूर्ण कल्पना आहे.

तो माणूस उंच आहे, टकला आहे आणि त्याच्या अंगाला अत्यंत घाणेरडा दर्प सुटलाय. आता, हा दर्प त्याच्या अंगाला सुटलाय की तोंडाला ह्याचा विचार करण्याइतपत माझ्यात त्राण उरलेलं नाही; पण सडलेल्या मांसासारखा तो दर्प मला घेरी आणतोय, ह्याची प्रकर्षानं जाणीव होत चाललीय. विजारीवर लोंबणारा लांब शर्ट घालून, राखाडी रंगाची इतस्तत: वाढलेली आपली दाढी कुरवाळत माझ्यासमोर उभा ठाकलेला हा मनुष्य साधारणत: पन्नास वर्षांचा असावा.

थोड्या वेळानं तो माणूस अजूनच ताठ उभा राहतो आणि माझ्या डोळ्यांत डोळे

रोखून पाहू लागतो - जणू तसं करून तो आपलं महत्त्व आणि माझ्या आयुष्यावरची त्याची पकड अजूनच ठसवू पाहत असावा. भीतीनं ग्रासलेल्या माझ्या मेंदूत तेव्हादेखील ही जाणीव झिरपल्याशिवाय राहत नाही की ह्या माणसाला माझ्यावर असं अधिपत्य गाजवण्यात एक निराळीच मजा येत आहे आणि ही तर त्याच्या मजा लुटण्याची निव्वळ सुरुवात आहे! त्यानं आपल्या मनात (त्याच्यालेखी असलेलं) माझं व्यक्तिचित्र नेमकं कोरून ठेवलेलं आहे:- महाविद्यालयामध्ये उच्च शिक्षण घेणारी एका सुशिक्षित, सुसंस्कारी कुटुंबातील लाडावून ठेवलेली राजकन्या; जिला तेहरानच्या रस्त्यांवर निदर्शनं करून राज्याच्या राजवटीविरुद्ध बंड पुकारण्यात मर्दुमकी वाटते अशी एक नाठाळ मुलगी. मी त्या माणसाच्या हातातलं खेळणं बनले आहे. कदाचित त्याच्या मनात माझ्याविरुद्ध खूप संताप खदखदत असेल पण त्याहीपेक्षा जास्त म्हणजे, मी आता त्याच्या तावडीत सापडले आहे आणि तो मला पाहिजे तसं खेळवू शकतो ह्याची त्याला मौज वाटत असावी असं मला जाणवत आहे. अर्थात हा माझा निव्वळ होरा आहे. सदर परिस्थितीमध्ये मला जर कशाबद्दल शाश्वती वाटत असेल तर ती फक्त माझ्या मनात डोकावणाऱ्या प्रचंड भयाची आणि मला ह्या माणसाच्या तावडीतून निसटून आई-वडिलांच्या उबदार कुशीत शिरून बसायचंय ह्याची!

मला कुठं आणलं गेलंय ह्याची मला पुसटशी जाणीव आहे. हा उत्तर तेहरानमधला एव्हिन तुरुंग आहे. माझ्या सुरक्षित घरापासून अवघ्या काही किलोमीटरच्या अंतरावर असलेल्या ह्या कुख्यात तुरुंगाबद्दल आम्ही सगळेच ऐकून होतो. सगळ्यांनाच हे माहिती होतं की ह्या वास्तूपासून दूरच राहिलं पाहिजे - जसं एखाद्या लहान मुलाला परिकथा सांगताना राक्षसाच्या गुहेपासून दूर राहण्याबद्दल समजावलं जातं तसं. आमच्यासारख्या सामान्य, पापभिरू घरांपैकी कुणी व्यक्ती त्या तुरुंगाचा अंतर्भाग पाहण्याइतपत दुर्दैवी निघेल असं आम्हा कुणाला स्वप्नातसुद्धा वाटलं नव्हतं आणि ती व्यक्तीसुद्धा कोण? मी! मी झारा गहरमानी! अवघ्या वीस वर्षांची तरुणी! मी असं काय पातक केलं होतं की माझ्या नशिबी इतके वाईट भोग यावे? जराशा निर्भीडतेनं माझी काही मतं मांडली, शांततामय पद्धतीनं थोडीफार जनजागृती करावी ह्यासाठी काही पत्रकं वाटली, समवैचारिक मित्र-मैत्रिणींसोबत शांततापूर्ण निदर्शनं केली, इतकंच! ना मी कुणावर हात उचलला ना कुणावर बंदुकीच्या गोळ्या झाडल्या... इतकंच काय तर मी साधा आवाजसुद्धा मोठा करून कधी बोलले नाही. माझ्यालेखी हाच सगळ्यात मोठा आणि दुर्दैवी विरोधाभास आहे की, मला एक शांतताप्रिय व्यक्ती म्हणून जाणलं जाण्याची इच्छा असणं ही माझ्यासमोर उभ्या असलेल्या ह्या हिंसक व्यक्तीसाठी फार गौण बाब आहे! त्याला जर मला जीवे मारून टाकण्याची सूचना दिली गेली असेल तर तो कुठलेही प्रश्न न विचारता

नेमकं तेच करेल. कारण तो राहत असलेलं विश्व हेच मुळी हिंसाचार आणि न्याय-निवाड्याच्या आदिम कल्पनांवर चालणारं आहे. मी त्याच्याकडं दयेची याचना करणं ही गोष्ट दुरपास्तच आहे; कारण दया, माया ह्या गोष्टींबद्दल तो पूर्णपणे अनभिज्ञ आहे. त्यामुळे शरणागती पत्करण्याशिवाय माझ्यासमोर दुसरा कुठलाच पर्याय उरलेला नाहीये. कुठलाच नाही.

तो माणूस (ह्यापुढे आपण त्याला 'प्रश्नकर्ता' म्हणू या) मला आपल्यावर ओढवलेल्या संकटाची पूर्णपणे जाणीव होऊ देण्यासाठी सवड देतो. शेवटी बऱ्याच वेळानं, तो माझ्यासमोरच्या खुर्चीवर बसतो. आम्हा दोघांच्या खुर्च्यांच्या मध्ये एक जुनाट टेबल आहे. त्या टेबलावर पसरलेली काही कागदपत्रं चाळत प्रश्नकर्ता मला विचारतो, "झारा गहरमानी, जन्मवर्ष १९८१, जन्मदाखला क्रमांक ८४३, जन्मस्थळ तेहरान, अनुवादनाचं शिक्षण घेणारी महाविद्यालयीन विद्यार्थिनी - बरोबर?"

मी दबल्या आवाजात उत्तर देते - "हो"

माझं उत्तर ऐकून तो त्या टेबलावर धप्पकन हात आपटतो. त्या आवाजानं मी इतकी दचकते की, आतापर्यंत पेंगुळलेले माझे डोळे खाड्‌कन उघडले जातात!

प्रश्नकर्ता गरजतो, "महाविद्यालयामध्ये आपल्या देशाचं भवितव्य बदलण्यासाठी पुकार लावतानासुद्धा इतक्याच मिळमिळीत आवाजात लावायचीस काय?"

मी काहीच उत्तर देत नाही. क्षणभर डोळे मिटून मला सुरक्षित ठेवण्यासाठी देवाचा धावा करते.

माझ्या मूकपणाला संतापून प्रश्नकर्ता पुन्हा एकदा टेबलावर जोरजोरात हात आपटतो. तरीही मी स्थितप्रज्ञपणे बसून राहते.

"ए चिमुरडे, मी तुला काही विचारलं की लगेच उत्तर द्यायचं, काय समजलीस?"

मी जितकं जमेल तेवढ्या मोठ्या स्वरात उत्तर देते, "हो."

"हंऽऽ" असं हुंकारत, प्रश्नकर्ता आपल्या खुर्चीमध्ये जरा सैलावून बसतो आणि आपली दाढी कुरवाळत मला विचारतो, "तुझं नाव काय?"

"झारा गहरमानी."

त्यावर तो खेकसतो "पूर्ण माहिती सांग!"

मी भीतीचा आवंढा गिळून उत्तर देते, "झारा गहरमानी. तेहरानमध्ये जन्मलेली. जन्मदाखला क्रमांक ८४३, सध्या महाविद्यालयामध्ये अनुवादनाची विद्यार्थिनी." बोलताना मी सतत ह्या गोष्टीची काळजी घेते की, माझ्या आवाजाची पट्टी, शब्दफेक वा उच्चारलेले शब्द ह्यापैकी कशामुळेच प्रश्नकर्त्याचा रोष ओढावून घेतला जाऊ नये.

जरा वेळ तो काहीच प्रतिक्रिया देत नाही. टेबलावर पडलेल्या एका कचकड्याच्या पेनशी चाळा करत बसतो. त्याच्या त्या गुबगुबीत हातांवर माझी नजर खिळून राहते

– माझ्यावरचं त्याचं आधिपत्य ह्याच दोन हातांमध्ये सामावलेलं आहे, ह्या जाणिवेनं मी अस्वस्थ होते. ते दोन हात माझ्यावर कोणकोणत्या प्रकारचे अत्याचार करतील, ह्या विचारानं माझ्या जिवाचा थरकाप उडतो.

मनावर थोडा ताबा मिळवण्याच्या इच्छेनं मी महत्प्रयासानं स्वत:चेही दोन्ही हात त्या टेबलावर ठेवते. आता माझ्या मनश्चक्षूंसमोर स्वत:ची जी प्रतिमा उभी राहते, ती अशी – मी ह्या अडाणी, क्रूर माणसासोबत जमेल तितक्या सौम्य व शहाणपणानं चर्चा करण्यासाठी बसले आहे. त्याच्या मनात प्रेम वा लीनतेला जागा नाही, हे माहीत असूनही मी त्याच्याशी अशाच पद्धतीनं बोलणार आहे की, जणू तो प्रेम व सामंजस्याचा निखळ झराच असावा! मेंदूला ग्रासून राहिलेल्या भयाच्या काळ्या ढगांना कसंबसं दूर सारत मी जरासं धारिष्ट्य दाखवण्यासाठी जुळवाजुळव करू लागते... इतक्यात... इतक्यात माझी नजर प्रश्नकर्त्याच्या नजरेला जाऊन भिडते. तो माझ्याकडं टक लावून पाहत असतो. मी टेबलावर हात ठेवल्याचं पाहून मला विचारतो. "काय मग? तयार आहेस ना तू?"

त्याच्या त्या प्रश्नानं मी पुन्हा गर्भगळीत होते. शब्दांची जुळवाजुळव करत त्याला विचारते, "तयार?... अंऽऽ, म्हणजे नेमकं कशासाठी?"

माझा प्रश्न ऐकून तो दात-ओठ खात ओरडतो, "इथं फक्त मला प्रश्न विचारायची परवानगी आहे, समजलं? तू फक्त उत्तरं द्यायचीस.... तीसुद्धा, निमूटपणे!"

मी बावरून म्हणाले, "हो..."

इतक्यात, अचानकपणे, प्रश्नकर्ता खो-खो हसत सुटतो. त्याचं ते हास्य माझ्या कानाला फार भेसूर भासतं. सादिया हेदायत ह्या लेखकानं 'द ब्लाइंड आउल' नावाच्या इराणी पुस्तकामध्ये अशा एका म्हाताऱ्याचं वर्णन केलेलं आहे, ज्याचं हास्य ऐकून ऐकणाऱ्याच्या अंगावर शहारा उभा राहतो. प्रश्नकर्त्याचं हसणं मला त्या वर्णनाची आठवण करून देतं. त्या वेळी मी भीतीनं इतकी गोठले गेले नसते तर कदाचित, पुस्तक-कादंबऱ्यांमधल्या खलनायकांची नक्कल करत हसल्याबद्दल, प्रश्नकर्त्याची टर उडवली असती.

मी माझ्या विचारात गढले असताना प्रश्नकर्ता मला विचारतो, "तुला इथं का आणलं गेलंय, ह्याबद्दल काही माहीत आहे का?"

मी काहीच उत्तर देत नाही.

माझ्या मूकपणावर खोचक हास्य करत तो पुढे विचारतो, "नाही? नाही माहीत तुला? खरंच? मी सांगतो तुला... तुझ्यासारख्या कचऱ्याची माझ्या ह्या देशाला काही गरज नाहीये.... म्हणून तुला कायमचं डांबून ठेवण्यासाठी इथं आणलं गेलं आहे."

त्याचं स्पष्टीकरण ऐकून मी नकारार्थी मान हलवते. मला खरंतर असं म्हणायचं असतं की, 'मी कचरा नाहीये'; पण भीतीच्या भरात मी उच्चारून जाते– "पण का?"

एका झटक्यात प्रश्नकर्त्याचा क्रूर चेहरा माझ्या चेहऱ्याच्या इंचभर अंतरावर येऊन ठाकतो. "तुला एकदा सांगून समजत नाही काय? इथं फक्त मी प्रश्न विचारतो...तू नाहीऽऽ!!!"

खरंतर प्रश्नकर्ता माझ्या अंगावर असं धावून आल्यावर मी तर मार खायच्याच तयारीत होते, घाबरून डोळेसुद्धा बंद केले होते; पण सुदैवानं तसं काही झालं नाही. पण तरीही, प्रश्नकर्त्याच्या अंगामधून येणारा तो गलिच्छ दर्प फटकाऱ्यापेक्षाही वाईट होता. त्याच्या त्या दर्पामुळं मला उलटी करण्याची उबळ येते... कदाचित पोटात अन्नाचे चार कण असते, तर मला उलटी झालीसुद्धा असती; पण गेल्या कित्येक दिवसांत मला काहीही खायला दिलं गेलं नव्हतं.

माझ्यावर खेकसून झाल्यावर प्रश्नकर्ता पुन्हा एकदा समोरच्या खुर्चीत बसून माझ्याकडे तुच्छतेनं पाहू लागला. मला स्वतःचाच राग येतो. किती मूर्खासारखा विचार करत होते मी? ह्याच्यासारख्या माणसासोबत मी काय सौम्य आणि समजूतदारपणे बोलू शकणार? कपाळ माझं! ह्याला माझी बाजू समजून घेण्यात टीचभर तरी रस असेल, असं मला वाटलंच कसं?

आता प्रश्नकर्ता पुन्हा आपली सरबत्ती सुरू करतो; पण ह्या वेळी तो रागानं बोलत नाही. उलटपक्षी, आमचा कुणी शुभचिंतक वा मित्र असावा, अशा प्रकारे मधाळ आवाजात माझ्या कुटुंबीयांची चौकशी करू लागतो. 'हा कसा आहे?', 'तो ठीक आहे का?' असं त्यानं आपल्या कपटी स्वरात विचारलेले प्रश्न ऐकून खरंतर माझ्या तळपायाची आग मस्तकात जात असते, आपल्या गलिच्छ, विटाळलेल्या तोंडातून तो माझ्या घरच्यांची नावं उच्चारताना ऐकून माझा संताप अनावर होत असतो; पण मी मोठ्या निग्रहानं स्वतःवर ताबा ठेवते. मला माहितेय की; प्रश्नकर्ता मला असं भासवून देण्याची धडपड करत असतो की, माझ्यावरचा त्याचा राग आता निवळलेला आहे आणि मी त्याच्या तावडीत असूनसुद्धा सुरक्षित आहे; पण मीसुद्धा चार पावसाळे पाहिलेली मुलगी आहे. ही त्याची चाल आहे; कुठल्याही क्षणी तो माझ्यावर प्राणघातक वार करणार, ह्याची मला खात्री असते.

आणि माझा होरा अगदी अचूक ठरतो! कारण अवघ्या काही क्षणांत प्रश्नकर्ता मला विचारतो, "आणि मला एक सांग... आमचा लाडका सवाकी कसा आहे?"

त्याचा निर्देश माझ्या वडिलांकडे असतो.

प्रश्नकर्त्याचा वार माझ्या जिव्हारी लागतो.

२

क्रौर्याचं प्रतीक असलेल्या प्रश्नकर्त्यानं त्याच्याहीपेक्षा कैक पटीनं अधिक क्रूर अशा संस्थेचं नाव घेतलं होतं. सवाक म्हणजे पहलवी राजवटीमध्ये राज्याच्या सुरक्षेसाठी कार्यरत असलेली एक संस्था; किंबहुना राजवटीचाच एक भाग. १९८१मधल्या माझ्या जन्माअगोदर दोन वर्षांपर्यंत आमच्या देशात पहलवींचीच राजवट चालत असे. नंतर मात्र, आयातोल्लाह रुहोल्लाह खोमेनीनं उभ्या केलेल्या इस्लामी क्रांतीमध्ये, इराणचे शहा, मोहम्मद रेझा पहलवी ह्यांची सत्ता घरंगळत वाहून गेली. २०व्या शतकाच्या इतिहासामध्ये खूप ठळक स्थान मिळवलेल्या ह्या घटनेमुळं आमच्या देशाचा अवघा चेहरामोहराच बदलून गेला. सवाक ही संस्था सगळ्यांच्याच अतीव तिटकाऱ्याचा विषय होती. शहाच्या राजवटीमध्ये उदयाला आलेली ही गुप्त पोलिसी संस्था, वाटेल त्याला वाटेल तसं छळण्यासाठी, मारून टाकण्यासाठी आणि तुरुंगामध्ये डांबून टाकण्यासाठी अतिशय कुप्रसिद्ध होती. विश्वभरात अशा बऱ्याच कुकर्मी संस्था होऊन गेल्या असतील – कदाचित आताही असतील – पण सवाक आपल्या क्रौर्यासाठी विशेष कुख्यात होती. सवाकच्या 'सैनिकांना' सवाकी असं संबोधत.पण माझे वडील निश्चितच सवाकी नव्हते. हो, ते शहाच्या सैन्यामधले उच्च हुद्द्यावरचे अधिकारी होते; शहाप्रति निष्ठावंत होते; पण ते निश्चितच खुनी, दरोडेखोर वा धर्मांध नव्हते. त्यांना सवाकी असं संबोधून प्रश्नकर्त्यानं मला धक्का देण्याचा, त्याच्याप्रति आणखी तिरस्कार निर्माण करण्याचा आणि माझं मानसिक खच्चीकरण करण्याचा प्रयत्न केला होता. तो आपल्या शब्दांद्वारे मला जणू असं सांगू पाहत होता की, 'तू सैतानाची मुलगी आहेस आणि अशा मुलीला छळण्यासाठी मी जे आणि जितकं क्रौर्य दाखवीन, त्याबद्दल मला कोणीही दोष लावणार नाही. उलट – सगळे माझा जयजयकारच करतील.'

जरी माझा जन्म आणि पुढील आयुष्य खोमेनीच्या आधिपत्याखालच्या इराणमध्ये

झाला असला, तरी माझं संगोपन मात्र अशाच विचारसरणीमध्ये करण्यात झालं होतं, की जणू अजूनही पहलवींचंच राज्य असावं – वा किमान, लवकरच त्यांचं राज्य परत येण्याची शक्यता असावी. साधारणतः वयाच्या पाचव्या वर्षापर्यंत, माझ्या आई-वडिलांनी टाकलेल्या प्रेमळ बंधनांखेरीज, मला इतर कुठल्याच नीतिनियमांची ओळख नव्हती. जगाच्या बऱ्याच देशांमधली लहान मुलं उपाशी झोपतात ह्या जाणिवेनं, मी माझ्या ताटातल्या सुग्रास अन्नाबद्दल मनापासून आभार मानून सगळं जेवण संपवीत असे. राग आल्यावर माझी मोठी भावंडं जे अपशब्द वापरत, तसे मी कधीच वापरत नसे. एकूण, मी अगदी लाडाकोडात व स्वातंत्र्यात वाढत असलेली, पण तरीही सद्गुणी मुलगी होते. पण मग १९८६च्या सुमारास, माझ्या आई-वडिलांना हे लक्षात येऊ लागलं की, इराणवर हुकमत गाजवणारे धर्मांध लोक फारसे लवकर पायउतार होण्याची चिन्हं दिसत नाहीयेत आणि म्हणूनच, आपल्या लाडक्या लेकीला घराबाहेरील समाजामध्ये कुठली समस्या येऊ नये म्हणून त्यांनी त्या धर्मांध राज्यकर्त्यांच्या शिस्तीमध्ये बसतील असे नियम माझ्यावर लादायला सुरुवात केली. परिणामी, मी घरामध्ये रेशमी बंधांमध्ये सुरक्षित बाल्य घालवू लागले आणि घराबाहेर मात्र धर्मांधांच्या कठोर व जाचक नियमांना पाळण्याचा शक्य तितका प्रयत्न करू लागले.

खासगीत, माझे वडील ह्या धर्मवेड्यांना 'आदिमानव' असं संबोधायचे. हळूहळू मी ह्या 'आदिमानवां'च्या शिस्त व योग्य-अयोग्यतेच्या विचित्र कल्पनांशी अधिकाधिक परिचित होऊ लागले. ओळख होण्याची ती प्रक्रिया अशी होती की, जणू मला एखाद्या निराळ्याच जगाच्या नीतिनियमांशी परिचित केलं जात असावं. अर्थात, जन्माला आलेल्या प्रत्येक लहान मुलाला ह्या ना त्या नीतिनियमांशी ओळख करून घेत आपल्या जगाचा विस्तार करावाच लागतो; पण मी आणि माझ्या बरोबरीनं जन्माला आलेल्या लहान मुलांना दोन संपूर्णतः निराळ्या विश्वांच्या कायद्यांना आत्मसात करावं लागलं. तुम्ही अंदाज बांधू शकता की, आमच्या इवल्याशा मनात त्यामुळं त्या काळी किती गोंधळ माजला असेल. बाहेरचा समाज आम्हाला त्यांच्याच दृष्टिकोनातून जगाकडं बघायचं ज्ञान देत होता, तर घरामध्ये माझे वडील मला शक्य तितक्या प्रकारे माझ्या ज्ञानाच्या कक्षा रुंदावून, प्रत्येक गोष्टीकडे सर्वांगीण व अनोख्या पद्धतीनं बघण्याचं बाळकडू पाजत होते. त्यात भरीस भर म्हणजे मला वडील शिकवत असलेली पद्धत खासगी (किंबहुना घराच्या उंबरठ्या आत) ठेवून, बाहेरच्या समाजात धर्मांध राज्यकर्त्यांना आवडेल अशीच वर्तणूक करावी लागत होती, जेणेकरून माझी त्यांच्याप्रति निष्ठा दिसून माझ्यावर कुठलं संकट ओढवणार नव्हतं. फारच गोंधळवणारी परिस्थिती होती ती! दोन भाषा शिकून, एक भाषा एके ठिकाणी आणि दुसरी भाषा दुसऱ्या ठिकाणी वापरण्याचं घोकून, कटाक्षानं तसंच करण्यासारखी कसरत होती ती!

शाळेमध्ये मला शिकवलं जात होतं की, माझी सर्वांत जास्त निष्ठा आधी देवाप्रति; मग 'इस्लाम प्रजासत्ताकाचे जनक' असलेल्या आयातोल्लाह खोमेनीप्रति आणि मग खुद्द इराणप्रति असायला पाहिजे. शाळेमध्येच मला देव व दानवांबद्दल शिकवलं जात होतं. त्या शिकवणीनुसार अमेरिकन लोक हे दानव होते. अमेरिकन नास्तिक आणि विश्वासघातकी होते आणि अमेरिकन म्हणजे सगळ्यांत मोठ्या दानवाचे – अर्थात, पहलवींचे – खास मित्र होते. घरी मात्र मला सतत हेच ऐकू येई की, अमेरिकन लोकं इतकी काही वाईट नाहीयेत आणि बिचारे पहलवी खरं तर चांगले इसम होते; पण त्यांच्या गोतावळ्यातील लोकांच्या चुकीच्या सल्ल्यांमुळं त्यांनी आपला घात ओढावून घेतला. आमच्या घरात स्वातंत्र्य आणि सहिष्णुतेला खूप महत्त्व दिलं जायचं. प्रेमाला अनन्यसाधारण मान होता. मुलगा आणि मुलीमध्ये फरक केला जात नव्हता. दुर्दैवानं, आमच्या घराबाहेर अस्तित्वात असणारा इराण देश मात्र अशा दुष्ट आणि कट्टर लोकांच्या हातांत पडलेला होता. ज्यांना अवघ्या विश्वामध्ये फक्त दोनच रंग दिसत होते – एक काळा आणि एक पांढरा. त्यांना इतर कुठल्या रंगांचं सौंदर्य बघण्यात रस तर नव्हताच; पण मुळात त्या रंगांचं अस्तित्वसुद्धा मान्य नव्हतं. इस्लामी आध्यात्मिक कल्पनांच्या परिघाबाहेर त्यांना इतर कुठल्याच बाबी सुंदर वा मान्य वाटत नव्हत्या.

वास्तविक, कुठल्याही लहान मुलाला दोन भाषा वा दोन निराळ्या पद्धतीच्या रूढी व नीतिनियम आत्मसात करणं अवघड नसतं. मलासुद्धा ते जमत गेलं. पण शेवटी एक वेळ अशी येतेच, जेव्हा ते मूल मोठं होतं आणि त्याला/तिला त्या दोन्हीपैकी एका भाषेकडे (वा एका प्रकारच्या रूढी व नियमांकडे) आपल्या मनाचा झुकाव जाणवू लागतो. माझ्या बाबतीतही नेमकं तेच घडलं.

१९८७ साली मी ६ वर्षांची झाले. तोपर्यंत मी त्या दोन्ही भाषा बऱ्यापैकी आत्मसात केलेल्या होत्या; पण अजूनही बरंच काही शिकणं बाकी होतं. कारण गेल्या कित्येक वर्षांपासून इराण आणि सद्दाम हुसेनचा इराक ह्यांच्यामध्ये घमासान युद्ध सुरू होतं. माझ्या दोन्ही विश्वांपैकी कुठल्याच विश्वामध्ये ह्या संघर्षाला जागा नव्हती. सद्दामनं इराणची शहरं उद्ध्वस्त करण्यासाठी विमानांमधून बॉम्बहल्ले चालवले होते. त्या हल्ल्यांमध्ये हजारो तरुण इराणी मुलांची क्रूर कत्तल झाली होती. माझ्या कुठल्याच विश्वामध्ये ही निर्घृण कत्तल न्याय्य नव्हती. जरी इराणी राजवटीवर माझं फारसं प्रेम नसलं, तरी सदर बाबतीत तरी माझ्या शत्रूचा शत्रू हा माझा मित्र ठरलेला नव्हता.

मी वयाच्या सातव्या वर्षात पदार्पण केलं. त्या सुमाराला कधी नव्हे ते वडिलांनी आपल्या मनावरची भीतीची बंधनं झुगारून देत माझ्यासाठी सुंदर गुलाबी

रंगाचे बूट विकत आणले. परिकथेतल्या परीचे शोभावे, असे ते बूट बघताक्षणीच मी त्यांच्या प्रेमात पडले! खरंतर ते बूट घालून मी नववर्षाच्या निमित्तानं आजीच्या घरी जाऊन बक्षिसी मिळवणार होते. पण दुर्दैवानं, त्या वर्षी ही सुंदर प्रथा पाळणं आम्हाला वर्ज्य ठरलं. माझ्या आईचा एक १९ वर्षांचा चुलतभाऊ युद्धामध्ये धारातीर्थी पडला असल्यामुळं आम्ही सुतकात होतो. इराणी रूढींनुसार घरामध्ये मृत्यू झाला की, काही काळासाठी सगळ्या मौजमजा बंद करून कुटुंबीयांकडून मृत व्यक्तीला आदरांजली वाहिली जाते. खरंतर जगभरात प्रत्येक ठिकाणी, ह्या ना त्या पद्धतीनं, मृतात्म्यास आदरांजली वाहण्यासाठी काही दिवसांचा शोक पाळला जातोच; पण मुल्लांच्या राजवटीमधल्या इराणमध्ये शोक पाळण्याची ती प्रथा अशी काही वाढीला लागली की, काही दिवसांऐवजी महिनोन्‌हिने – आणि कधी तर आयुष्यभर – शोक पाळण्याची विचित्र पद्धत मूळ धरू लागली. कालांतरानं शोक करून निवर्तलेल्या व्यक्तीच्या कुटुंबीयांचं मन हलकं होण्याऐवजी, त्या प्रथेला वेडसरपणाची धार येऊ लागली. ह्या बाबतीतलं एक उदाहरण माझ्या मनात आजही ताजं आहे. आमच्या शेजारी राहणाऱ्या एका तरुण स्त्रीचा नवरा युद्धामध्ये मरण पावला. त्यानंतर, युद्ध संपेपर्यंत, त्या बिचाऱ्या स्त्रीला कुठल्याही कारणास्तव हसण्याची वा इतर कुठल्या पद्धतीनं आनंद व्यक्त करण्याची मुभा नव्हती!!! राज्यकर्त्यांच्या लेखी, ज्या बाईचा नवरा युद्धभूमीवर धारातीर्थी पडतो, तिच्या आयुष्यातलं हसण्याचं प्रयोजनच संपतं. बरं, प्रकरण नुसतं हसण्यावरच संपलं असतं तर ठीक होतं; पण तसं नसून, तिला आपल्या सख्ख्या मुलांकडे बघूनसुद्धा स्मित करण्याचीही मुभा उरली नाही! इतकंच नव्हे, तर तिला तिच्या कुटुंबीयांचं समाधान होईपर्यंत विधवेचं आयुष्य कंठल्याशिवाय, इतर कुठल्या पुरुषाशी लग्न करण्याबद्दल विचारही करता येणार नव्हता आणि त्यातून कदाचित काही वर्षांनंतर तिला दुसरं लग्न करण्याची परवानगी मिळालीच, तर ते त्याच पुरुषासोबत ज्याला तिचे कुटुंबीय निवडतील. समजा, तिने दुसरं लग्न केलंच, तरी तिच्यावर 'विधवा' हा लागलेला कलंक पुसला जाणं अशक्य होतं! दुसरं लग्न केल्यावरही तिला तिच्या आणि पहिल्या नवऱ्याच्या कुटुंबीयांकडून अवहेलना झेलत राहणं भाग होतं. म्हणजे थोडक्यात असं की, नवरा गेल्यानंतर त्या स्त्रीचं आयुष्य म्हणजे निव्वळ 'श्वास आहे म्हणून जिवंत राहणं', ह्याच पातळीवर उरलं होतं आणि ह्या भयानक परिस्थितीला कारणीभूत असलेली एकमेव गोष्ट म्हणजे, ते युद्ध – ज्याच्यामुळं 'हौतात्म्य' हे एक सामाजिक वेड बनून गेलं होतं.

माझ्या कुटुंबामध्ये युद्धाचा उल्लेख व्हायचा तो 'एक विनाशकारी घटना' म्हणूनच. माझ्या वडिलांच्या मते, सद्दाम हा एक दुष्ट हल्लेखोर होता; पण त्यांच्या लेखी गेली नऊ वर्षं चाललेल्या त्या भयंकर युद्धामध्ये मरण पावलेले लाखो तरुण

हे इस्लामी सार्वभौमानं गौरवल्याप्रमाणे 'हुतात्मा' नसून केवळ त्या अंदाधुंदीमध्ये आपले प्राण नाहक गमावून बसलेली दुर्दैवी माणसं होती. माझ्या दोन विश्वांमधला हा अजून एक ठळक फरक होता. शाळेमध्ये वा इतर कुठल्या सार्वजनिक ठिकाणी, इराकसोबत चाललेल्या युद्धाबद्दल मतप्रदर्शन करण्यासाठी सैतानासारखे सुळे व शिंग असलेल्या सद्दामची छायाचित्रं ठिकठिकाणी लावली जायची. त्याद्वारे, सद्दामला सैतानाचा पुत्र दाखवून हे युद्ध म्हणजे चांगल्या व वाईट शक्तींची टक्कर असल्याचं दाखवलं जायचं. माझे आई-वडील मात्र शिकले सवरलेले आणि वैचारिक दृष्ट्या प्रगल्भ असे होते. इराण-इराकमधल्या युद्धामागची कारणं आणि त्याचे पडसाद समजण्याची त्यांची कुवत आणि पद्धत फार उच्च दर्जाची होती. त्यामुळं अर्थातच माझी निराळीच कुचंबणा होऊ लागली. इतर जनतेप्रमाणे, चांगल्या आणि वाइटाचं युद्ध म्हणून ह्या प्रश्नाचा निकाल लावण्याऐवजी, माझं मन निरनिराळे प्रश्न विचारू लागलं. इराक कितीही वाईट असलं, तरी इराणचे राज्यकर्तेसुद्धा काही धुतल्या तांदळासारखे निखळ नाहीत, असं म्हणू लागलं आणि नेमकी अशीच विचारपद्धती, दुराग्रही व्यक्तींनी चालवलेल्या राज्यामध्ये घातक ठरू शकते! माझ्यासारख्या बुद्धिजीवी लोकांना वैचारिक स्वातंत्र्याची आस असते आणि ते स्वातंत्र्य मिळालं नाही, तर आमची घुसमट होते.

आमच्या नातेवाइकांसाठी चालवलेल्या शोकाचा काळ संपल्यावर मी अतिशय उत्साहानं जिथे जाईन तिथं ते गुलाबी बूट घालून जाऊ लागले. पुढच्या बाजूला प्लॅस्टिकचं टप्पोरं फूल डकवलेले ते बूट घालताना माझा आनंद गगनात मावेनासा व्हायचा! वयाच्या सहाव्या-सातव्या वर्षी, ते बूट म्हणजे माझ्यासाठी त्या सुंदर विश्वाचं प्रतीकात्मक रूप होतं, ज्याचं वर्णन मी शब्दांत करू शकणं केवळ अशक्य होतं!

एका प्रकारे ते बूट आणि त्यांच्या उडत्या गालिच्यावर बसून केलेल्या त्या सुंदर विश्वाची काल्पनिक सैर, हेच मला एव्हिन तुरुंगाच्या अंधारामध्ये लोटून द्यायला कारणीभूत ठरले, असं मला आज वाटतं.

३

प्रश्नकर्ता आपल्या विजारीच्या खिशामधून सिगारेटचं पुडकं काढतो. मग संथपणे त्यातील एक सिगारेट बाहेर काढून शिलगावत, तिला आपल्या ओठांमध्ये धरून दोन-चार झुरके घेतो. तो सिगारेट ओढतोय ह्याचा मला निरतिशय आनंद होतो; कारण तो त्या क्रियेमध्ये मग्न असताना मला कधी नव्हेतो त्याच्या प्रश्नांच्या, धमक्यांच्या, दोषारोपणांच्या आणि पाणउताऱ्यांच्या भडिमारामधून काही क्षणांची विश्रांती मिळते!

अर्थात, प्रश्नकर्ता चाणाक्ष आहे. तो सिगारेट ओढू लागला की, मी आपोआप जराशी सैलावते, हे त्याला पक्कं ठाऊक आहे आणि त्याच्यासारख्या विकृत माणसाला नेमकं तेच अत्यानंदित करतं. आपल्या एवढ्या-एवढ्याशा कृतींमुळं समोरची चिमुरडी बिथरते किंवा सैलावते ह्यावरून आपली तिच्यावर किती सत्ता आहे, ह्या विचारानं तो हर्षोल्ल्हासित होतो.

सिगारेटचे मनसोक्त झुरके घेतल्यावर, प्रश्नकर्ता पुन्हा माझ्याकडं मोर्चा वळवून विचारतो, "हंऽऽ, म्हणजे मी 'माझा लाडका सवाकी' असं कोणाला उद्देशून बोललो, हे तुझ्या लक्षात येत नाहीये काय?"

"न...न..नाही.."

अर्थातच, मी खोटं बोलते. मला पक्कं ठाऊक असतं की, तो हे माझ्या वडिलांना उद्देशून बोलला आहे. पण एव्हाना मला प्रश्नकर्त्याची मानसिकता समजू लागलेली असते. मी हे शिकू लागलेय की, मी तेच बोललं पाहिजे, जे त्याला ऐकायची इच्छा आहे. त्याला जर माझ्या वडिलांच्या कामाबद्दल, मतांबद्दल काही ऐकण्याची इच्छा असेल, तर ते त्यानं मला सांगितलं पाहिजे; मी त्याला नाही, हे समीकरण माझ्या ध्यानात येऊ लागलंय.

माझं उत्तर ऐकून प्रश्नकर्ता माझ्याकडं निरखून पाहू लागतो. कदाचित त्याच्या

मनात असा विचार रुंजी घालू लागलाय की, मी त्याच्या खेळाचे नियम जरा जास्तच लवकर आत्मसात करत आहे. थोड्या वेळानं, प्रश्नकर्ता आपला हात झटकत माझ्याकडे बघून गुरकावतो, ''हे बघ, माझ्याशी बौद्धिक खेळ खेळायची हिम्मत करू नकोस. फार थिटी पडशील माझ्यासमोर, काय समजलीस? मी ह्या खोलीमध्ये बऱ्याच लोकांना 'बोलतं' केलेलं आहे. काहींना तर थेट 'पुढं पाठवून दिलेलं आहे', समजलं? हाऽहाऽहाऽहाऽ...''

प्रश्नकर्त्याच्या अपेक्षेनुसार मी त्याची धमकी ऐकून बिथरून जायला पाहिजे होतं; पण त्या क्षणी मला छटाकभरही भीती वाटली नाही! उलट, मी मनातल्या मनात खदखदून हसत बसते. अर्थात, उघडपणे तसं करण्याचं धारिष्ट्य अद्यापतरी माझ्यात आलेलं नसतं. मला त्याच्या 'सुपीक' डोक्यातून निपजणारी कुठलीशी क्रूर शिक्षा भोगण्यात मुळीच रस नव्हता; पण तरीही एखाद्या बटबटीत नाटकामध्ये शोभणारे त्याचे बोल ऐकून मला हसू दाबून धरणं फार कठीण जात होतं! काय तर म्हणे, काहींना तर थेट पुढं पाठवून दिलेलं आहे!!!

इतक्यात, प्रश्नकर्त्याच्या तोंडातून येणारा शिळा भपकारा मला गुदमरून टाकतो. माझ्या पोटात मळमळू लागतं. कसंबसं स्वत:ला सावरत, मी त्याच्या पुढच्या प्रश्नांची उत्तरं द्यायला सज्ज होते.

''काय मग, काय चाललंय आजकाल तुझ्या बापाचं?''

''नेहमीचंच... त्यांचा व्यवसाय चालू आहे.''

''अच्छाऽऽ असं होय... बरंऽऽ, आणि त्यांचे मित्र? व्यावसायिक भागीदार वगैरे? कोण आहेत ते सगळे?''

''मला नाही माहीत.''

माझं ते उत्तर ऐकून प्रश्नकर्ता जरा वेळ मला निरखत राहतो. मग हळुवार आवाजात विचारतो, ''नक्की? नक्की तुला माहीत नाहीत?''

मी चाचरत उत्तर देते, ''ह...ह.. हो... नक्की... मला खरंच त्याबद्दल काही माहीत नाही.''

प्रश्नकर्ता आपल्या समोरच्या कागदावर काहीतरी खरडू लागतो. मला त्याचं लिखाण दिसू नये म्हणून एका हातानं कागद झाकत, मन लावून काही टिपणं काढत बसतो. मला त्याच्या त्या बालिशपणाची भारी चीड येते. मी त्याचं लिखाण बघितलं, तर असं काय आभाळ कोसळणार आहे? असं कोणतं मोठं गुपित समजणार आहे मला? त्याचं हस्ताक्षर किती खराब आहे हे दिसणार आहे की त्याची वाक्यरचना किती कच्ची आहे, हे दिसणार आहे? छे! काहीतरीच फालतूपणा!

मनातल्या मनात माझं हे करवादणं सुरू असताना, प्रश्नकर्ता मला पुन्हा एकदा तोच प्रश्न विचारतो - ''तुझ्या वडिलांची कोणाशी मैत्री आहे, हे नक्की तुला

माहीत नाही?''

मी त्याला व्याकूळ आवाजात पुन्हा तेच उत्तर देते - ''नाही होऽऽ....मला खरंच त्याबद्दल काहीही माहिती नाही.''

खरोखरीच मला त्याबद्दल काहीच माहीत नसतं; पण प्रश्नकर्त्याला हे काही केल्या पटत नाही. तो मला वारंवार, निरनिराळ्या पद्धतीनं तोच प्रश्न विचारून बेजार करतो. काही वेळानं माझं डोकं ठणकू लागतं. माझ्या वडिलांबद्दल इतके प्रश्न का विचारले जात आहेत? ह्या सगळ्याशी माझा काय संबंध? ह्या लोकांना माझ्याऐवजी माझ्या वडिलांना उचलून आणायचं होतं का? ... हे आणि असे प्रश्न माझ्या मनात फेर धरून नाचू लागतात. मनाच्या एका कोपऱ्यातून एकच विनंती मूक आक्रोश करू लागते की, 'मला सोडा.. मला इथून जाऊ द्या... मला मुक्त करा...'

मला इथं आणलं गेलं त्याच्या दोन-तीन आठवड्यांपूर्वी आम्हा मित्र-मैत्रिणींमध्ये अशा प्रकारे उचलून नेलेल्या लोकांबद्दलच चर्चा चालली होती. आपल्या कोणावर असा प्रसंग आलाच तर आपण काय करू, ह्याबद्दल बोलताना मी मारे धीटपणे म्हटलं होतं, 'काय करणार म्हणजे? जे खरं असेल ते सांगून मोकळी होणार, झालं! मी मुळीच त्या भेकड लोकांसमोर रडणार-भेकणार नाही. उलट, अतिशय धीटपणे त्यांच्या प्रश्नांची खरीखुरी उत्तरं देऊन त्यांनाच नामोहरम करून टाकीन.'

आता, माझ्या ह्या क्रूरकर्मा प्रश्नकर्त्यासमोर बसून त्याचे शाब्दिक वार झेलताना, माझ्या थकलेल्या मनात विचार चमकून गेला 'छे झारा! कित्ती कित्ती बालिश होतीस गं तू? आता कुठं गेली तुझी ती धिटाई? अं?'

माझे हे विचार चालू असतानाच समोरून प्रश्न येतो, ''तुझ्या वडिलांचं खतामीबद्दल काय मत आहे?''

'खतामी?' हा राक्षस मला आमच्या देशाच्या प्रधानमंत्र्यांबद्दल का विचारतोय बरं? तेसुद्धा असे प्रधानमंत्री, जे उदारमतवादी विचारांचे पुरस्कर्ते आहेत आणि ज्यामुळं ते ह्या राक्षसाचे अर्थातच नावडते असणार आहेत.

''खतामींना देशाचा प्रधानमंत्री बनवण्यात आलं, ह्याबद्दल तुझ्या वडिलांचं काय मत आहे?''

''मला काय माहीत?''

''त्यांनी खतामीला मत दिलं होतं का?''

''मला नाही माहीत.''

कदाचित ह्या दानवाला हे नेमकं ठाऊक आहे की, माझ्या वडिलांनी कोणाला मत दिलं होतं. आतातर मला असं वाटू लागलंय की, प्रश्नकर्ता मला तेच प्रश्न विचारतोय, ज्यांची उत्तरं त्याला आधीच ठाऊक आहेत. अशा परिस्थितीत मी त्याला

उत्तरं देणार तरी काय आणि कशी? छे! मला आता ह्या दुष्ट खेळाचा कंटाळा येत चाललाय. मी काय उत्तरं द्यावी, अशी ह्याची अपेक्षा आहे? मी असं म्हणू का की, 'माझ्या वडिलांना तुमच्या ह्या रानटी राजवटीबद्दल मनापासून तिरस्कार वाटतो. रेडिओवरच्या बातम्या ऐकताना ते तुमच्या मुल्लांच्या दांभिकपणावर दात-ओठ खात राहतात. त्यांच्या मते, तुम्ही लोक आमच्या इराणचा जीवनरस शोषून घेत आहात. माझ्या वडिलांना तुमच्या ढोंगीपणाचा आणि भ्रष्टाचाराचा अतीव संताप आहे. ते सतत आजच्या आणि पहलवीच्या राजवटीतल्या इराणची तुलना करत म्हणत असतात की, 'पहलवीच्या राज्यातही भ्रष्टाचार होताच; पण तरी ती लोकं आजच्यासारखी ठकसेन नव्हती.' माझे वडील खूप भले असामी आहेत. ते तुझ्यासारखे रानटी, रासवट नाहीत. त्यांनी कधीही एखाद्या तरुण मुलीला असं धमकावून तिला बेजार केलं नसतं. आणि हो, माझ्या वडिलांच्या तोंडाला तुझ्यासारखा गलिच्छ दर्प येत नाही. आणि ते तुझ्यासारखे ओंगळ जाडेसुद्धा नाहीत!'... मनातल्या मनात इतकी सगळी बडबड करून माझी दमछाक होते. प्रत्यक्षात मी ह्यांतला एकही शब्द उघडपणे बोलू शकत नाही. ह्या जाणिवेनं मी पुन्हा एकदा निराशेच्या गर्तेत जाते.

अखेर बऱ्याच तासांनंतर, प्रश्नकर्ता आपली सरबत्ती थांबवून, तिथं पुतळ्यासारखा उभ्या असलेल्या रक्षकाला मला घेऊन जाण्याचा इशारा करतो. पुन्हा एकदा माझ्या डोळ्यांवर पट्टी बांधली जाते आणि रक्षक मला माझ्या लहानशा कोठडीत घेऊन जातो.

आहाहाऽऽ! मला माझी ही कोठडी किती आवडते म्हणून सांगू? खरंतर ही कोठडी अगदी बंदिस्त आणि काळ्यामिट्ट काळोखानं व्यापलेली आहे; पण तरीही मला ती आवडते... कारण इथं मी किमान मोकळा श्वासतरी घेऊ शकते.

माझ्या मनात असा विचार येऊन मी छाती भरून श्वास घेत असतानाच, मनावर पुन्हा भीतीचा पगडा येऊन बसतो. नाही, हा शेवट नव्हता. ही तर निव्वळ सुरुवात होती. थोड्या वेळानं पुन्हा मला बाहेर नेण्यात येईल. माझ्यावर प्रश्नांची तोफ डागली जाईल. मला पुन्हा त्या गलिच्छ माणसासमोर निमूटपणे बसून त्याच-त्याच प्रश्नांची उत्तरं द्यावी लागतील.

नाही... मला हे सहन होत नाहीये... मला हे अजिबात सहन होत नाहीये...

४

मी आधीच म्हटल्याप्रमाणं, लहानपणी मी स्वप्नांच्या विश्वात रममाण असलेली मुलगी होते. मला सगळं कसं छान-छान, सुंदर, सुरेख आवडायचं. लालबुंद रिबिनी, आईकडे असलेल्या कुर्दी धाटणीच्या बांगड्या आणि माळा, माझ्या मोठ्या बहिणींकडे असलेली पाश्चात्त्य संगीताची ध्वनिमुद्रणं... ह्या आणि अशा सगळ्या शोभिवंत वस्तूंची मला भारी आवड. अर्थातच, अशा आवडीनिवडींमुळं धर्मांध पद्धतीच्या इस्लामी राजवटीमध्ये माझ्यासमोर गंभीर समस्या उद्भवणं साहजिक होतं. गमतीची गोष्ट अशी की, मला इस्लाम ह्या धर्माबद्दल कधीच कुठली अढी वाटलेली नाहीये. उलट, मानवतावादी दृष्टिकोनातून निपजलेल्या ह्या धर्माबद्दल मला नेहमीच ओढ वाटत आलेली आहे. वयानं परिपक्व होत गेले, तशी मला इस्लाम म्हणजे मानवाला परमात्म्यामध्ये विलीन होण्याची जी आस असते, त्याची सर्वोच्च अभिव्यक्ती वाटू लागली. पण मी ज्या इराणमध्ये वाढत होते, तिथं इस्लामबद्दल केवळ तात्त्विक आणि आंतरिक आदर असणं पुरेसं नव्हतं. इस्लामशी आपली निष्ठा दर्शवण्यासाठी प्रत्येकानंच धर्मांध असणं सक्तीचं होतं.

मी कधीच थिल्लर वा उच्छृंखल नव्हते; पण मला मौजमस्ती, रंग आणि साध्या गोष्टींमधला आनंद घ्यायला निश्चितच आवडत असे आणि मोक्ष प्राप्त करण्यासाठी ह्या सगळ्या लहान मोठ्या आनंदांची आहुती द्यावी लागणं मला मंजूर होण्यासारखं नव्हतं.

माझ्या घरात जे मोकळंढाकळं वातावरण होतं, त्या पार्श्वभूमीवर मुल्ला, पोलीस आणि बासिजी (तरुणांचं सैन्यपथक) ह्यांनी (माझ्या) घराबाहेर उभारलेल्या इराणी समाजाकडे बघून माझा गोंधळ उडणं साहजिक होतं. तरीही मी मनाविरुद्ध का होईना, पण शक्य तितके त्यांचे नियम पाळण्याचे कसोशीनं प्रयत्न करीत असे.

१९८०च्या दशकात – म्हणजेच, इस्लामी राज्यक्रांतीच्या सुरुवातीच्या काळामध्ये

– स्त्रियांसाठी डोक्यापासून पायापर्यंत काळ्या रंगाच्या वस्त्रांमध्ये गुरफटून राहणं सक्तीचं केलं गेलं. मुलगी आठ वर्षांची होईपर्यंत तिला ह्या बंदिस्त पोशाखामधून जरातरी सुटका मिळत असे; पण त्यानंतर मात्र तिच्या प्रत्येक हालचालीवर आणि वागणुकीवर राज्यकर्त्यांची घारीसारखी नजर असे.

जरी मी इस्लामचे नीतिनियम पाळत असले, तरी वास्तविक मी मुसलमान नव्हे. माझ्या वडिलांची इस्लामवर नितांत श्रद्धा होती; पण ते निश्चितच धर्मवेडे नव्हते. माझी आई, इराणच्या आग्नेय दिशेला तेहरानपासून २५० मैल दूर असलेल्या कर्मनशाह ह्या भागातून आली होती. गेली कित्येक शतकं, हा भाग झोरोस्ट्रीयनच्या अनुयायांची (म्हणजेच पारश्यांची) वसाहत आहे. मी ४-५ वर्षांची झाल्यापासून आई मला पारशी पद्धतीच्या सणासुदींना व प्रार्थनासभांना नेऊ लागली. अग्नीच्या साक्षीनं चालणाऱ्या त्या प्रथा पाहून माझ्या मनाला एक आगळंच समाधान मिळत असे. पंचमहाभूतांनी बनलेल्या आपल्या शरीर व व्यक्तिमत्त्वाचा अविभाज्य घटक असलेल्या अग्नीची ती आराधना माझ्या मनाला निराळीच चेतना देऊन जात असे. आपल्या जीवनाचा स्रोत असलेल्या त्या पवित्र ज्वालेचं नमन हा माझ्या वडिलांच्याही प्रार्थनेचा महत्त्वाचा घटक असे. त्यामुळे, आईच्या पारशी प्रथांमध्ये आणि वडिलांच्या इस्लामी रीतिरिवाजांमध्ये, पद्धतींमधला फरक सोडला तर मला फारसा कुठलाच फरक दिसेना. आमच्या घरामध्ये दोन्ही धर्मांना समान आदर दिला जात होता; दोन धर्मांमध्ये वाद वा स्पर्धा केली जात नव्हती. त्यामुळेच, आम्हा सगळ्या भावंडांसाठी, दोन धार्मिक प्रवाहांची नांदी असलेल्या घरामध्ये राहणं खूप साहजिक होऊन गेलं होतं. किंबहुना, त्या काळच्या इराणमधल्या बऱ्याच घरांमध्ये असं चित्र दिसणं दुर्लभ नव्हतं.

वयाच्या सहाव्या वर्षी मला आपला धर्म निवडण्याची मुभा दिली गेली. पारशी आणि इस्लाम ह्या दोन्ही धर्मांची तत्त्वं समजावली जाऊन मग डोळसपणे आपली निवड करण्याची संधी दिली गेली. इतक्या लहान वयाची असूनसुद्धा, माझ्यावर कुठलाच निर्णय लादला गेला नाही. उलट, तुला काय वाटतं, काय आवडतं, अशी पृच्छा होऊन मला आपला मार्ग निवडण्याचं स्वातंत्र्य दिलं गेलं, ही माझ्यासाठी खूप सुदैवाची गोष्ट होती. लहानपणापासून मी आईच्या सान्निध्यात अधिक वाढल्यानं म्हणा किंवा एकूणच मला तिच्याबद्दल निरतिशय ओढा असल्यामुळे म्हणा, पण मला नेहमीच पारशी धर्माप्रति अधिक जवळीक वाटत आलेली आहे. त्यात मोठी होत गेले तसं 'चांगुलपणा', 'दयाभाव' आणि 'सुविचार' ह्यांकडे पारशी धर्माचा असलेला कल पाहून मी त्या धर्माकडे अधिकाधिक आकर्षित होत गेले.

लहान असताना तर मी पारशी समाजामध्ये आणि त्यांच्या प्रथांमध्ये फारच मनापासून रममाण होत असे. त्यांचे ते रंगीबेरंगी रेशमी सैलसर पोशाख, नाजूक

पायताणं, मृदू स्वभावाचे पुरुष, गोड हसणाऱ्या स्त्रिया आणि आनंदी चेहऱ्याची मुलं बघून मला खूप छान वाटत असे. त्यात, पारशी धर्म कुठल्याही प्रकारे दुराग्रही वा धर्मांतराचा आग्रह धरणारा नसल्यामुळं, तो माझ्या दृष्टीनं महत्त्वाचा मुद्दा होता.

माझी आई मला बऱ्याचदा पुरातन काळातील पर्शियाबद्दल गोष्टी सांगत असे. त्या गोष्टींमध्ये, अनेकदा अरबांनी कसं बळजबरीनं पारशी धर्माचं उच्चाटन करून इस्लाम धर्म पाळण्याची सक्ती केली, ह्याचा उल्लेख असे. ती वृत्तं ऐकून माझ्या अंगाची लाही लाही होत असे.

मोठं होत असताना, मला हळूहळू हे लक्षात येऊ लागलं की घराच्या उंबऱ्याआड मला जे स्वातंत्र्य लाभत होतं, ते उंबरठा ओलांडल्यावर हिसकावून घेतलं जात होतं. जसजशी ही जाणीव प्रखर होत गेली, तसा त्यातला अन्याय मला अधिक प्रखरपणे बोचू लागला. माझ्या ह्या अस्वस्थतेला वाचा फोडण्यासाठी मी प्रश्न विचारू लागले. आमच्या घरात वाचास्वातंत्र्य असल्यामुळं मी अगदी थेटपणे माझ्या आई-वडिलांना प्रश्न विचारू लागले. वडिलांची उत्तरं तितकीच थेट आणि स्पष्ट असत; पण आई मात्र गुळमुळीत उत्तरं देऊन वेळ मारून नेत असे. अर्थात त्यात तिचा काही दोष नव्हता म्हणा. जिथं वडिलांना आपल्या मुलांना सत्य परिस्थितीची जाणीव करून देऊन त्यांच्या ज्ञानकक्षा रुंदावण्याची आस होती, तिथं आईचं मन मात्र आपल्या पिल्लांच्या काळजीनं व्याकूळ होत असे. त्याच काळजीपोटी ती अशी उत्तरं देत असे, ज्यांच्यामुळे आमच्या डोक्यात 'नसते वारे' न शिरता, आम्ही सुरक्षित राहू शकण्याची हमी मिळे.

आई-बाबांच्या ह्या परस्परविरोधी भूमिकांमुळं माझ्या मनात मात्र पराकोटीचा गोंधळ उडत असे. कुणाचे विचार आपलेसे करावे, कुणाची उत्तरं खरी मानावी आणि कुठला मार्ग चोखंदळावा, ह्या बाबतीत माझा निरतिशय संभ्रम उडत असे. पण जसजशी मी मोठी होत गेले, तसतसं माझ्या मनावर आईच्या काळजीपेक्षा वडिलांच्या परखड विचारांचा पगडा जास्त प्रबळ होत गेला.

५

मी माझ्या कोठडीमध्ये, भीतीनं थरथर कापत, अंगाचं मुटकुळं करून बसले आहे. मला आता बहुतेक कुठल्याही क्षणी वेड लागेल... किंवा मग कदाचित मी आधीच वेडी झालेली आहे. इथं कोण आहे जो मला असं म्हणून निश्चिंत करू शकेल की, 'झारा, काळजी करू नकोस. तू अगदी सुरक्षित आहेस.'

थोड्या वेळानं मी माझे हात-पाय निरखू लागते, समोर पसरलेल्या थंडगार फरशीकडे टक लावून पाहू लागते. ज्या दरवाजामधून डोळ्यावर लावण्याची पट्टी टाकून मला बाहेर पडण्याचा इशारा दिला जातो, त्या दरवाजाकडे निरखून पाहू लागते. जरा वेळानं माझ्या मनश्चक्षूंसमोर त्या कोठडीत बसलेल्या स्वत:ची कृश, दयनीय छबी झळकू लागते आणि मनात विचार येतो, 'हीच का ती मुलगी– जिच्यामुळं अवघ्या इराणच्या अस्तित्वाला धोका असल्याचं म्हटलं जातंय?'

विचार कर करून माझं डोकं पार शिणून जातं. मनात विचार येतो, हे एखादं दु:स्वप्नं तर नाही ना? तसं असलं तर किती बरं होईल! मी झोपेतून खडबडून जागी होईन आणि माझ्या आईला हाक मारीन. मग आई मला जवळ घेऊन थोपटत राहील आणि मी हळूहळू शांत होत जाईन... माझं वाईट स्वप्न विसरून जाईन. पण नकोच! माझ्या स्वप्नामध्येसुद्धा आईनं ह्या अशा घाणेरड्या ठिकाणी येणं मला नकोसं वाटतंय.

नकोच ते विचार! त्यापेक्षा मी, इतर तुरुंगांमध्ये डांबून ठेवलेल्या, माझ्यासारख्या निरपराध लोकांचा विचार करावा. कोण असतील ही लोकं? तुरुंगात येऊन छळ सोसण्यापूर्वी काय करत असतील? असे किती कारावास आणि त्यामध्ये किती निर्दोष बंदिवान आहेत ह्या इराणमध्ये? आणि आम्हा सगळ्या लोकांकडून ह्या प्रश्नकर्त्यांना नेमकं काय ऐकायचं आहे? कृपा करून कोणीतरी मला हे सांगा की, ह्या प्रश्नकर्त्यांना नेमकं ऐकायचं तरी काय आहे? मी ताबडतोब त्यांना तसा जबाब लिहून द्यायला तयार आहे... फक्त मला इथून जाऊ द्या. मला मुक्त करा.

मनाचा तो मूक आक्रोश मला पार शिणवून टाकतो. नकळत मी निद्रेच्या अधीन होते. त्या गुंगीमध्ये कुणीतरी मला गोष्ट ऐकवत असल्यासारखं वाटू लागतं... जराशानं मी स्वत:लाच त्या गोष्टीच्या केंद्रस्थानी पाहू लागते. गोष्टीमध्ये मी पाच वर्षांची आहे आणि आईसोबत खरेदीसाठी बाजारात गेले आहे. ऐंशीच्या दशकातला तो काळ इराण – आणि विशेषत: तेहरानसाठी – खूप अराजक घेऊन आलेला आहे. जीवनावश्यक वस्तूंचा आणि खाद्यपदार्थांचा इतका तुटवडा आहे की, लोक रात्र-रात्र दुकानाबाहेर पथारी पसरून झोपतात आणि दुकान उघडताक्षणी त्यावर धाड घालतात! भाज्या, तेल इत्यादी किरकोळ वस्तू मिळवण्यासाठी तासन्तास रांगा लावून उभं राहावं लागतं. आज माझी आई तांदूळ भरण्यासाठी बाजारात आलेली आहे. तिच्या हातात भलीमोठी पिशवी आहे. खरंतर तिला त्याहीपेक्षा मोठी पिशवी आणायची होती पण एका हातानं मला पकडायचं असल्यामुळं तिला तेवढ्यावरच भागवावं लागलं आहे. आई झपाझप पावलं टाकत दुकानाकडे येते. दुकानामधले तांदूळ संपले, तर पुढचा साठा येईपर्यंत तिला कैक महिने वाट पाहावी लागेल किंवा मग काळ्या बाजारामधून दसपट किंमतीला तांदूळ विकत घ्यावे लागतील.

आम्ही दुकानापाशी पोहोचतो, तेव्हा जऽऽरा कुठं तांबडं फुटू लागलं आहे; पण इतक्या भल्या पहाटेसुद्धा दुकानासमोरची रांग मैलभर लांब गेलेली आहे. हळूहळू गर्दी वाढू लागते. रांगेमध्ये उभ्या असलेल्या अपरिचित बायका आपापली गाऱ्हाणी सांगू लागतात आणि बघता-बघता त्यांच्यामध्ये एक विलक्षण नातं सांधलं जाऊ लागतं. समान दु:ख भोगून जे परस्परसामंजस्याचं नातं बांधलं जातं, तेच ह्या स्त्रियांमध्ये रुजू लागतं. कुणी कुणाची हतबल जीवनगाथा ऐकत आहे, तर कुणी स्वत:च्या आसवांना बांध घालत दुसरीचे अश्रू पुसत आहे. माझी आईसुद्धा गंभीर चेहऱ्यानं एका स्त्रीशी काहीतरी सल्ला-मसलत करण्यात गुंतली आहे. दबक्या आवाजात चाललेल्या त्यांच्या चर्चेचा विषय काही मला समजत नाहीये; पण आईच्या चर्येवरची वाढत जाणारी चिंता बघून लक्षात येतं की, सरकारविरुद्ध काहीतरी बोलणं चाललं असावं खास.

इतक्यात कसलासा गलका होतो. रांगेतल्या बायकांची पांगापांग होते. जरा वेळानं पुन्हा रांग लागल्यावर मला माझी आई दिसेनाशी होते! अरे? गेली कुठं ही?... आतातर इथं होती...

मी धावत-धावत रांगेतल्या प्रत्येक स्त्रीकडे जाऊन 'माझ्या आईला कुठं पाहिलंत का?' अशी चौकशी करू लागते; पण कुणालाच तिच्याबद्दल काही माहीत नसतं.

माझे डोळे पाण्यानं डबडबून जातात. इतक्यात जोराचा पाऊस येतो आणि

चेहऱ्यावर ओघळणाऱ्या पावसाच्या धारांमध्ये माझे अश्रू विलीन होऊ लागतात. तरीही माझं रडणं काही थांबत नाही. मी ढसढसा रडत 'आई... आई...' असा पुकारा करत इतस्तत: पळू लागते. मनाच्या एका कोपऱ्यात कुठेतरी हा दृढ विश्वास असतो की, आई मला घेतल्याशिवाय घरी जाणार नाही. पण जोपर्यंत ती सापडत नाही, तोपर्यंत मनाला घोर लागणं साहजिकच आहे ना?

माझा तो रडवेला अवतार पाहून आता बरेच लोक माझी चौकशी करायला पुढं येऊ लागले आहेत. ते मला विचारत आहेत, 'काय झालं बाळा? तुझी आई सापडत नाहीये का? मी काही मदत करू का?'

पण अनोळखी लोकांशी बोलायचं नाही अशी आईनं मला सक्त ताकीद दिली असल्यामुळं मी त्यांपैकी कोणाशीही न बोलता, धाय मोकलून रडत, माझा शोध चालू ठेवते. ओरडत, भेलकांडत इथं-तिथं धावत असलेल्या माझ्या मूर्तीकडे पाहून लोकांना मी निश्चितच ठार वेडी असल्याची खात्री पटली असणार, ह्यात शंकाच नाही. पण मला त्याच्याशी काहीएक देणंघेणं नाहीये! मला फक्त माझी आई पाहिजे.

बराच वेळ आईचा शोध घेऊन मी थकूनभागून आशा सोडून देणार इतक्यात.... इतक्यात आई माझ्या समोर येऊन उभी राहते. तिच्याही चेहऱ्यावर काळजीचं जाळं पसरलेलं असतं, केस विस्कटलेले असतात, बुरखा वेडावाकडा झालेला असतो. आईला बघताक्षणी मी धावत जाऊन तिला बिलगते आणि आपल्या बाळमुठीमध्ये तिचे कपडे घट्ट धरून ठेवते... जणू तसं नाही केलं, तर आई पुन्हा गायब होईल ह्या भीतीनं!

आई माझा लहानसा चेहरा आपल्या ओंजळीमध्ये धरून माझ्याकडं प्रेमानं पाहत राहते. तिच्याही गालांवर अश्रूंचे ओघळ आहेत. आम्ही दोघी एकमेकींकडे नि:शब्दपणे पाहत उभ्या असतो. इतक्यात आई खाड्‌कन माझ्या मुस्कटात भडकावते! माझ्या गालावर झिणझिण्या उठतात. कानांत काहीतरी वाजू लागतं आणि त्या कोलाहलामधून आईचा चढा आवाज ऐकू येतो – 'मी तुला किती वेळा सांगितलं होतं झारा की, माझा हात सोडून जाऊ नकोस! हज्जार वेळा तरी सांगितलं असेल की नाही? आंऽऽ? मग का गेलीस तू? का गेलीस? तू जर पुन्हा कधी अशी हरवलीस ना, तर मी मरून जाईन झारा! देवाशप्पथ सांगते, मी मरून जाईन! तुला मी मरून जायला हवी आहे का?'

आईच्या मृत्यूच्या कल्पनेनं माझ्या इवल्याशा जिवाचा थरकाप उडतो. मी जोरात भोकाड पसरून तिला म्हणते, 'नाही गं आई! असं बोलू नकोस गं. तू गेलीस तर मला आई कोण? माझ्या सगळ्या मैत्रिणींना आई असेल आणि मी एकटीच आईविना राहीन.'

माझा तो हताश आक्रोश ऐकून आईला दया येते. आपल्या थरथरत्या हातांमध्ये माझा चेहरा घेत ती मृदू आवाजात म्हणते, 'मला वचन दे झारा की, तू पुन्हा कधीही अशी हरवणार नाहीस. वचन दे मला.'

'मी वचन देते तुला आई... मी पुन्हा कधीही अशी हरवणार नाही. कधीच नाही.'

आपल्या अंधारलेल्या कोठडीमध्ये बसून त्या काल्पनिक संभाषणाचा विचार करता करता मी आपल्या ओंजळीमध्ये चेहरा लपवून हमसून हमसून रडू लागते.

६

इराकमधल्या युद्धामध्ये माझ्या आईच्या एका प्रिय चुलतभावाचा दुर्दैवी मृत्यू झालेला होता. पोरगेल्या वयात झालेल्या त्याच्या अकाली निधनाच्या आठवणीनं आई सतत रडत बसायची. घरातली कामं करताना, आरशासमोर उभं राहून केस विंचरताना ... कधीही त्याची आठवण आली की, आईच्या गालांवर अश्रूंचे ओघळ यायचेच! मी कधी तिला रडताना पकडलं तर मात्र ती चटकन आपले डोळे पुसत, माझ्याकडे लहानसं स्मित करत म्हणायची, ''काही नाही बाळा. असंच काहीतरी आठवलं म्हणून... तू जा... माझी काळजी करू नकोस.''

आईचा अजून एक भाऊ युद्धात लढत होता. त्याच्या सुरक्षिततेबद्दल आईच्या जिवाला घोर लागलेला असायचा. आमच्या घरी दिवसभर रेडिओ सुरू असायचा आणि आई त्या रेडिओसमोर अस्वस्थ येरझारा घालत राहायची.

पण युद्धाचे काळे ढग आमच्या राष्ट्राला आणि आमच्या नशिबाला वेढून राहिले आहेत हे समजण्यासाठी रेडिओच लावावा लागत होता, असं नाही. सगळीकडे भीतीचं वातावरण असायचं. टीव्हीवर सतत युद्धामध्ये 'शहीद' झालेल्या तरुणांची छायाचित्रं दाखवली जायची. आता ते तरुण खरोखरीच धारातीर्थी पडले असायचे की, निव्वळ लोकांना घाबरवण्यासाठी हा भीषण उपक्रम केला जायचा, देवास ठाऊक!

पण इराणच्या गल्ल्यांमध्ये भकास चेहऱ्यानं वावरणाऱ्या विधवांची वाढती संख्या पाहता, त्या बातम्यांमध्ये काहीतरी तथ्य असल्याचं जाणवत राहायचं. आमच्या इराणी लोकांना प्रेमापोटी उद्भवणाऱ्या पीडेची इतकी गहन जाण आहे की, त्या विधवांचा उजाड चेहरा आणि थिजलेले डोळे पाहून भडभडून यायचं. पाश्चिमात्य लोकांच्या मनात जरी आम्हा इराणी लोकांबद्दल काही ठरावीक – आणि काहीशा हास्यास्पद – कल्पना असल्या, तरी मुळात इराण आणि प्रेम (आणि म्हणूनच दु:ख) ह्यांचे फार जुने ऋणानुबंध आहेत. आमच्या संस्कृतीमध्ये

प्रेम व त्याच्या विविध रूपांचा फार बारकाईनं अभ्यास केल्याचं लक्षात येतं. पर्शियाच्या कवींनी प्रेमाच्या असंख्य रूपांवर रचलेल्या उत्तमोत्तम कविता वाचल्यावर पाश्चिमात्यांना आमच्या देशामध्ये ह्या तरल भावनेला दिलं जाणारं महत्त्व लक्षात येईल. आमच्यामध्ये प्रत्येक नातं हे प्रेमाच्या घट्ट विणीनं बांधलं गेलेलं असतं आणि म्हणूनच, माझ्या आईचा आपल्या चुलतभावासाठी चालत असलेला आक्रोश निव्वळ कर्तव्यबुद्धीपोटी नव्हे, तर विशुद्ध प्रेमापोटी जन्मलेला असायचा. आईचं आपल्या कुटुंबावर जिवापाड प्रेम होतं आणि म्हणूनच, कुणा कुटुंबीयाचा मृत्यू झाला की, तिला जगबुडी झाल्यासारखं वाटायचं.

माझी आई आणि वडील ह्या दोघांचंही मूळ गाव म्हणजे कर्मनशाह. इराण-इराकच्या सरहद्दीपासून इराणच्या पश्चिम दिशेला ६० मैलांवर वसलेल्या ह्या गावाचे बहुसंख्य रहिवासी कुर्दी होते. तसंच, झरथ्रुष्ट्राने प्रस्थापित केलेल्या धर्माचेही बरेच अनुयायी ह्या ठिकाणी वसलेले होते. तसं बघायला गेलं तर बऱ्याच बाबतींत कर्मनशाह इराणपेक्षा पर्शियाचा प्रदेश म्हणून अधिक शोभत असे. पूर्वीच्या काळी कर्मनशाहमध्ये निश्चितच सुंदर राजवाडे, अप्रतिम बगिचे इत्यादींची लयलूट असावी. पण युद्धकाळामध्ये मात्र हे देखणं शहर पार उद्ध्वस्त होऊन गेलं. तेलविहिरी आणि तेलकारखान्यांनी परिलुप्त असलेलं कर्मनशाह, इराकच्या हद्दीजवळ असल्याकारणानं सतत हल्ले खात जळत राहिलं. एका उन्हाळ्यामध्ये आम्ही कर्मनशाहला गेलो असताना दुपारच्या वेळी मोठा स्फोट झाला. जीव मुठीत घेऊन आम्ही घराबाहेर पडलो. तर समोरचा आसमंत तांबडा-नारिंगी झाल्याचा दिसला. पुढचा आठवडाभर, तेल कारखान्यांमध्ये आग धगधगत राहिली आणि रस्त्यांवर तेलाचा पाऊस पडत राहिला. बारीक शिंतोडे फेकत पडत राहणाऱ्या त्या पावसामुळं प्रत्येक वस्तूवर तेलाचा थर जमून गेला. हवेत भरून राहिलेल्या तेलाच्या कुंद दर्पाची आठवण झाली, तर आजही माझ्या पोटात मळमळू लागतं.

युद्धानं सगळंच उद्ध्वस्त करून टाकलं. युद्धामध्ये धारातीर्थी पडलेल्या जवानांच्या विधवा, आपल्या पोरांना बखोटी मारून, तेहरान आणि कर्मनशाहच्या रस्त्यांवर भीक मागू लागल्या. सरकार ह्या शहिदांची तोंड फाटेस्तोवर स्तुती करत असलं, तरी प्रत्यक्षात मात्र त्यांच्या कुटुंबीयांना दोन वेळचं अन्न दुरापास्त होऊन बसलं.

पाश्चिमात्य देशांमध्ये, गरीब वा असाहाय्य लोकांसाठी सरकार जशी मदतयंत्रणा चालवते, तसं इराणमध्ये काहीच नव्हतं. कुटुंबप्रमुखाच्या अभावी त्याची बायको आणि मुलंबाळं ह्यांच्यासमोर भीक मागण्याशिवाय कुठलाच पर्याय उरायचा नाही. इराणी कुटुंबपद्धती जरी खूप बळकट असली, तरी सगळ्यांकडेच गरिबी असल्यामुळं मदत मिळाली तरी ती मर्यादित असायची. ह्या अशा परिस्थितीमध्ये सगळ्यात

जास्त हाल व्हायचे ते अनाथांचे. कर्मनशाहमध्ये झालेल्या बॉम्ब-हल्ल्यामुळे अक्षरश: हजारो मुलं एका रात्रीत अनाथ बनली होती.

मी स्वत: असे पुरुष बघितलेले आहेत, जे युद्धावरून सहीसलामत परतले तर त्यांच्या पूर्वीच्या हसत्याखेळत्या आयुष्याचा लवलेश उरलेला नसायचा. त्यांचं घर, बायको, मुलं सगळं नेस्तनाबूत झालेलं असायचं. युद्धकैद्यांची व्यथा तर अजूनच भयंकर होती. सुटका होऊन आपल्या मूळ गावी परत गेल्यावर त्यांना लक्षात यायचं की, आपल्या पूर्वीच्या आयुष्याचा काहीही मागमूस उरलेला नाहीये. त्यातही असे बरेच युद्धकैदी असायचे, ज्यांना परत आल्यावर असं समजायचं की, त्यांची गणती युद्धकैदी म्हणून नाही, तर मृत व्यक्तींमध्ये केली गेलेली आहे! मी असे कैक पुरुष बघितले आहेत, जे देशप्रेमाखातर सैन्यात दाखल होऊन युद्धकैदी बनले. त्यांपैकी बऱ्याच जणांना मृत घोषित करण्यात आलं आणि जेव्हा काही वर्षांनंतर ते आपल्या घरी परतले, तेव्हा त्यांना हे धक्कादायक सत्य पचवावं लागलं की, आपल्या 'विधवे'नं दुसरं लग्न करून नवा संसार थाटलाय आणि आपण तिच्या आयुष्यामध्ये उपरे आहोत! असे प्रसंग त्या युद्धकैद्यांसाठी आणि त्यांच्या कुटुंबीयांसाठी खूपच क्लेशकारक आणि अवघड ठरत असत. सदर युद्धकैद्यांवर असल्या प्रसंगांचा इतका मानसिक आघात होत असे की, त्यानंतर त्यांना कुठल्याही व्यक्तीशी वा वस्तूशी बांधिलकी साधणं शक्य होत नसे. त्याहीपेक्षा जास्त म्हणजे, ज्या देशाच्या प्रेमाखातर आपण प्राण पणाला लावले त्या देशाचा झालेला तात्त्विक, धार्मिक व नैतिक ऱ्हास पाहून ह्या युद्धकैद्यांना स्वत:चं बलिदान व्यर्थ वाटू लागत असे आणि त्यामधून उद्भवणारं नैराश्य त्यांचं जीवन अधिकच क्लेशकारक बनवत असे.

आमचे एक ज्येष्ठ स्नेही तब्बल नऊ वर्षं युद्ध लढत होते. त्या नऊ वर्षांत ते फक्त सहा वेळा घरी आले असतील. जेव्हा ते कायमचे परत आले, तेव्हा ते सगळ्या कुटुंबासाठी फारच अपरिचित बनून गेले होते. सदर स्नेही जात्याच लढवय्या वृत्तीचे होते. युद्धभूमीवर पराक्रम गाजवण्याची संधी मिळाल्यावर त्यांना आपलं आयुष्य सार्थकी लागल्यासारखं वाटलं होतं. युद्ध संपल्यावर जेव्हा ते घरी परतले, तेव्हा गृहस्थीमध्ये त्यांचं मन रमेना. किंबहुना घर, कुटुंब ह्या घटकांबद्दल त्यांना काही आपुलकीच वाटेना.

रणांगणाची रजा घेऊन घरी परतल्यावर ह्या स्नेह्यांना आपला मुलगा चरस-गांजाच्या आहारी गेल्याचे आढळले. आम्ही सगळे एकदा त्यांच्या भेटीला गेलो असताना, खंगलेल्या देहाच्या, ओढलेल्या चेहऱ्याच्या आणि डोक्यानं बधिर झालेल्या त्या मुलाशी वा त्याच्या वडिलांशी काय बोलावं, हेच समजेना. आमच्या एका काकांनी त्या स्नेह्यांना विचारलं 'काय हो? असा कसा निपजला तुमचा मुलगा? कुणाकडे येत-जात नाही, सतत मित्रांबरोबर मजा करत असतो.'

काकांचा तो प्रश्न ऐकून स्नेह्यांनी त्यांच्याकडे कटू स्मित फेकत उत्तर दिलं, 'आम्ही जेव्हा तुमचं हित आणि जीव वाचवण्यासाठी युद्धभूमीवर प्राण पणाला लावत होतो, तेव्हा आम्हाला अशी आशा होती की, आमचे नातेवाईक आमच्या मुलाबाळांकडे लक्ष ठेवून असतील. आम्ही आमचं कर्तव्य बजावून, तुम्ही आमच्यावर टाकलेल्या विश्वासाला सार्थ करून परत आलो; पण आम्ही तुमच्यावर टाकलेल्या विश्वासाचं काय झालं? त्याच्या तर चिंधड्याच उडाल्या ना?'

मी असं म्हणणं फार स्वार्थी ठरेल का की, युद्धानं माझं बालपण गिळून टाकलं? मला अकाली प्रौढ बनवून टाकलं? कारण माझ्याहीपेक्षा त्या लोकांचं दु:ख कैक पटीनं जास्त आहे ना, ज्यांच्या तरुण मुलांना शत्रूनं पेरलेले सुरुंग उडवून लावण्यासाठी त्यांच्यावर चालवलं गेलं? ज्यांना विषारी वायूचे हल्ले झेलावे लागले? ज्यांना उपाशीपोटी युद्ध लढत राहावं लागलं? आणि ज्यांना दिवसेंदिवस चालणाऱ्या गोळ्यांच्या वा बॉम्बच्या वर्षावामध्ये आमच्या सुरक्षेसाठी तग धरून युद्धभूमीवर थांबावं लागलं? निश्चितच ह्या मुलांच्या कुटुंबीयांचं दु:ख आणि बलिदान खूप मोठं आहे. पण हेसुद्धा तितकंच खरं की, युद्ध फक्त युद्धभूमीवरच नव्हे, तर त्याच्या बाहेरसुद्धा खूप बळी घेतं. आमच्या पिढीची इराणी मुलं ह्या युद्धाची दुय्यम बळी बनली. आमचं स्मित नेहमी अपराधी वाटायचं. आमचं हास्य हिडीस ठरायचं. आमची स्वप्नं बेजबाबदार म्हटली जायची. धार्मिक नियमांमुळं किंवा मग युद्धाच्या पार्श्वभूमीवर आमची लहानसहान सुखं आणि त्यांची अभिव्यक्ती एकेक करून बंद करून टाकण्यात आली. सात-आठ वर्षांच्या मुलांच्या चेहऱ्यावर ऐंशीच्या वृद्धाच्या चेहऱ्यावरची पोक्तता दिसू लागली.

माझ्या ह्या अशा बालपणाच्या पार्श्वभूमीवर, मला जेव्हा मुलं होतील तेव्हा त्यांचं बालपण कधीच असं भयानक असणार नाही, अशी मनात पक्की खूणगाठ बांधली गेली आहे. ज्या मुलांची मी इतकी आस धरून आहे, त्यांना आयुष्यात कधीही काळं वस्त्र परिधान करण्याची सक्ती केली जाऊ नये, अशीच माझी प्रार्थना असते. त्यांना कुठल्याही भीतीशिवाय आपले चेहरे उघडे टाकता येऊ देत. त्यांच्या लेखी विमान म्हणजे बॉम्ब टाकून शहरं उद्ध्वस्त करण्याची वस्तू नसून सातासमुद्रांपलीकडे प्रवास करण्याचं उत्कृष्ट साधन ठरू देत. मी माझ्या मुलांना कधी युद्धामध्ये मारल्या गेलेल्यांच्या गोष्टी ऐकवणार नाही. मी त्यांच्यावर असे कुठलेच नियम लादणार नाही, ज्यांचा संबंध पाप-पुण्य, पुढचा जन्म वा बलिदान ह्या संकल्पनांशी जोडला गेला असेल. त्यांच्यासाठीचे माझे नियम हे नेहमी सहिष्णुता व परस्परआदर ह्यांच्याशीच संबंधित असतील. त्यांच्यावर फक्त एकच जबाबदारी असेल – स्वत:चं सुख कशात आहे हे निर्भीडपणे शोधून, ते मिळवण्याची. मी मनोमन नेहमी हीच प्रार्थना करत असते की, मी जेव्हा माझ्या मुलांना स्तनपान देत असेन, तेव्हा

मला सतत अहंकारापोटी उद्ध्वस्तता माजवणारे लोक जे बॉम्बहल्ले घडवून आणतात, त्याच्या चिन्हांकडे कान देत राहावं लागू नये. सगळ्यात महत्त्वाचं म्हणजे, माझ्या मुलांवर कधीही अकाली प्रौढत्व लादलं जाऊ नये. त्यांना मला असं कधीही सांगावं लागू नये की, भकास चेहऱ्यानं वावरणारी ती स्त्री युद्धामध्ये नुकतीच आपल्या नवऱ्याला गमावून बसली आहे....! ईश्वरा, माझ्या ह्या प्रार्थना अनुत्तरित ठेवू नकोस रे!

७

तुरुंगामधल्या ध्वनिमुद्रकांवर वेळोवेळी नमाजासाठी ऐकू येणाऱ्या घोषणेवरून आता मला वेळेचं गणित मांडता येऊ लागलेलं आहे. त्यानुसार, सध्या मध्यरात्र झालेली आहे, असा माझा अंदाज आहे. मला पुन्हा एकदा डोळ्यांवर पट्टी बांधून, प्रश्नकर्त्यासमोर उभं करण्यासाठी धक्के मारत बाहेर नेलं जात आहे. एव्हिन तुरुंगामध्ये दिवस-रात्र चौकश्या चालत असतात. प्रश्नकर्ते रजा घेतात ती फक्त प्रार्थना करण्यासाठी.

मला एका खुर्चीमध्ये बसवलं जातं. आता डोळ्यावरची पट्टी काढली जाईल, ही माझी आशा ह्या वेळी फोल ठरते. म्हणून मग मी मनश्चक्षूंसमोर अवतीभवतीचं वातावरण चित्रित करण्याचा प्रयत्न करू लागते. तिथलं ते टेबल, काळ्या चिकटपट्ट्या लावून घट्ट बंद केलेली समोरची खिडकी, माणसाचा हात पोहोचेल इतपत उंचीपर्यंत ओरखड्यांनी भरलेली बाजूची राखाडी भिंत... सगळं माझ्या मन:पटलावर जिवंत होतं.

इतक्यात मला कुणाच्यातरी पावलांचा आवाज येऊ लागतो. उपजतच लक्षात येतं की, हा आवाज माझ्या नेहमीच्या प्रश्नकर्त्याच्या पावलांचा नाही. सहज प्रेरणेने, मी माझ्या नव्या शत्रूचा आढावा घेत इथे-तिथे मान फिरवू लागते. बहुतेक त्या माणसाला माझी ही हतबलता पाहून मजा येते.

मोठेपणी असे छळवादी बनणारे हे लोक लहानपणापासूनच इतरांचे हाल बघण्यात गंमत मानणारे निपजत असावेत. मुक्या प्राण्यांना त्रास दे, कीटकांचे पंख तोडून टाक, मांजरीच्या पिल्लांना पाण्यात बुडवून टाक – असले उपद्रवी उद्योग सुचणारी (आणि करणारी) माणसंच पुढं अशा सैतानी वृत्तीची निघतात, ह्याची मला खात्री आहे.

भीतीनं गोठलेल्या त्या हतबल स्थितीमध्येसुद्धा मी त्या माणसाला पुढं जाऊन

धडा शिकवण्याची खूणगाठ बांधते. मला घाबरवतोस काय? थांब बच्चू, मला इथून मोकळी होऊ दे. मग मी दाखवते तुला की, खरं घाबरवणं म्हणजे काय असतं ते... माझा हा वेडा विचार सुरू असतानाच, ती व्यक्ती माझ्या खुर्चीमागे उभी राहिल्याचं जाणवतं आणि काही सेकंदापूर्वीचा सगळा आवेश गळून पडून, अंगामध्ये नव्यानं भीतीची लहर दौडून जाते.

थोड्या वेळानं, हा नवीन प्रश्नकर्ता मला विचारतो, ''तू अराश हजरतीला केव्हापासून ओळखू लागलीस?''

सदर प्रश्नकर्त्याचा आवाज अगदी नरम आहे – चक्क मऊसूतच! आधीच्या माणसाच्या राकट आवाजाच्या पार्श्वभूमीवर ह्या प्रश्नकर्त्याचा तलम आवाज ऐकून माझ्या मनात उगीच एक आशा जागृत होते की, ही व्यक्ती आधीच्या नराधमाइतकी क्रूर नसावी. किंबहुना कदाचित हा चक्क भला मनुष्य असेल. मात्र, दुसऱ्याच क्षणी मी स्वत:ला दटावते – 'वेडी की खुळी तू झारा? हे प्रश्नकर्ते कधी भले असूच शकत नाहीत. तसं व्हायला एखादा दैवी चमत्कारच घडावा लागेल गंऽऽ.'

हो. बरोबर आहे... तसं व्हायला एखादा दैवी चमत्कारच घडावा लागेल – आणि तो घडावा ह्यासाठी माझं मन इतकं आसुसलेलं आहे की, म्हणूनच मी असली वेडी आर्जवं करीत आहे.

प्रश्नकर्ता माझ्या उत्तराची वाट बघत उभा असतो. अराश हा महाविद्यालयातील आम्हा बंडखोरांपैकी एक आघाडीचं व्यक्तिमत्त्व आणि माझा मित्र आहे. वास्तविक तो आता आमच्यासारखा विद्यार्थी राहिला नसून, महाविद्यालयामध्ये शिक्षक म्हणून कार्यरत आहे. त्याला बऱ्याचदा कैद करून इथं, ह्या एव्हिन तुरुंगामध्ये, महिनोन्महिने डांबून ठेवलेलं आहे. आम्ही कधी भेटल्यावर जेव्हा मी त्याची खबरबात विचारते, तेव्हा तो बऱ्याचदा उत्तर देतो – 'काय सांगू? एव्हिनची फार आठवण येते बुवा!' एव्हिनमधल्या त्याच्या अनुभवांबद्दल अराशनं फारसं कधीच वर्णन केलं नव्हतं. त्यामुळं त्याच्या त्या बोलण्यामागे दडलेला उपहास आणि वेदना मला ह्यापूर्वी कधीच समजल्या नव्हत्या. आता मात्र सगळं व्यवस्थित समजत होतं आणि अराशच्या हिमतीचं कौतुकही वाटत होतं. गेल्या वर्षापर्यंत, अराश कायद्याची पदवी घेण्यासाठी अभ्यास करत होता. ह्या क्रूर माणसांनी त्याला आपला अभ्यास पूर्ण करून दिला नाही.

अराश सगळ्यांचाच लाडका आहे आणि माझ्यासाठी तर तो माझं स्फूर्तिस्थान आहे. निधड्या छातीचा सिंह! माझा 'हीरो'! त्याच्याबद्दल कुणाला द्वेष असेल तर तो एकालाच – ह्या सरकारला!

प्रश्नकर्ता अजूनही माझ्या उत्तराची वाट पाहत उभा असतो; पण तो भला मनुष्य असेल ह्या माझ्या आभासमय कल्पनेला अजूनही कवटाळून बसलेली मी,

त्याच्या प्रश्नाचं उत्तर देण्याऐवजी त्याला विचारते, "मी जरा ही डोळ्यांवरची पट्टी काढली तर चालेल का?"

त्यावर तो आधीप्रमाणेच मृदू-पण आता करारी आवाजात उत्तरतो, "नाही! तिथे निमूट बसून माझे प्रश्न ऐक आणि त्यांची नीट उत्तरं दे. तू जर नीट उत्तरं दिली नाहीस, तर माझा पारा चढेल. तुला माझा पारा चढायला हवा आहे का?"

नवा प्रश्नकर्ता काही अंशीतरी चांगला असेल, ह्या माझ्या आशेचा चक्काचूर होतो आणि मी निमूटपणे मान खाली घालून यंत्रवत उत्तर देऊ लागते - "मी आणि अराश एकाच महाविद्यालयात शिकलो. तिथपासून त्याची व माझी ओळख झाली."

माझं उत्तर ऐकून प्रश्नकर्ता मला विचारतो, "अस्सं? इतकंच?"

"हो."

त्यावर प्रश्नकर्ता उसासा टाकत, माझ्यासमोर काही तारखांचा आणि वेळांचा पाढा वाचू लागतो. ह्या त्या तारखा आणि वेळा असतात, जेव्हा मी आणि अराश काही न काही कारणांनी एकत्र होतो. आता प्रश्नकर्त्याला हे जाणून घ्यायचं असतं की, त्या-त्या तारखांना आणि वेळांना आम्ही एकत्र येऊन नेमकं काय करत होतो?

अरे बाप रे! आता आली का पंचाईत? मलातर तसं काहीच खास आठवत नाहीये. कोणी असा आपल्या भेटीगाठींचा तक्ता ठेवतो होय! आश्चर्य ह्या गोष्टीचं वाटतंय की, प्रश्नकर्त्याला माझी इतकी इत्थंभूत माहिती कशी? ह्या तारखा आणि वेळा खऱ्या तरी आहेत का? छे! हे सगळं खोटं आहे, असं स्पष्ट सांगून टाकावं. कसं काय सिद्ध करू शकणार आहेत हे? काहीच सिद्ध करू शकणार नाहीत. मी सतत हेच सांगेन की, हे सगळं खोटं आहे, खोटं आहे... शेवटी तेच कंटाळतील आणि माझा नाद सोडून देतील.

"मी अराशला काही जवळून ओळखत नाही. कधी महाविद्यालयाच्या आवारात वगैरे भेटलो तरच..."

माझं हे विधान ऐकून प्रश्नकर्ता हलकेच हसून म्हणतो, "तुला बहुतेक असं वाटतंय की, मी अगदीच कोणीतरी गावंढळ, बिनडोक मनुष्य आहे; पण तसं नाहीये. आता ऐक : मी तुझ्यासमोर काही छायाचित्रं ठेवून जातोय. त्यांचा नीट अभ्यास कर आणि त्या छायाचित्रांसंदर्भात तुला जे काही आठवेल, ते लिहून काढ. अगदी बारीकसारीक गोष्टीसुद्धा नीट लिहून काढ, समजलं?" असं गुरकावून, प्रश्नकर्ता माझ्यासमोर छायाचित्रांची थप्पी व कागद-पेन ठेवून बाहेर निघून जातो.

त्याच्या पावलांचा आवाज दूर निघून गेल्यावर मी बिचकतच डोळ्यांवरची पट्टी काढते. समोरच्या टेबलावर माझी अराश व इतर काही मित्र-मैत्रिणींसोबत असतानाची रंगीत छायाचित्रं पडलेली आढळतात. काही दुरून, तर काही अगदी जवळून काढलेल्या त्या छायाचित्रांमध्ये मी अगदी दिलखुलासपणे हसते आहे, गप्पा मारते

आहे. माझ्या त्या स्वच्छंद, आनंदी क्षणांवर कुणीतरी पाळत ठेवून होतं, ह्या विचारानं मला मळमळू लागतं. त्या छायाचित्रांची निरागसता गढूळ झाल्यासारखी वाटू लागते.

छायाचित्रं पाहून मला स्वत:चाच राग येऊ लागतो! इतकी कशी मूर्ख मी की, अजूनही ह्या नराधमांना आमच्यासारख्या सामान्य जनतेच्या नैतिक आणि तात्त्विक कंसामधली समजून राहिलेय? का मला अजूनही ही अक्कल येत नाही की, ही माणसं आमच्यासारखी नाहीयेत. त्यांच्यावर कुठल्याही कायद्यांचा जरब नाहीये. हेरगिरी करणं, इतरांची संभाषणं लपून ऐकणं, गुप्तपणे छायाचित्रं टिपणं, मारणं, झोडणं, अपहरण करणं ..... ह्या व अशा कुठल्याही गुन्ह्यांसाठी त्यांना कुणाला जाब द्यावा लागत नाही. आतापर्यंत कैक वेळा ह्या कटू सत्याची प्रचिती येऊनसुद्धा प्रत्येक नवा आघात झाल्यावर मला धक्का का बरं बसतो? अजूनही मी उपरोक्त सत्य मानायला का तयार होत नाहीये? कदाचित, माझा आजही इराणच्या राज्यघटनेवर आणि त्यामध्ये नमूद केलेल्या जनतेच्या हक्कांवर विश्वास आहे, म्हणून तर नसेल? आमच्या राज्यघटनेमध्ये अशी स्पष्ट नोंद आहे की, कुठल्याही व्यक्तीला कारणाशिवाय किंवा बळजबरीनं अटक करता येणार नाही. तसंच, कैद केलेल्या कुठल्याही व्यक्तीला कायद्याची मदत नाकारता येणार नाही वा त्या व्यक्तीकडून काहीही जबरदस्तीनं वदवून घेता येणार नाही. वास्तविक जरी आजपर्यंत मी अशी शेकडो उदाहरणं ऐकली आहेत ज्यांमध्ये सरकारला विरोध करणाऱ्या व्यक्तींना तुरुंगात डांबून त्यांच्यावर अत्याचार केले गेले आहेत, तरी अजूनही मला हे खरं वाटत नाही की, सरकारसाठी काम करणारे माझे प्रश्नकर्ते मला कुठला त्रास देऊ शकतील?

पुन्हा एकदा मी समोरच्या छायाचित्रांकडे लक्ष वळवते. अरे, हे चित्र तर त्या मोठ्या सभेचं! अराशनं काय जबरदस्त भाषण दिलं होतं त्या दिवशी! आणि हे छायाचित्र आम्ही दोघे कॅफेमध्ये कॉफी पीत बसलो त्या दिवशीचं. अरे देवा, ह्या छायाचित्रामध्ये तर मी चक्क अराशच्या घरातून बाहेर पडताना दिसतेय. छे! ह्यांची हिंमत कशी झाली माझ्या इतक्या खासगी बाबींची छायाचित्रं टिपायची? काय सांगणार मी त्या प्रश्नकर्त्याला ह्या छायाचित्रांबद्दल? कितपत खरं सांगू शकेन? छे! काही सुचेनासंच झालंय.

शेवटी बराच विचार करून, मी त्यांतल्या दोन छायाचित्रांबद्दल अक्षरश: दोन-तीन ओळी खरडून प्रश्नकर्त्याची वाट पाहत बसून राहते. जरा वेळानं त्याच्या पावलांचा आवाज येऊ लागल्यावर, मी पुन्हा माझ्या डोळ्यांवर पट्टी ओढून घेते. प्रश्नकर्ता माझ्यासमोरचा कागद हातात धरतो आणि त्यावर खरडलेली माहिती वाचून मला विचारतो, "अच्छा? म्हणजे तू आता लिहायचं कसं ते विसरलेली दिसतेस, काय?"... आणि असं म्हणून, मी काही उत्तर द्यायच्या आत, प्रश्नकर्ता

खाड्कन माझ्या थोबाडीत मारतो! मी हतबुद्ध होते! आजतागायत मला कोणीही असं मारलेलं नव्हतं. कधी फारच गलका केला तर आईनं दिलेल्या दोन-चार चापट्या सोडल्यास, मला कधीही असल्या शारीरिक छळाचा अनुभव आला नव्हता.

जरा वेळानं, प्रश्नकर्ता माझ्या तोंडावर तो कागद भिरकावत ओरडतो, "हे बघ! मी पुन्हा बाहेर जातोय. परत येईन तेव्हा ह्या कागदावर मला काहीतरी ठोस लिखाण दिसायला हवं. नाहीतर, गाठ माझ्याशी आहे, लक्षात ठेव!"

प्रश्नकर्ता निघून गेल्यावर मी थरथरत्या हातानं डोळ्यांवरची पट्टी काढत, पुन्हा एकदा तो कागद जवळ ओढते. काय लिहू बरं? ह्या माणसाला नेमकं काय अपेक्षित आहे?

चित्र क्र. २ : मी अराशचं ग्रंथालय बघण्यासाठी त्याच्या घरी गेले होते.
चित्र क्र. ३ : मी आणि अराश एका मित्राला भेटण्यासाठी, तो काम करत असलेल्या वृत्तपत्र कार्यालयामध्ये गेलो होतो.

बस! ह्यापुढे काय लिहावं मला सुचत नाहीये बुवा! मला माहितेय की, इतकीशी माहिती पाहून पुन्हा एकदा प्रश्नकर्त्याचं पित्त खवळणार आहे; पण माझा नाइलाज आहे. ह्यापेक्षा अधिक काही लिहिणं फार धोक्याचं ठरेल. छायाचित्रांमध्ये दिसणाऱ्या मित्र-मैत्रिणींची नावं लिहिली, तर ती बिचारी सगळी इथं येऊन पडतील. छे! नकोच ते.

पुन्हा एकदा तीच अस्वस्थ प्रतीक्षा. कधी येणार हा माणूस परत? ये बाबा लवकर आणि काय तो सोक्ष मोक्ष लावून मोकळा हो.

थोड्या वेळानं प्रश्नकर्ता आत येतो. तो टेबलावरचा कागद हातात घेऊन वाचत असल्याचं मला जाणवतं. कागदावरची टिपणं वाचून तो काही बोलत नाही, फक्त जरासं हसतो आणि मग मला काहीतरी हालचाल झाल्याची जाणवते....

काही क्षण स्तब्धतेत गेल्यावर, कुठल्याही पूर्वसूचनेशिवाय, प्रश्नकर्ता माझ्यावर आपल्या पट्ट्यानं वार करू लागतो. माझ्या उजव्या दंडावरची कातडी सोलवटून त्यातून भळभळा रक्त वाहू लागल्याचं मला जाणवतं आणि मी गुरासारखी ओरडू लागते. "काय झालं? का मारतो आहेस मला?"

पण माझ्या ह्या प्रश्नाला शब्दांनी उत्तर देण्याऐवजी तो माझ्या उजव्या खांद्यावर धपाधप बुक्के मारून मला खुर्चीवरून जमिनीवर पाडतो.

"प्लीज! प्लीज माझ्यावर दया करा. मी काय चूक केलीय, इतकं तरी सांगा. तुम्ही सांगितलंत छायाचित्रातल्या प्रसंगांचं वर्णन कर, मी तसं केलेलं आहे. तरीही का मारताय मला?"

उत्तरादाखल प्रश्नकर्ता माझ्या रक्ताळलेल्या हाताला गच्च पकडत मला

खुर्चीवर बसवत विचारतो, "असं का? सगळं... अगदी सगळं लिहीलयंस का तू? हे बघ, माझ्याशी जास्त शहाणपणा करू नकोस. मी तुला शेवटची संधी देतोय. ह्या वेळी मी परत आल्यावर जर का हा कागद भरलेला नसेल, तर तुझी खैर नाही, इतकंच सांगून ठेवतो." असं म्हणून, माझ्या जखमी हातावर पुन्हा एकदा जोरदार फटका लगावून मला विव्हळत सोडत, प्रश्नकर्ता बाहेर जातो.

माझ्या हाताला जबर ठणका बसलेला आहे. वेदनेच्या हजारो इंगळ्या डसत असल्याचा भास होतोय. तरीही, डोळ्यांवरची पट्टी दूर सारत, मी कसंबसं पुन्हा लिहायला बसते. कारण आता जर मी या कागदावर काही लिहिलं नाही, तर माझी शिक्षा इतक्यावरच थांबणार नाही. ह्याची मला चांगलीच जरब बसलेली आहे.

पण मी लिहू तरी काय? अराशच्या घरी काय करायला गेले होते, हे तर नक्कीच लिहू शकत नाही. आधीच मी एका 'पर-पुरुषाच्या' घरी एकटीनं गेले, हा मोठा प्रमाद माझ्या डोक्यावर मंडरत आहे. त्यात मी तिथं नेमकं काय केलं हे जर उघड केलं, तर फक्त माझ्यावरच नाही तर अराशवरही संकट ओढवेल. काय करावं? काय करू नये? छे! वेड लागायची पाळी आलीय अगदी!

पण अखेर, हिमतीवर वेदनेची जीत होते आणि मी स्वत:ला 'नालायक! भित्री! पळपुटी!' अशी दूषणं देत, समोर विखुरलेल्या छायाचित्रांमध्ये दिसणाऱ्या माझ्या सगळ्या मित्र-मैत्रिणींची नावं लिहून टाकते. कागदावर ती हताश अक्षरं रेखाटल्यावर माझ्या मनाला अपराधीपणाचा सर्प दंश करू लागतो; पण आधीच प्रचंड कमकुवत झालेल्या माझ्या मनाला उभारी देण्यासाठी मी त्याला समजावते, मी कुणी महात्मा नाहीये. अशा परिस्थितीमध्ये माझ्या जागी कुणीही असतं, तर त्याने हेच केलं असतं – अगदी माझ्या मित्र-मैत्रिणींनीसुद्धा! त्यांनी माझ्यासाठी प्राण गमावले नसते. त्यामुळं, मी त्यांच्यासाठी तसं करावं अशी जर त्यांची अपेक्षा असेल, तर ती त्यांची चूक आहे... मी त्याबद्दल काहीही करू शकत नाही.

आणि मग दुसऱ्याच क्षणी मी माझ्या मनाला खरं काय ते सांगून टाकते, माझ्यात आता अजून सहन करण्याचं तसूभरही त्राण उरलेलं नाहीये रे!

एका हातानं गालांवर ओघळणारे अश्रू पुसत, मी दुसऱ्या हातानं समोरच्या कागदावर लिहीत राहते. आणि मग डोळ्यांवर पट्टी चढवून, प्रश्नकर्त्याची वाट बघत बसून राहते. थोड्या वेळानं तो आत येतो आणि विकट हास्य करत मला विचारतो, "हंऽऽ, आता हे बरं आहे, नाही का?"

काय उत्तर देणार मी ह्या प्रश्नावर? मी काहीच न बोलता, नि:शब्दपणे अश्रू ढाळत स्तब्ध बसून राहते. हे ते अश्रू आहेत, जे माझ्या मतांवर माझ्या भीतीनं मात केल्याच्या जाणिवेनं वाहू लागले आहेत. हे ते अश्रू आहेत, जे मला त्या क्षणी

स्वत:बद्दल वाटणाऱ्या तिटकाऱ्यामुळं वाहू लागले आहेत. देवा, मला नेहमी असं वाटत आलं होतं की, माझ्यात प्रचंड सहनशक्ती आहे. अगदी मृत्यूच्या दाराशी येईपर्यंत निमूटपणे सहन करण्याची माझ्यात ताकद आहे; पण नाही, आज मी स्वत:च्याच नजरेत पुरती उतरून गेलेय. माझ्यात ती ताकद नाहीये. मी ती व्यक्तीच नाहीये, जी मी स्वत:ला समजत होते...!

थोड्या वेळानं, प्रश्नकर्ता पुन्हा आपल्या प्रश्नांची फैर झाडू लागतो. "तू जेव्हा अराश हजरतीच्या घरी गेली होतीस, तेव्हा तुमच्यात काही शारीरिक संबंध घडले का?" मला समजत होतं की, जर मी ह्या प्रश्नाचं होकारार्थी उत्तर दिलं, तर मी तर मृत्युमुखी पडेनच; पण त्याहीपेक्षा जास्त म्हणजे अराशच्या मागे ह्या लोकांचा ससेमिरा लागेल. ह्या खेळामध्ये मी खरंतर निव्वळ एक प्यादं आहे, ह्या लोकांची खरी नजर आहे ती अराशवर!

"नाही. आम्ही केवळ चांगले मित्र होतो."

"तू त्याच्या घरी का गेली होतीस?"

"मला त्याचं ग्रंथालय बघायचं होतं म्हणून... त्याच्याकडे अशी काही पुस्तकं होती, जी मला बऱ्याच दिवसांपासून हवी होती."

"आणि ती पुस्तकं फक्त त्याच्याकडे होती?"

अरे देवा! ही काय चूक करून बसले मी? स्वत:चं निर्दोषत्व सिद्ध करण्याच्या खटाटोपात मी अराशकडे नको ती पुस्तकं असल्यासारखं वाटेलसं विधान करून गेलेय! नाही, मला हा गुंता इथंच सोडवला पाहिजे.

"नाही. माझ्या म्हणण्याचा अर्थ असा होता की, त्याच्याकडे काही खूप उत्कृष्ट अशी जुनी पुस्तकं आहेत..."

"उत्कृष्ट अशी जुनी पुस्तकं काऽऽय? हंऽऽ! म्हणजे बेकायदेशीर रीत्या बाळगलेली काही उत्कृष्ट पुस्तकं, असं म्हणायचंय ना तुला? हंऽऽ? बोल.... म्हणूनच तू तिथं गेली होतीस ना? तुझ्या मित्रासोबत त्याच्या पलंगावर झोपून ती उत्कृष्ट पुस्तकं बघण्यात फार आनंद मिळाला असेल नाही का तुला?" असं म्हणत, प्रश्नकर्ता आपल्या गलिच्छ राकट पंज्यामध्ये माझा चेहरा धरून ठेवतो.

मी भीतीनं किंचाळते, "सोड मला! सोऽऽड!"

त्यावर छद्मी हास्य करत तो उद्‌गारतो, "माफ कर हं! माझे हात त्याच्या हातांइतके मऊसूत नाहीयेत बहुधा!"

मी त्याच्या बोलण्यावर काही प्रतिक्रिया देत नाही असं बघून, प्रश्नकर्ता एखाद्या मुल्लाच्या आविर्भावात मला म्हणतो, "तुला माहितेय ना की, कुठलंही नातं नसणाऱ्या पुरुषाच्या घरामध्ये एकटीनं जाऊन तू इस्लामचा किती मोठा उपमर्द केला आहेस तो? त्याचे परिणाम किती गंभीर होतील, समजतंय ना तुला?"

मला खरंतर त्याच्यावर ओरडावसं वाटतं की, इस्लामच्या नीतिमत्तेच्याच गोष्टी करायच्या झाल्या, तर त्यानुसार त्यानं माझ्या अंगाला हात लावणं हासुद्धा खूप मोठा गुन्हा आहे आणि त्याच्या अशा वागणुकीमुळे त्याचाच दांभिकपणा दिसून येत आहे. पण अर्थात तसं काही न बोलता मी एवढंच म्हणते, "हो, पण मी खरंच फक्त त्याचं ग्रंथालय बघण्यासाठी त्याच्या घरी गेले होते आणि त्या छायाचित्रामध्येही हे स्पष्ट दिसतंय की, माझ्या हातात पुस्तकं आहेत. म्हणजे मी खोटं बोलत नाहीये. माझ्या डोक्यावरचा रुमालसुद्धा जसाच्या तसा आहे." इतकं बोलून, मला अचानक काय होतं कुणास ठाऊक, पण मी उत्स्फूर्तपणे बोलून जाते, "आणि हो, मला तुम्हाला सांगावंसं वाटतंय की, तुम्ही माझ्या अंगाला हात लावणं हेसुद्धा इस्लामच्या नियमांच्या परिघाबाहेर आहे."

माझं ते बोलणं ऐकून, प्रश्नकर्ता खाड्कन माझ्या मुस्कटात भडकवतो.

इतक्या दिवसांत, मी त्याला पहिल्यांदाच इतकं संतापलेलं पाहत असते. गरगरा डोळे फिरवत, तो माझ्यावर खेकसतो, "ए चिमणे! तू मला नियमांचा शहाणपणा शिकवायची गरज नाही. ह्या ठिकाणचे नियम मी बनवतो - आणि म्हणूनच प्रसंगी तोडतोसुद्धा! हे माझं साम्राज्य आहे, समजलं? इथं मी काहीही करू शकतो, मला पाहिजे तसं वागू शकतो, समजतंय तुला?"

ह्या तिरस्करणीय माणसाला मी सतावू शकले, ह्या विचारानं माझ्या मनात आनंदाच्या उकळ्या फुटू लागतात; पण मी लगेच माझा आनंद दिसू न देण्याची काळजी घेते - कारण न जाणो, हा हिंस्र माणूस माझ्यावर काय अत्याचार करू लागायचा!

माझं हे विचारचक्र चालू असतानाच, प्रश्नकर्ता खोल श्वास घेत माझ्या खुर्चीभोवती घिरट्या घालू लागतो. अचानक तो थांबतो आणि आपल्या गलिच्छ, राकट बोटांनी माझी मान कुरवाळू लागतो! एखाद्या गोष्टीची शिसारी येणं म्हणजे काय, ह्याचा अनुभव मी त्याआधी इतक्या प्रकर्षानं कधीच घेतला नसावा. प्रश्नकर्त्याचा हात माझ्या मानेवरून खाली सरकू लागतो, तशी मी जोरजोरात किंचाळू लागते... कुठल्याही परिणामांची फिकीर न करता चक्क बोंब ठोकते. त्या सगळ्या गदारोळातही मला कुठंतरी हे जाणवतं की, आपल्या घाणेरड्या कृत्याद्वारे प्रश्नकर्ता मला स्वत:कडे आकर्षित करण्याची धडपड करीत आहे! अचानक, तो आपलं कुरवाळणं थांबवून, माझ्या मानेची चुंबनं घेऊ लागतो. आता मात्र माझं सगळं अवसान गळून जातं आणि मी त्याला तसं न करण्यासाठी गयावया करू लागते; पण माझ्या विनवण्यांचा त्याच्यावर काहीएक परिणाम होत नाही. तो आपला गलिच्छ प्रणय चालू ठेवतो.

इतक्यात.... मला काही कळायच्या आत मला जोरदार उलटी होते!!!

ते पाहून प्रश्नकर्ता जोरात किंचाळतो, “हलकट मुलगी!” आणि संतापानं थरथर कापत, दाणदाण पाय आपटत तिथून निघून जातो.

जरा वेळानं, दोन माणसं आत येतात आणि माझ्या रडण्या-भेकण्याकडे सपशेल दुर्लक्ष करत, माझं बखोटं पकडून माझ्या तुरुंगात आदळून देतात.

मी थरथरत्या हातानं डोळ्यांवरची पट्टी काढून फटीमधून बाहेर ढकलते आणि मग पुढचे कितीतरी तास, माझ्या ओकारीचा आणि रक्ताचा संमिश्र दर्प सहन करत जोरजोरात रडत राहते.

८

आम्ही इराणी माणसंसुद्धा जगातल्या इतर लाखो लोकांप्रमाणेच प्रेमात पडतो. मुस्लीम लोकसुद्धा जगातल्या इतर लाखो लोकांप्रमाणेच प्रेमात पडतात. डोक्यापासून पायापर्यंत बुरख्याआड दडलेल्या मुलींच्या हृदयांतसुद्धा त्याच प्रेमभावना उफाळून येतात, ज्या जगातल्या इतर लाखो मुलींच्या मनात येत असाव्यात.

इराणी तरुण-तरुणींना एखाद्या व्यक्तीसोबत रेशमी बंधनात अडकण्यापूर्वी दहा-बारा व्यक्तींशी नाती जोडून, आपल्याला नेमकं काय हवं आहे हे पडताळण्याची मुभा दिली जात नाही; पण एका अर्थी त्यात फारसं काही वाईट नाही. अखेर मनाचं मीलन हे सर्वात महत्त्वाचं - आणि एखाद्या नात्याशी मनापासून एकनिष्ठ राहायचं ठरवलं, त्या व्यक्तीवर मनापासून प्रेम करायचं ठरवलं की, ते नातं सर्वार्थानं हवंहवंसं वाटू लागतं.

मी 'तेहरान महाविद्यालया'च्या शेवटच्या वर्षात असताना एका युवकाच्या प्रेमात पडले. आमच्या महाविद्यालयामध्ये सूट घालून येणाऱ्या काही मोजक्या विद्यार्थ्यांपैकी 'तो' एक होता. महाविद्यालयाच्या मधल्या सुट्टीत, मैत्रिणींसोबत बाहेर हिरवळीवर डबा खात बसले असताना मी त्याला बऱ्याचदा बघायचे. अर्थात हे 'बघणं' इराणी नीतिमत्तेला शोभेल असं ठेवायचं भान मी कधीच सुटू दिलं नाही. त्याच्याकडे थेट न पाहता, मी कुणाला कळेल न कळेल अशा पद्धतीनं त्या युवकाकडे खालमानेनं चोरटे कटाक्ष टाकत माझं मन भरून घ्यायचे. आम्ही मुली आपसात ज्या प्रकारे मुलांबद्दल, त्यांच्या दिसण्याबद्दल, प्रेमाबद्दल वा अगदी शारीरिक संबंधांबद्दल खुसफुस करायचो, त्याचं वर्णन एका फार्सी शब्दात चपखल करता येईल. तो शब्द म्हणजे 'मस्करेबाजी' - अर्थात चिडवाचिडवी. पण अधिक खोलवर जाऊन विचार करायचा, तर त्या शब्दाचा छुपा अर्थ असाच होतो की, 'इतर परिस्थितींमध्ये गंभीरपणे घेतली गेली असती अशी चिडवाचिडवी'.

ज्या युवकावर माझं मन जडलं होतं, तो अगदी देखणा आणि उंच होता. माझ्यापेक्षा काही वर्षांनी मोठा - म्हणजे विशीतला वाटत होता; पण त्याच्या त्या देखण्या रूपापेक्षा मला त्याच्या आत्मविश्वासपूर्ण, धीरगंभीर, परिपक्व व्यक्तिमत्त्वाचं अधिक आकर्षण होतं.

बरेच दिवस त्याच्याकडे असे चोरटे कटाक्ष टाकण्यात घालवल्यानंतर, एके दिवशी मी धीर एकवटून माझ्या मैत्रिणींना अगदी सहज विचारलं की, त्यांना त्या युवकाबद्दल काही माहिती होती का? माझ्या ह्या प्रश्नावर आधी काही वेळ तर सुन्न शांतता पसरली. मग एकदमच सगळ्याजणी माझ्यावर तुटून पडल्या – 'अगं, तुला कुणी स्वत:च्या वयाचा सापडला नाही का जीव ओवाळून टाकायला? तो किती मोठा आहे. त्याचा नाद सोड, उगीच पस्तावशील...' असा भडिमार करून मैत्रिणींनी माझ्या पहिल्यावहिल्या प्रेमावर पाणी ओतलं. समस्या अशी होती की, मी ज्याच्यावर फिदा झाले होते. तो युवक खानदानी श्रीमंत होता आणि त्याच्या कुटुंबाचे सरकारशी चांगले जवळचे संबंध होते. परिणामी, त्याचं वय, खानदानी श्रीमंती आणि राजकीय सलोखा ह्या तीन कारणांमुळं तो प्रेम करायला सर्वस्वी बिनलायकीचा आहे, असं माझ्या मैत्रिणींचं मत होतं. पण तरीही, माझं स्वप्नरंजन काही थांबेना. अराशला जरी मी देवतुल्य मानत असले, तरी त्याला मी माझा प्रियकर म्हणून पाहूच शकत नव्हते. तसाही तो प्रेम, आकर्षण इत्यादी गोष्टींपासून अलिप्त होता.

असो. मी आणि माझ्या मैत्रिणींचं महाविद्यालयीन जीवन सुरू झालं, ते सरकारविरोधात नेहमीच्या मवाळ कुरबुरीनेच. मनाप्रमाणं कपडे घालायची असलेली बंदी, मुल्लांची वाढती धार्मिक अरेरावी, एकूणच आमच्यावर वाढत जाणारी बंधनं ह्या सगळ्यांवर आम्ही आपसात कुजबुज करत विरोध दर्शवू लागलो होतो. तोपर्यंत तरी, सदर अन्यायांबद्दल आमच्या मनात कुठली विशिष्ट वैचारिक मतप्रणाली आकार घेऊ लागली नव्हती. त्यांबाबत वाचा फोडण्याइतपत सुसूत्र आणि परिपक्व विचार अजूनतरी आमच्यात निर्माण झाले नव्हते. फक्त इतकंच समजत होतं की, तरुण मुलींना ज्या गमतीजमती करायला आवडतात, त्या आम्हाला करता येत नव्हत्या आणि त्याबाबत आम्ही खूप नाराज होतो.

पण तरीही, खूप लहानपणापासून आमचे शत्रू कोण हे आम्ही ओळखायला शिकलो होतो आणि महाविद्यालयाच्या पहिल्या वर्षापासून सरकार आणि त्याच्या समर्थकांचा (म्हणजेच, माझं मन जडलेल्या त्या देखण्या युवकासारख्या माणसाचा) अधिक तीव्रतेने दु:स्वास करू लागलो होतो. सरकारनं चालवलेल्या दांभिकपणावर तर आमचा विशेष राग होता. त्यांच्या बाजूनं बोलणाऱ्यांवर बक्षिसांची खैरात करणाऱ्या आणि त्यांच्या विरोधात ब्र काढणाऱ्यांवर अन्याय करणाऱ्या सरकाराबाबत आमचा रोष वाढत चालला होता. तुम्ही सरकारबाबत काही चांगलं बोलला नाहीत

तरी चालेल; पण त्यांनी चालवलेल्या अंदाधुंद कारभाराकडे तुम्ही सोईस्कर रीत्या कानाडोळा केलात, तरी तुमच्यावर सरकारमर्जीची खैरात होत असे. कामाच्या ठिकाणी पटापट बढत्या, शहराच्या चांगल्या भागात सुंदर घरं, परदेशी जाण्यासाठी लागणारा परवाना, सरकारी कंत्राटं हे सगळं तुम्हाला अगदी विनासायास मिळत असे. मला आणि माझ्या मैत्रिणींच्या आता हे लक्षात येऊ लागलं होतं की, तुम्हाला ह्या देशात ऐशआरामात राहायचं असेल तर स्वत:च्या सदसद्विवेकबुद्धीला बासनात गुंडाळून ठेवणं हाच उत्तम मार्ग होता. इराणमध्ये राहत असताना तुमच्याकडे जर बक्कळ पैसा असेल - म्हणजे अक्षरश: लाखो अमेरिकन डॉलर्स असतील, तर सरकार आपोआपच तुमचा मित्र बनत असे. म्हणजे सोईस्कर दोस्त; दोघांचा फायदा होईल असा दोस्त. आणि माझ्या मित्र-मैत्रिणींच्या (आणि विशेषत: अराशच्या) म्हणण्यानुसार, तो देखणा युवक सरकारचा असाच एक दोस्त होता.

त्याचं नाव बेहनाम आहे असं समजल्यानंतर आणि त्याच्या कुटुंबाबद्दल जुजबी माहिती मिळवल्यानंतर, त्याच्याबद्दलचं माझं आकर्षण मी माझ्या रोजनिशीसोबत गुजगोष्टी करताना उघड करू लागले. एके दिवशी तर मी मासिकांमध्ये येतात तसलं कोडं तयार करून बेहनाम माझ्यासाठी कितपत योग्य ठरेल, ह्याचा पडताळा करून पाहिला होता. त्या कोड्यासाठी मी स्वत:बाबत आणि बेहनामबाबत प्रत्येकी पुढीलप्रमाणे एक यादी तयार केली :

मी :

१. गोड; कदाचित सुंदरसुद्धा.
२. साधीसरळ
३. १९ वर्षांची
४. श्रीमंत नसलं तरी सधन कुटुंब
५. आई – धर्माबाबत बऱ्यापैकी मुक्त विचारांची
६. वडील – कडक तरी प्रेमळ, कठीण प्रसंगी पूर्ण आधार देणारे आदर्श पिता; काही अंशी धार्मिक.
७. पाच भावंडं
८. खेळाची आवड
९. तेहरानच्या जुन्या पण संस्कृतीनं बहरलेल्या आणि सुंदर भागात वास्तव्य
१०. हुशार (महाविद्यालयात जाते म्हणजे हुशारच म्हटलं पाहिजे ना!)
११. व्यवसायाबद्दल शून्य ज्ञान
१२. स्वत:ची गाडी नाही.

तो :

१. अतिशय देखणा – खरंतर राजबिंडाच!
२. लाजाळू किंवा मुजोर – नक्की काय ते ठाऊक नाही.
३. २३ वर्षांचा
४. सगळ्यांचा लाडका
५. आई – अतिशय धार्मिक
६. वडील – अमेरिकेत राहणारे उद्योजक
७. एकच भाऊ
८. खेळाची विशेष आवड नाही.
९. तेहरानच्या सगळ्यात उच्चभ्रू भागात वास्तव्य
१०. हुशार – माझ्यासारखाच
११. उद्योजक – काही अंशी तरी
१२. किमान दहा गाड्या दिमतीला असलेला तरुण

माझ्या ह्या कोड्यातून झालेली उकल फारशी उत्साहवर्धक नव्हती – सदर टिपणांवरूनच पडताळायचं झालं, तर आम्ही एकमेकांसाठी काडीमात्रही अनुरूप नव्हतो; पण आपल्या स्वप्नातल्या राजपुत्राशी आपण अनुरूप नाही, असं कुठल्याही कोड्यानुसार किंवा राशीभविष्याद्वारे समजल्यावरही ज्याप्रमाणं सगळ्याच तरुण मुली त्या परिणामांना उडवून लावतात, तसंच मीसुद्धा केलं!

दुसऱ्या दिवशी मी माझ्या मैत्रिणींसमोर पहिल्यांदाच हे उघडपणे कबूल केलं की, मी बेहनामच्या प्रेमात आकंठ बुडाले आहे! खरंतर तसं करताना मला जरासा संकोच वाटत होता खरा; कारण आतापर्यंत त्यांनी मला कैक प्रकारे हे समजावून सांगण्याचा प्रयत्न केला होता की, बेहनाम माझ्यासाठी सर्वस्वी अयोग्य आहे, त्याच्या प्रेमात पडून मी मूर्खपणा करत आहे; आणि तसंही, इतक्या आगाऊ माणसावर जीव ओवाळून टाकावा इतकी काही मी रस्त्यावर आलेली नाहीये. पण मैत्रिणींच्या इतक्या दमदाट्यांनंतरसुद्धा मला काही बेहनामचा नाद सोडवेना.

खरंतर बेहनामला माझ्या साध्या अस्तित्वाचीही जाणीव नव्हती. महाविद्यालयात तो कधी मला दिसला, तर एकतर त्याच्या कानाला सतत मोबाइल फोनतरी चिकटलेला असायचा, नाहीतर तो माझ्या असं काही आरपार पाही की जणू मी अदृश्यच असावी. कधी हिंमत करून त्याच्याकडे पाहून हळूच स्मित करावं, तर त्याचं लक्ष दूरवर लागलेलं असायचं आणि माझा प्रयत्न फसून जात असे. पण मीसुद्धा हार मानणाऱ्यांतली नव्हते. बेहनाम माझ्याकडं आपणहून लक्ष देत नाही, असं लक्षात आल्यावर मी त्याच्या एका मित्राची गर्लफ्रेंड असलेल्या मरियमला

माझी आणि बेहनामची ओळख करून देण्यासाठी गळ घातली. मरियमनं माझ्या विनंतीला मान देऊन अखेर आमची ओळख करून दिली; पण बेहनामनं अशा काही औपचारिक पद्धतीनं मला अभिवादन केलं की, जणू आम्ही दोन राज्यांचे मंत्री म्हणून एकमेकांना भेटत आहोत. पण तरीही त्याच्या उडवून लावण्याला मनावर न घेता, मी त्याच्या अभिवादनातून प्रतीत होणाऱ्या उत्तम शिष्टाचारांबद्दल मनातल्या मनात त्याचं कौतुक करत राहिले. 'एखादा सुसंस्कृत, शिकलेला तरुणच इतक्या अदबीनं बोलू जाणे' असं घोकत मी बेहनामवर अजूनच प्रेम करू लागले.

इस्लामिक क्रांतीच्या आधीपासून लादलेल्या (आणि म्हणूनच अतिशय अधोगामी असलेल्या) प्रणयाराधनाच्या नियमांमध्ये मुल्लांनी आपापले तर्क-कुतर्क मिसळून आणखीनच घोळ करून ठेवला होता. आताच्या नियमांनुसार, एखाद्या तरुण मुलीला एखाद्या तरुण मुलाबरोबर फिरायला जायची परवानगी होती; पण जर तिच्या सोबतीला कुणी असेल तरच! ह्या सोबतीच्या सक्तीमुळं बऱ्याचदा तरुण-तरुणींचा घोळकाच सिनेमा पाहायला किंवा ज्यूस प्यायला वगैरे जात असे. ह्या सगळ्यामुळे 'प्रेमासाठी लागणारा एकांत' ह्या संकल्पनेला पार सुरुंग लागला होता. मोठाल्या घोळक्यामध्ये एकमेकांकडे स्मित फेकत किंवा फालतू गप्पा मारतच एखाद्या जोडीतलं नातं वाढीला लागत असे. अर्थात, ह्याचा छुपा फायदा असा होता की, त्या जोडीतलं परस्परसामंजस्य खूपच चांगलं होत असे. प्रियकराचा एक कटाक्ष प्रेयसीला हजार कविता म्हटल्यागत वाटत असे. कोणता ज्यूस प्यायचा ह्यावर एकमत होऊ शकलं, तर आपण सगळ्याच बाबतींत एकमेकांसाठी अनुकूल आहोत, ह्यावर शिक्कामोर्तब होत असे. मला आजही ह्या गोष्टीची कमाल वाटते की, प्रेमाचं तरल सौंदर्य हे स्वातंत्र्यापेक्षा बंधनांमध्ये अधिक खुलून येतं!

तर मी आणि बेहनाम, मरियम आणि त्याच्या मित्राला मदत करण्यासाठी निर्माण झालेल्या एका घोळक्याचे भाग बनलो. तारुण्यसुलभ पद्धतीनं, घोळक्यातल्या मुला-मुलींमध्ये जोड्या जमू लागल्या; पण माझ्या आणि बेहनाममधलं नातं काही औपचारिकतेपुढं सरकेना. 'आज वातावरण किती छान आहे नाही?', 'माझ्यासाठी ज्यूस घेऊन आल्याबद्दल धन्यवाद!' – ह्या आणि अशा औपचारिक गप्पांपुढं आमचं गाडं जाईचना.

एके दिवशी मात्र अचानकच ही कोंडी फुटली. आमचा घोळका, एका टिनपाट थेटरामध्ये एका उत्कृष्ट दिग्दर्शकानं बनवलेला पण सरकारच्या नीतिनियमांमध्ये ठोकूनठाकून बसवलेल्या कुठल्याशा चित्रपटाला गेलो होतो (चित्रपटाचं नाव आता माझ्या लक्षात नाही). बेहनाम माझ्याशेजारीच बसला होता. मी चित्रपटामध्ये अगदी तद्रूप झाले असताना बेहनामनं (माझ्याकडे तसूभरही न वळता पण फक्त मलाच ऐकू जाईल अशा आवाजात) मला विचारलं, "तू नेहमी माझ्यासोबत असताना इतकी गुपचूप, इतकी संयमी का असतेस? माझ्याशी खुलून का बोलत नाहीस?"

ज्या माणसावर मी जीव ओवाळून टाकला होता, ज्याने माझ्याशी कधीतरी दोन-चार शब्द नीट बोलावे, ह्यासाठी मी गेले कित्येक महिने तडफडत होते. त्यानं अशा अचानक विचारलेला आणि कुठंतरी प्रणयाच्या इच्छेकडे झुकणारा असा प्रश्न विचारल्यानं मी पुरती गांगरून गेले! गांगरून कसली – मला तर वाटलं की, मला कुठल्याही क्षणी हृदयाचा झटकाच येईल. अशा त्या विचित्र अवस्थेत, माझ्या मनाचा आणि जिभेचा ताळमेळ घसरला आणि मी बोलून गेले "ते कदाचित अशासाठी की, माझ्याकडे तुझ्याशी बोलण्यासारखा काही विषय नसेल, म्हणून!"

माझ्या तोंडातून हे शब्द बाहेर पडताना ऐकले मात्र, मला स्वत:लाच एक सणसणीत थोबाडीत मारावीशी वाटली! शी! किती मूर्ख आहे मी! काय बोलून बसले हे? तो मला किती अगोचर समजू लागला असेल. खरंतर मला असं म्हणायचं होतं की, 'मला तुझ्याशी मनमोकळ्या गप्पा मारायला, चर्चा करायला अतिशय आवडेल. मी तुझ्यावर जीव ओवाळून टाकलाय. तू चालतोस त्या जमिनीची मी पूजा बांधते. तुझ्या तोंडून सतत काहीतरी ऐकण्यासाठी माझे कान तत्पर असतात.' पण असलं काही बोलण्याऐवजी मी बिनडोकासारखं काहीतरी बडबडून, आमच्यात मोठी भिंत उभी केली होती. शी! झारा... तुझ्याइतकी बेअक्कल मुलगी अवघ्या तेहरानमध्येच काय, अवघ्या जगात नसेल! जा, तोंड काळं कर!

माझं हे उत्तर ऐकून थोडासा चपापलेला बेहनाम, क्षणभरानं बाहेर जाण्यासाठी उठला. ते पाहून माझ्या पोटात भीतीचा गोळा उठला. एकमेकांसोबत गप्पागोष्टींमध्ये, चिडवाचिडवीमध्ये रंगलेल्या माझ्या मित्र-मैत्रिणींना पाहून मला स्वत:ची अजूनच लाज वाटू लागली. छे! साध्या चार गोड गोष्टी बोलून एखाद्या मुलाला आपलंसं बनवता येत नाही मला!

पण माझ्या ह्या अज्ञानाला आमचा समाज बऱ्याच अंशी कारणीभूत होता. लहानपणी ज्या प्रकारे मला घरात मोकळ्या चर्चा आणि घराबाहेर साखळलेलं मतप्रदर्शन अशा दुहेरी भाषा वागण्या-बोलण्याची सवय बाणवावी लागली होती; तसंच आतासुद्धा प्रणयाराधनाच्या बाबतीत, मला आमच्या घरातल्या बऱ्यापैकी मोकळ्या कल्पनांना बासनात गुंडाळून, समाजाला मान्य होईल अशी गुंतागुंतीची भाषा आणि आविर्भाव शिकणं भाग होतं. त्या दिशेनं माझे प्रयत्नसुद्धा सुरू होते; पण माझ्यापेक्षा माझ्या बऱ्याच मैत्रिणी त्यामध्ये आधीच तरबेज झाल्या होत्या, हे पाहून मला अधिकच नैराश्य येत होतं. त्यात आता बेहनाम एकाएकी असा निघून गेल्यावर तर मला रडू फुटायचंच बाकी होतं.

पण नशिबानं माझी भीती फोल ठरली. काही वेळानं बेहनाम परत आला – आणि तेसुद्धा, आम्हा दोघांसाठी ज्यूस घेऊन. मी त्याच्याकडे पाहून हलकेच स्मित केलं – खरंतर किती सोपी गोष्ट, पण माझ्यासाठी प्रचंड कठीण होऊन बसली होती.

पुढचा सगळा चित्रपट आम्ही एकमेकांशी एकही शब्द न बोलता बघितला आणि मग सगळेजण आपापल्या घरी गेलो.

मी अशा एका मुलाच्या प्रेमात पडले होते, ज्याच्याशी मी धड दोन शब्दसुद्धा बोलू शकत नव्हते. आम्ही एकमेकांना रस्त्यात, महाविद्यालयात पाहत असू; पण मी शक्यतो त्याच्या वाटेतून दूरच राहायचा प्रयत्न करायचे – न जाणो, मी पुन्हा नकळत काही उद्धटपणा केला आणि त्याची कायमची खप्पामर्जी ओढवून घेतली तर? तो कधीकधी काहीतरी निमित्त साधून माझ्याशी संवाद साधण्याचा प्रयत्न करायचा. कुठल्या पार्टीला जायचं असलं, तर मला सोबत घेऊन जायचं आमंत्रण द्यायचा; पण मी त्यातून पळ काढायचे. अखेर मला माझ्या ह्या पळपुटेपणाचा अतिशय राग आला आणि मी ह्या विषयाबाबत आईशी बोलायचं ठरवलं. मला माहीत होतं की, ती मला नक्कीच अतिशय सुज्ञ आणि सुटसुटीत सल्ला देईल. आणि झालंही तसंच. आईनं मला सांगितलं की, पुढच्या वेळी बेहनामनं मला पार्टीला सोबत येण्याचं आमंत्रण दिलं, तर मी कुठलेही आढेवेढे न घेता सरळ होकार द्यावा. तसंही माझ्यासारख्या सुंदर मुलीसोबत पार्टीला जाण्यात त्याचीच शोभा वाढणार होती. मी त्याच्या आयुष्यात आले त्या दिवसाबद्दल तो रोज देवाचे आभार मानत असेल. (असं आईचं मत!) अर्थात आपणसुद्धा आपल्या आईशी बोलतो ते ह्याच विश्वासानं की, ती अशाच प्रकारे आपलं तोंडभरून कौतुक करून आपला आत्मविश्वास वाढवेल. मीसुद्धा ह्या नियमाला अपवाद नव्हते.

आईच्या स्तुतीचा परिणाम झाला असंच म्हणायला हवं; कारण पुढल्या वेळी बेहनामनं मला पार्टीला सोबत घेऊन जाण्याबाबत विचारलं असता मी त्याला (धीर एकवटून पण सहज वाटेल अशा आविर्भावात) म्हणाले, ''हो, का नाही? म्हणजे... तुला फारसा त्रास पडणार नसेल तर...'' त्यानंतर उलगडलेली रात्र ही माझ्या आयुष्यातल्या काही अविस्मरणीय रात्रींपैकी एक होती, असं सांगायला मला अभिमान वाटतो. माझा हीरो बेहनाम, पार्टीसाठी सजलेली मी, सुमधुर संगीत, ताऱ्यांनी चमचमणारं तेहरानचं आभाळ... सगळं कसं स्वप्नवत वाटत होतं. रात्री घरी परत येताना बेहनामनं एका निर्जन ठिकाणी गाडी थांबवली. आमच्या एका बाजूला अल्बोर्झ पर्वत उभा होता, तर दुसऱ्या बाजूनं घरी परतण्यासाठी आतुर झालेल्या वाहनांची दूरवरून खडखड ऐकू येत होती. जरी मी त्याला खडखड म्हणत, असले तरी तो आवाज मला खूप आवडायचा. अशा त्या धुंद रात्री, मी आणि बेहनाम, एका निर्जन ठिकाणी, एकटेच एकमेकांच्या सान्निध्यात होतो. बेहनामला माझं चुंबन घ्यायचं होतं, हे त्याच्या वाढत्या उतावळेपणातून स्पष्ट होत होतं. स्त्रीसुलभ आढेवेढे घेत मी त्याच्या प्रयत्नांना अपयशी ठरवत होते; पण अखेर त्याला यश आलंच... चांदण्यांच्या साक्षीनं आम्ही आमचं पहिलं चुंबन अनुभवलं.

त्या रात्रीनंतर तर बेहनामप्रति माझ्या प्रेमाला काही बांधच उरला नाही. तोसुद्धा माझी खूप काळजी घेऊ लागला. माझी प्रत्येक इच्छा देवाज्ञा असल्याप्रमाणे पूर्ण करू लागला. मला आपल्या तरल, हळुवार प्रेमात न्हाऊन टाकू लागला. आम्ही एकमेकांच्या प्रेमात आकंठ बुडालो होतो... एकमेकांशिवाय आम्हाला जग उरलं नव्हतं... आणि मग राजकारण आमच्यामध्ये कली बनून उभं ठाकलं.

इराणमधले उद्योजक – किंबहुना यशस्वी उद्योजक – हे मुल्लांच्या तालावर डोलणारे असतात. उद्योजक ही व्यक्ती जात्याच खूप व्यवहारी विचारांची असते. स्वप्नांच्या विश्वात न रमता, हे लोक कुठल्यातरी ठोस फायद्यावर लक्ष केंद्रित करून तो मिळवण्याकडे ठाम वाटचाल करत असतात. अर्थात त्यांना अजिबातच काव्यबुद्धी, संवेदनशीलता वगैरे नसते, असं मी म्हणणार नाही; पण तुम्ही इराणसारख्या देशात उद्योग करत असाल आणि जर तुम्हाला सफलता मिळवायची असेल, तर तुमच्यातल्या कविमनाला मारून, आदर्श विश्वाच्या संकल्पनांना बासनात गुंडाळून, तुम्हाला सरकारच्या नीतिनियमांना मान्यता द्यावीच लागते. बेहनामनंसुद्धा तोच मार्ग अनुसरला. त्यानं आपल्या संवेदनशील मनाला गप्प करून, पूर्णत: व्यवहारी दृष्टिकोन अनुसरला. बेहनामच्या वडिलांचा पेट्रोकेमिकल्सचा अतिशय यशस्वी उद्योग होता. त्याचे वडील ह्या उद्योगाची अमेरिकी बाजू सांभाळायचे, तर बेहनाम इराणी बाजूकडे लक्ष द्यायचा. त्यांचा उद्योग इतका मोठा आणि प्रतिष्ठित होता की, जागतिक पातळीवर इराणची आर्थिक बाजू सक्षम राखण्यासाठी सरकारनं ज्या थोड्या उद्योगांना परवाने दिले होते, त्यांपैकी बेहनाम आणि त्याच्या वडिलांचा एक उद्योग होता. सदर उद्योजकांच्या गटाला 'कम्युनिटी' असं म्हणत असत. कम्युनिटीतल्या सदस्यांना हा अलिखित नियम पाळावा लागतो की, त्यांना जरी सरकारच्या बाजूनं उघडपणे तुताऱ्या फुंकण्याची गरज नसली, तरी त्यांनी सरकारविरोधात एक शब्दही उच्चारता कामा नये.

जरी मला ठाऊक होतं की, माझी राजकीय मतं बेहनामला फारशी पसंत नाहीत, तरी मी त्याबाबत फारसा विचार करायचे नाही. कारण तो सदैव आपल्या उद्योगामध्ये आणि नवनवीन कंत्राटं मिळवण्यामध्ये इतका व्यस्त असायचा की, जगात इतरत्र काय सुरू आहे, ह्याबाबत विचार करायला त्याला सवडसुद्धा मिळत नसेल, असा माझा कयास होता. अर्थात ह्या सगळ्यात मी हेसुद्धा विसरून गेले की, बेहनामला माझ्या राजकीय मतांबद्दल कितपत गांभीर्य वाटत असेल? मागे वळून पाहता असं लक्षात येतं की, बेहनामला माझी राजकीय मतं पोरकट वाटायची. मी जे बोलते त्यात गांभीर्य आहे आणि मी खरंच पोटतिडकीने बोलते आहे, असं त्याला कधीच वाटलं नाही. म्हणूनच कदाचित, जेव्हा बेहनामनं मला एके दिवशी महाविद्यालयामध्ये देशाला गरज असलेल्या बदलांबद्दल भाषण देताना ऐकलं, तेव्हा त्याच्या संतापाला पारावार उरला नाही. भाषण संपल्यानंतर तो दबक्या पावलांनी

माझ्या मागोमाग आला आणि संधी साधून मला एका रिकाम्या वर्गात खेचत नेऊन खेकसला, "हे काय केलंस तू आज? तुला वेडबीड लागलंय का झारा?"

"का? काय झालं? असा काय भयंकर गुन्हा केला मी? एक भाषण दिलं, झालं."

"हे बघ, हा शहाणपणा आपल्या घरी दाखव! तुला चांगलं ठाऊक आहे की, मी कम्युनिटीचा एक महत्त्वाचा सदस्य आहे. आपण एकत्र येण्याआधीपासून तुला हे ठाऊक होतं. तरीही तू आज हा प्रकार केलास आणि वर तोंड करून मला विचारतेस की काय झालं?"

त्याच्या प्रश्नाकडे सपशेल दुर्लक्ष करत मी बेहनामला विचारलं, "माझ्यावर ओरडण्याची काही गरज आहे का बेहनाम?"

"देवा! ही मुलगी मला वेडं करून सोडणार आहे! तुझ्या डोसक्यात नेमकं काय चाललंय झारा?"

"तू मला अजूनही सांगितलेलं नाहीयेस की, माझ्यावर ओरडण्याची तुला का गरज वाटतेय बेहनाम?"

"झारा, मी तुला शेवटचं सांगतोय - नीट कान उघडे ठेवून ऐक. तू पुन्हा असला बेजबाबदार मूर्खपणा केलेला मला खपणार नाही. मला तू ह्या सगळ्या फालतू गोष्टींमधून बाहेर पडायला हवी आहेस... आत्ताच्या आत्ता! समजलं तुला? आपली ओळख होण्याआधी तू काय करत होतीस, ह्याच्याशी मला काही देणंघेणं नाही; पण आताची गोष्ट वेगळी आहे. तुला समजतंय ना मी काय म्हणतोय ते?" मला त्या वेळी हे ठाऊक नव्हतं; पण त्यानंतर माझ्यावर कुणी इतक्या जोरजोरात ओरडणार होतं ते थेट एव्हिन तुरुंगामध्ये.

बेहनामचं ते रूप पाहून मी बिथरून गेले. माझी समजूत काढण्यासाठी त्यानं रात्री फोन केला, तेव्हा मी त्याच्याशी बोलले नाही. बेहनामच्या रागाच्या उद्रेकानं मी पुरती गांगरून गेले होते आणि तितकीच निराशही झाले होते. माझं त्याच्यावरचं प्रेम अजून तसूभरही ढळलं नव्हतं; पण त्याच्या त्या अपरिचित रूपामुळे मी मुळापासून हादरून गेले होते. प्रेम ही भावना फार नाजूक असते. जरासाही धक्का लागला, तर तिला असह्य वेदना होतात. माझ्या बाबतीत बोलायचं तर मला जितका बेहनाम प्रिय होता, तितकीच माझी राजकीय/सामाजिक मतंही महत्त्वाची होती. मी महाविद्यालयामध्ये भाषण केलं ते स्वत:ला कुणी समाजसुधारक म्हणून प्रस्थापित करण्यासाठी नव्हे; तर मला ज्या गोष्टीबद्दल तळमळ वाटते तिला अभिव्यक्त करण्यासाठी, माझ्या आत्म्याच्या संतुष्टीसाठी. जितकं बेहनामचं प्रेम महत्त्वाचं होतं, तितकीच माझी राजकीय मतं व्यक्त करण्याची गरजसुद्धा आणि माझ्या ह्या दोन गरजांमध्ये उभा राहिलेला हा तिढा मला कमालीचं अस्वस्थ करत होता.

मात्र माझं हे साधंसं भाषण जरी बेहनामला संतप्त करून गेलं असलं, तरी ते मला एके दिवशी एव्हिनच्या तुरुंगात टाकायला कारणीभूत ठरेल, असं मला स्वप्नातसुद्धा खरं वाटलं नसतं.

सदर भाषणाच्या प्रसंगानंतर मी आणि बेहनाम दररोज कुठल्या ना कुठल्या विषयावरून कडकडून भांडू लागलो. तो माझ्या राजकीय विचारांवर चढाई करू लागला. मी तितक्याच हिरिरीनं त्यांचा बचाव करू लागले. त्याने मला महाविद्यालय सोडून लग्नाच्या तयारीला लागायची सूचना केली. मी ती सपशेल धुडकावून लावली. प्रेम आणि प्रणयाराधनेपर्यंत ठीक होतं; पण बेहनामच्या डोक्यात असलेल्या पठडीतल्या विवाह बंधनात अडकण्यासाठी मी मुळीच तयार नव्हते. त्यात त्यानं मला महाविद्यालयीन शिक्षण सोडण्याची सूचना केली, ही गोष्ट माझ्यासाठी फारच अपमानास्पद होती. त्याच्या त्या आविर्भावावरून हेच स्पष्ट होत होतं की, त्याला माझ्या बौद्धिक आणि शैक्षणिक विकासाची काडीमात्र पर्वा नव्हती; किंबहुना त्याला तो विकास खुंटवून टाकायचा होता. माझ्या मनातल्या आदर्श वैवाहिक जीवनाचं चित्र मात्र फारच निराळं होतं. त्यात फक्त भरपूर मिठ्या, चुंबनं आणि ढिगावारी पुस्तकं इतक्याच गोष्टींचा समावेश होता. मुलांसाठी पाळण्यांऐवजी माझ्या मनात लग्नानंतरच्या आमच्या घरात असाव्या अशा पुस्तकांनी भरलेल्या खणांचीच चित्रं जास्त असायची! भाषणाबद्दलचा वाद उठण्याआधी आमच्यात कुरबुर व्हायची ती फक्त बेहनामला त्याच्या मोबाइल फोनशी असलेल्या अतीव प्रेमाबद्दल. आम्ही एकत्र असताना तो बऱ्याचदा आपल्या मोबाइल फोनवर व्यावसायिक गप्पा मारण्यात मशगूल होऊन जायचा आणि मी त्याचं संभाषण संपण्याची वाट बघत बसायचे. त्याचं अधिकतर बोलणं कुठल्या ना कुठल्या मोठ्या उद्योजकाशी, महत्त्वाच्या अधिकाऱ्यांशी किंवा सरकारातल्या उच्च हुद्द्यावरच्या लोकांशी होत असे. आतापर्यंत मी ज्यांच्याबद्दल फक्त वाचलं-ऐकलं होतं, अशा लोकांशी बेहनामला सहज गप्पा मारताना ऐकताना मला खूप गंमत वाटायची. मात्र मी त्याला त्याबद्दल काही विचारलेलं त्याला मुळीच आवडायचं नाही. एकदा असंच एका मोठ्या व्यक्तीशी त्याचं संभाषण संपल्यावर मी जेव्हा बेहनामला विचारलं की, "तू खरंच त्या अबक व्यक्तीशी बोलत होतास? खरंच?" तेव्हा तो माझ्याकडे बघून गुरकावला, "मी माझ्या कामाच्या ठिकाणी काय करतो, ह्याच्याशी तुझा काही संबंध नाही. आपलं नातं आणि माझं काम, ह्या सर्वस्वी निराळ्या गोष्टी आहेत, लक्षात ठेव."

त्या प्रसंगानंतर मी जरी बेहनामसमोर तसले विषय पुन्हा काढण्याची हिंमत दाखवली नसली, तरी सतत त्याची संभाषणं ऐकून बेहनामचं खरं रूप आता मला अधिक स्पष्ट दिसू लागलं होतं. सुरुवातीला मी ह्या गोष्टीवर विश्वास ठेवायला तयार नव्हते की, बेहनाम सरकारच्या बाजूचा एक हुकमी एक्का आहे; पण घटनाच अशा घडत गेल्या की, मला माझ्या डोळ्यांवरची पट्टी ओढून काढण्याशिवाय पर्याय

उरला नाही. बेहनाम ह्या मताचा होता की, खोमेनीनं स्थापन केलेली 'काउन्सिल ऑफ गार्डियन्स' ही संस्था खऱ्या अर्थानं इराणची राज्यकर्ती होती; कारण सरकारनं मान्यता दिलेला कुठला कायदा प्रस्थापित करायचा आणि कुठला मोडीत काढायचा, हा हक्क केवळ त्या संस्थेलाच होता. तसंच त्यांना राज्यघटनेत पाहिजे ते बदल करण्याचा आणि सवाकसारख्या क्रूर पोलिसांचा ताफा बाळगण्याचाही (स्वघोषित) अधिकार होता. बेहनामला हे मान्य होतं की, सरकारच्या वरिष्ठ वर्तुळामध्ये भयंकर भ्रष्टाचार फोफावला होता. समाजामध्ये स्त्रियांना जवळजवळ नोकरांच्या दर्जानं वागवलं जात होतं वगैरे – पण त्याच्यावर ह्या गोष्टींचा फारसा परिणाम होत नसे. किंबहुना त्याला ह्या गोष्टींमध्ये खटकण्यासारखं काय आहे, हेच समजत नसे.

पण ज्या दिवशी मी हे मनाशी मान्य केलं की, माझा प्रियकर हा खरंतर माझा राजकीय शत्रूच आहे, त्या दिवसापासून माझ्या मनात तीच प्रक्रिया सुरू झाली, जी प्रेमात असलेल्या आणि त्या प्रेमाला सुरुंग लावू पाहणाऱ्या गोष्टींचा सामना झालेल्या, जगातल्या कुठल्याही स्त्रीच्या मनात सुरू होते. स्त्रिया सगळं समजूनउमजून एखाद्या दारुड्याशी किंवा जुगारड्याशी लग्न करतात ते ह्या विश्वासापोटी की, 'आमचं प्रेम त्याला बदलून टाकेल; त्याची वाईट सवय मोडून काढेल'. कदाचित हा आम्हा स्त्रियांच्या कोमल हृदयात निपजणारा गैरसमज असेल किंवा तो आमच्यातला एक प्रकारचा सुप्त अहंकार असेल, ज्यामुळे आमच्या प्रेमाची शक्ती कुठल्याही वाईट गोष्टीला उपटून काढेल, अशी आम्हाला खात्री असते. अर्थात बहुतांश वेळी ही खात्री फोल ठरते आणि आमच्या स्वप्नांचा चक्काचूर होतो. म्हणूनच म्हणतात ना की, पुरुषाच्या वरकरणी रूपाला भुलून त्याच्याशी लग्न करणं म्हणजे दुधावरच्या सायीवरून दुधाची परीक्षा करण्यासारखं असतं!

बेहनाम आणि माझ्या राजकीय मतांमधली दरी दिसत असूनसुद्धा, मी त्याचे विचार सुधारण्याच्या हट्टानं त्याला माझ्यासोबत राजकीय सभांना नेऊ लागले. त्याला तिथली भाषणं ऐकायला लावून सरकार सामान्यांवर किती अत्याचार करत आहे, ह्याचं दर्शन घडवू लागले. त्याचे विचार बदलू शकतील अशा माझ्या मित्र-मैत्रिणींशी त्याची ओळख करून देऊ लागले. परंतु लवकरच माझे हे प्रयत्न असफल ठरू लागले. बेहनाम कधी त्या सभांमधून अर्ध्यावरच उठून जात असे किंवा माझ्या मित्र-मैत्रिणींशी कचाकचा भांडणं करत असे. असं वागून तो माझ्या राजकीय मतांना सुरुंग लावून स्वत:चे विचार कसे योग्य आहेत, हे दाखवण्याची कसोशीनं धडपड करत असे. सुरुवातीला माझ्या मित्रमंडळाने माझ्यावरच्या प्रेमापोटी बेहनामचा उद्धटपणा सहन केला; पण त्याचं वर्तन बदलायचं नाव घेईना, तेव्हा शेवटी त्यांनी मला विनंती केली की, मी बेहनामला आपल्यासोबत आणू नये. त्यांना त्याच्या हेकटपणाचा आणि अरेरावीचा वीट आला होता.

कधीकधी बेहनाम आमच्या राजकीय/समाजसुधारक चळवळींना आर्थिक मदतही करायचा; पण त्यामागं कुठला उदारमतवादी दृष्टिकोन नसून हीच भावना असायची की, 'बघ! माझ्याकडे इतका पैसा आहे की, मला तुझ्या ज्या राजकीय चळवळींबद्दल इतका तिटकारा आहे, त्यांना मी चक्क विकत घेऊ शकतो!'

मी जेव्हा बेहनाम आणि माझ्या आईची भेट घालून दिली, तेव्हा प्रथमदर्शनी तिला तो खूपच पसंत पडला. आणि का पडू नये? बेहनामचं रूप होतंच तसं लोभसवाणं. त्याचे कपडे अगदी टापटीप असायचे; त्याच्या सवयी अगदी विलायती होत्या. त्याच्या शब्दाला भलतंच वजन होतं. एक फोन फिरवून तो कुणावर ठोकलेला दंड रद्द करू शकत होता; कुणाच्यात झालेले वाद मिटवू शकत होता. तो दररोज कित्येक महत्त्वाच्या आणि नावाजलेल्या व्यक्तींशी संवाद साधायचा; करोडोंचे व्यवहार करायचा. त्याच्या वागण्या-बोलण्यात एक अदब होती आणि समोरच्यावर छाप पाडण्याइतपत दराराही होता. अर्थातच माझ्या आईला बेहनाममध्ये तिच्या मुलीचा उत्तम सांभाळ करू शकणारा इसम दिसला, ह्यात काही नवल नाही. प्रत्येक आईला अशाच जावयाची आस असते, जो तिच्या लाडक्या लेकीवर कुठलंही संकट येऊ देणार नाही. आणि त्यातच मी तिला बेहनामवर माझं मनापासून प्रेम आहे असं सांगितल्यामुळं, ती ह्याही बाबतीत निश्चिंत झाली होती. मात्र, तोपर्यंत माझे वडील अद्याप बेहनामला भेटले नव्हते. मला माहीत होतं की, बेहनाम आणि माझ्या वडिलांची भेट आईच्या भेटीइतकी सहज होणार नाही. त्याच भीतीनं मी शक्य तितकी त्यांची भेट लांबणीवर टाकत आले होते. सरकारच्या बाजूनं असलेल्या – किंबहुना कम्युनिटीचा महत्त्वाचा भाग असलेल्या – कुटुंबात मी लग्न करून जावं ह्याबाबत आईला फारसं काही खटकलं नसलं, तरी वडिलांना नक्कीच पसंत पडणार नव्हतं. मनुष्याचे राजकीय विचार आणि प्रणाली त्याच्या व्यक्तिमत्त्वाचा अविभाज्य भाग असतात असं ठामपणे मानणाऱ्या माझ्या वडिलांना, बेहनामची सरकारशी असलेली घसट मुळीच आवडण्यासारखी नव्हती आणि त्यांच्याइतकीच ठाम मतं असलेल्या त्यांच्या मुलीला आपल्या वडिलांचं हे म्हणणं मनापासून मान्य होतं. फक्त व्यक्तिस्वातंत्र्य ह्या संकल्पनेवर माझा त्यांच्यापेक्षा जास्त भर होता.

असो. माझं आणि बेहनामचं नातं वादावादी आणि तंट्यांच्या काट्यांमधून धडपडत कसंबसं पुढे सरकत होतं. बेहनामपासून फारकत घेण्याची कल्पना मला असह्य वाटत असली, तरी मी त्याच्यासोबत संपूर्ण आयुष्य घालवू शकेन, ह्याबाबत आता मला शंका वाटू लागली होती. माझी आई, भावंडं आणि भाचे कंपनी मात्र माझ्या आणि बेहनामच्या वैवाहिक आयुष्याची मोहक स्वप्नं रंगवू लागली होती. कारण एकतर इराणमधली कुठलीही सुसंस्कृत मुलगी लग्नाचा इरादा नसल्यास एखाद्या तरुण मुलासोबत राजरोसपणे फिरणार नाही आणि जरी माझं कुटुंब ह्या

बाबतीत बऱ्याच पुढारलेल्या विचारांचं असलं तरी, जर मी बेहनामसारख्या उत्कृष्ट मुलाला नाकारलं, तर मी त्यांच्या नजरेतही वाजवीपेक्षा जास्तच चोखंदळ ठरले असते. मलातर काही सुचेनासंच झालं होतं! मी अशा व्यक्तीच्या प्रेमात पडले होते – ज्याच्याशी मी लग्न करू शकत नव्हते; पण 'ज्या लग्नबंधनात मी सुखी होणार नाही, ते बंधन मी स्वत:वर लादणार नाही'; असं ठामपणे सांगण्यासाठी लागणारा स्पष्टवक्तेपणा आणि हिंमत हे गुण दोन्ही माझ्यात नव्हते.

अशाच गोंधळलेल्या मन:स्थितीत असताना मी एके दिवशी बेहनामसोबत त्याच्या कुठल्याशा मित्राच्या लग्नाला जायला राजी झाले. एका बाजूला मला असं वाटत होतं की, समाजानं आम्हाला दाम्पत्य म्हणून बघावं आणि स्वीकारावं. म्हणूनच, मी प्रसंगाला साजेल अशी वेशभूषा केली. गुडघ्याखाली रुळणारा निळ्या रंगाचा झगा, डोकं झाकण्यासाठी फिक्या हिरव्या रंगाचा रुमाल (स्कार्फ), गालावर थोडी लाली, ओठांवर फिक्कट लिपस्टिक आणि पापण्यांवर दिसेल न दिसेल अशी आयलायनरची रेघ.

घरातून निघाले, तेव्हा मला माझ्या वेशभूषेबद्दल खूप आनंद वाटत होता. बेहनामच्या इभ्रतीला शोभेशी, इराणी समाजात लग्नसमारंभासाठी सर्वमान्य असलेलीच वेशभूषा मी केलेली होती आणि त्यात मी छानसुद्धा दिसत होते. बेहनाम मला घेऊन जाण्यासाठी घरी आला, तेव्हा काही बोलला नाही; पण आम्ही अर्ध्या वाटेत आलो असता, त्यानं एका निर्जन ठिकाणी गाडी थांबवली आणि माझ्या हातात एक काळा, पायघोळ बुरखा देत म्हणाला, "हा बुरखा घाल आणि मला ह्याबाबत कुठलाही धार्मिक, राजकीय, ऐतिहासिक वगैरे प्रकारचा वाद घालायचा नाहीये. तू जशी आहेस, तशी मला आवडतेस झारा; पण आपण ज्या लोकांमध्ये जातोय, त्यांच्या नियमांनुसार वागणं भाग आहे. म्हणून, काहीही न बोलता हा बुरखा घाल आणि निमूट चल."

बेहनामचं हे बदललेलं रूप मला चांगलंच धसकावून गेलं; पण हे केवळ आजच्यापुरतं आहे, असं स्वत:शी घोकत मी तो अप्रिय बुरखा चढवून लग्नाला गेले.

तिथं पोहोचल्यावर लक्षात आलं की, सगळ्या स्त्रिया माझ्याचसारखा पेहराव करून आल्या आहेत. पुरुष आणि स्त्रियांचे निराळे गट पाडले गेले होते आणि दोन्ही गट एकमेकांपासून शक्य तितके दूर उभे राहून आपापसात कुजबुजत होते. स्त्रियांच्या घोळक्यामध्ये ह्या ना त्या मार्गानं हाच विषय सुरू होता की, आपण सगळे सरकारच्या 'नीति-नियमांवर' आणि एकूणच राज्यकारभारावर किती विलक्षण खूश आहोत. कुठलाही पुरुष, मला किंवा इतर कोणत्या स्त्रीला तिची राजकीय वा सामाजिक मतं विचारण्याच्या फंदात पडत नव्हता. त्यांना त्याची गरजच वाटत नव्हती; कारण सरकारच्या प्रत्येक निर्णयाचं आम्ही निश्चितपणे समर्थनच करणार, असं त्यांनी गृहीतच धरलं होतं. सरकारनं इस्लामच्या नावाखाली चालवलेला

अंदाधुंद कारभार, स्त्रियांवर लादलेली वाट्टेल ती बंधनं वगैरेंचा आम्ही हसत स्वीकार करत आहोत, असं तिथल्या पुरुषांनी सोईस्कर मत बनवून घेतलं होतं आणि त्यांच्या नेमक्या ह्याच वागणुकीचा मला प्रचंड संताप येत होता. बेहनामनं मला जबरदस्तीनं घालायला लावलेला बुरखा टराटरा फाडून, जोरजोरात किंचाळावंसं वाटत होतं. तिथून पळून जावंसं वाटत होतं. ताठ मानेनं आणि चेहऱ्यावर तो ठरावीक आत्मसंतुष्ट भाव घेऊन तिथं फिरणाऱ्या पुरुषांकडे बघून माझा तीळपापड होत होता. कारण ह्यांच्यापैकीच कित्येक पुरुषांमुळे माझे कित्येक मित्र-मैत्रिणी आज तुरुंगात खितपत पडले होते.

बराच वेळ निमूट बसल्यानंतर, एका क्षणी मला तिथला सगळा दांभिकपणा आणि माझ्यावर लादली गेलेली बंधनं असह्य होऊ लागली. मी दीर्घ श्वास घेतला आणि पायात अडकणारा बुरखा एका हातानं सावरत, थेट पुरुषांच्या घोळक्यात जाऊन शिरले. गप्पा मारण्यात मग्न झालेले सगळे पुरुष एकदम शांत झाले. टाचणी पडली तरी आवाज येईल, इतकी स्मशानशांतता पसरली. काही क्षण असेच गेल्यावर, बेहनाम अचानक भानावर आला आणि (मी येण्यापूर्वी) तो बोलत असलेल्या वृद्ध माणसाकडे वळून ओशाळ्या आवाजात "माफ करा हाजी, ती माझी वाग्दत्त वधू आहे". असं म्हणून माझ्याकडे तरातरा चालत आला. खस्‌कन माझ्या हाताला हिसडा देत, मला बाहेर घेऊन गेला आणि एकांतात आल्यावर माझ्यावर फिस्कारला, "डोकंबिकं फिरलंय की काय तुझं? प्रतिष्ठा म्हणून काही गोष्ट असते, असं ऐकूनतरी ठाऊक आहे का तुला?"

प्रतिष्ठेबद्दल असलेल्या बेहनामच्या कल्पना ऐकण्यात मला काडीमात्रही रस नव्हता आणि त्याच्याशी वाद घालत बसण्याचं माझ्या अंगात त्राण नव्हतं. मला फक्त घरी जायचं होतं – लवकरात लवकर! गालावर ओघळणारे अश्रू पुसत मी बेहनामला म्हटलं, "मला जाऊ देत. मी इथं नाही थांबू शकत. मी हे सगळं नाही करू शकत." माझं मन वळवण्याचा पुसटसाही प्रयत्न न करता बेहनामनं माझ्यासाठी टॅक्सी मागवली आणि स्वतःची प्रतिष्ठा सावरण्यासाठी तडक आत निघून गेला. घरी पोहोचेपर्यंत, माझे डोळे सतत भरून येत होते. आतातर मला खात्री पटली होती की, आमच्यात जे काही आहे ते प्रेम नक्कीच नाहीये. प्रेमात असंकाही होत नसतं.

मध्यरात्री कधीतरी बेहनामनं मला फोन केला; पण 'आपल्यात नेमकं काय चाललंय ह्याबद्दल विचार करण्यासाठी मला काही दिवस मोकळीक पाहिजे', असं त्याला सांगून मी फोन बंद करून टाकला.

१

माझ्या वरच्या कोठडीमध्ये मला एक मित्र सापडला आहे. त्याचं नाव अली रेझा. मी त्याला महाविद्यालयापासून ओळखते. तो वरच्या कोठडीत आहे, हे मला आधी ठाऊक नव्हतं; पण एके दिवशी, माझ्या छतावर जिथे पंखा टांगला होता तिथल्या छिद्रामधून मला त्याची हाक ऐकू आली. सुरुवातीला त्या लहानशा छिद्रामधून स्पष्ट काही ऐकू येईना. त्याचं पूर्ण नाव समजायला तर मला कित्येक तास लागले. मात्र इतके दिवस भयाच्या छायेत एकटे काढल्यावर, कुणीतरी सोबती मिळाल्याचा आनंद अपार होता. पण हा आनंदसुद्धा दुःखाची झालर घेऊनच आला होता - कारण समान परिस्थितीचे शिकार असलेले आम्ही दोन बंदिवान एकमेकांची काहीच मदत करू शकत नव्हतो. सहानुभूतीच्या चार शब्दांखेरीज एकमेकांना देण्यासारखं आमच्याकडे काहीच नव्हतं. ना मी अली रेझाच्या घरच्यांना त्याची खबरबात पोहोचवू शकत होते, ना तो माझ्या. मनात तुंबून राहिलेला राग आणि तक्रारी ओकून टाकण्याखेरीज आम्हाला एकमेकांचा तसा काहीच उपयोग नव्हता; पण अर्थात सदर परिस्थितीत तेवढंसुद्धा खूप मोलाचं वाटत होतं.

आताशा मला काही वस्तूंची गरज अधिक ठळकपणे वाटू लागली होती. स्वच्छ अंघोळ करता येण्यासाठी एखादा सुगंधी साबण, बसण्यासाठी खुर्ची, कंगवा, पेन, वाचन करण्यासाठी काही मासिकं-पुस्तकं.... माझ्याजवळ कुराणाची प्रत होती; पण बाहेरच्या जगात सध्या काय चाललंय हे जाणून घेण्याची माझी आस वाढत चालली होती.

आज अली रेझाला माझ्या मागच्या वाढदिवसाच्या जलशाबद्दल बोलण्याची हुक्की आली आहे. तो आणि त्याची वाग्दत्त वधू अतेफेह, दोघंही त्या जलशाला आले होते. माझ्या कोठडीतल्या थंडगार, कडक फरशीवर झोपून मी अलीच्या वर्णनामध्ये रस घेण्याचा प्रयत्न करू लागते. अली आपल्या संथ आवाजात त्या

दिवशी आम्ही कुठल्या गाण्यांवर नृत्यं केली होती, कुणाची टर उडवून खो-खो हसलो होतो, कोणी दंगामस्ती केली... कोणी जेवणावर आडवा हात मारला ...इत्यादींचं बारकाईनं वर्णन करू लागला. किती सुंदर पदार्थ केले होते त्या दिवशी – मस्त ओ खियार, मिन्झा घासोमी, खावियार, कबाब कूबिदेह... आहाहा!

पण अली जितकं अधिक वर्णन करू लागला, तितकीच माझी खिन्नता वाढत गेली. मला समजत होतं की, तो माझं आणि त्याचं मन आनंदी राहावं ह्यासाठी सगळा खटाटोप करत होता; पण मला ते सगळं असह्य होऊ लागतं. त्यानं गप्प बसावं, कुठल्याही आठवणी उगाळू नयेत, असं वाटू लागतं. जर हा दिवस माझ्या आयुष्यातला अखेरचा दिवस असता, तर मी ह्या आणि अशा आनंदाच्या आठवणी उगाळून, आयुष्यातले चांगले क्षण साजरे करत मृत्यूला सामोरं गेले असते; पण इथं ह्या कोठडीत पडले असूनसुद्धा मी हार मानायला तयार नाहीये. मी हे मानायला तयार नाहीये, की मी इथून मुक्त होऊन, नव्यानं आयुष्य जगणार नाही. म्हणूनच गतकाळातल्या अशा चांगल्या आठवणी जागवत दिवस काढणं हे मला फार अपशकुनी वाटत आहे. निर्वाणीचं सूतोवाच केल्यासारखं वाटत आहे. मला हे सगळं असह्य होतंय... माझी घुसमट वाढत चाललीय. अलीनं आपलं बोलणं थांबवलं नाही, तर मी ह्या बंदिस्त कोठडीत मरून जाईन असा विचार करत असतानाच, मी नकळत धाय मोकलून रडू लागते.

माझं रडणं ऐकून अली घाबरलेल्या आवाजात विचारतो, "काय झालं झारा? मला सांगशील का? काय झालं?"

"बस! अजून नाही... अजून नाही!"

"म्हणजे काय? नेमकं काय म्हणायचंय तुला? तू मला मित्र मानत नाहीस का?"

"तसं नाही! आपण मित्र आहोत. पण कृपा करून आता ह्या विषयावर अजून काही बोलू नकोस."

आता माझे हुंदके अजूनच जोरकस झाले आहेत. बिचारा अली रेझा. किती चांगुलपणानं माझं मन हलकं करण्याचा प्रयत्न करत होता! पण दुर्दैवानं त्याच्या चांगुलपणाचा उलटाच परिणाम झाला. माझं मन हलकं होण्याऐवजी आणखी गढूळ झालं. त्यात त्याचा काहीच दोष नाही म्हणा! मीच भित्री आहे. कमकुवत मनाची आहे. छे! उगीच नको त्या भानगडीत पडले मी! हे राजकारण, नारेबाजी, भाषणं वगैरे करायला वेगळंच जिगर लागतं. माझ्यासारख्या दुबळ्या व्यक्तींनी त्या मार्गानं जाऊच नये. का गेले मी? का? नको त्या गोष्टीत नाक खुपसण्यासाठी मी तडमडलेच कशाला? शी! संताप येतोय मला - त्या भाषणांचा, राजकारणाचा आणि सगळ्यात जास्त स्वत:चा!

बऱ्याच वेळानं माझ्या रडण्याचा भर ओसरतो. अली रेझानं मला एकटं सोडलेलं असतं. मी काहीतरी घडण्याची वाट बघत कोठडीच्या फरशीवर बसून असते. काहीतरी होऊ दे... किंवा काहीही नको होऊ दे... मला चौकशीसाठी बोलावलं जाऊ दे... किंवा मरू देत, नको बोलावलं जाऊ दे! जे व्हायचं ते होऊ दे! खड्ड्यात जाऊ दे सगळे!

माझी ही चिडचिड सुरू असतानाच, एक शिपाई- बाई कोठडीत येऊन माझ्यावर खेकसते, "अंघोळीला चल!"

तिच्या त्या 'आमंत्रणानं' माझी मरगळ कुठल्याकुठं पळून जाते. क्षणभर मी तिच्या प्रेमातच पडते जणू! दरवाजाच्या फटीमधून तिनं आत सरकवलेली पट्टी लगबगीनं डोळ्यांवर चढवत मी अंघोळीला जायला सज्ज होते. मागची अंघोळ करून एक आठवडा लोटलेला असतो.

बाहेर आल्यावर ती मला एका टीचभर न्हाणीघराकडे ढकलत नेते. "तुझ्याकडे दहा मिनिटं आहेत. अंतर्वस्त्रंसुद्धा धुऊन टाक; पण अंघोळ करताना ती अंगावरच असू देत."

"हो, हो... समजलं", असं म्हणत मी न्हाणीघरात शिरते आणि सगळ्यात आधी डोळ्यावरची पट्टी काढते. त्या कोनाड्याला न्हाणीघर म्हणण्यासारखं त्यात काहीच नसतं. असतो तो फक्त पाण्याची बोटभर धार सोडणारा लहानसा नळ, पण अंगाला येणाऱ्या घाणेरड्या वासानं उबग आलेल्या माझ्या मनाला त्या क्षणी तो नळ एखाद्या धबधब्यासमान भासतो. दिलेल्या दहा मिनिटांत मनसोक्त अंघोळ करायच्या इराद्यानं मी झटकन दरवाजा लोटते आणि पायजमा उतरवतच असते, इतक्यात पाठीवर सणकन मार बसल्याचं जाणवतं. बघते तर शिपाई- बाईनं लाथ मारून दरवाजा उघडलेला असतो. माझ्याकडे तुच्छ नजरेनं बघत ती खेकसते, "दरवाजा बंद करायची परवानगी कोणी दिली गं तुला? हे काय तुझ्या राजमहालातलं न्हाणीघर वाटलं की काय तुला, वाट्टेल तो शहाणपणा करायला? अं?"

तिचा तो रागीट आविर्भाव पाहून माझ्या पायांतलं त्राणच निघून जातं. कशीबशी तिची माफी मागून, दरवाजा उघडा ठेवून त्या लहानशा नळाखाली अंघोळ करायला बसते. नळाशेजारच्या भिंतीतल्या छेदामध्ये, वापरून-वापरून पातळ झालेल्या गोलनार साबणाची वडी ठेवलेली दिसते. (त्या काळी इराणमध्ये मिळणारा हा सगळ्यात स्वस्त साबण होता.) एरवी तसला साबण बघून मला शहारा आला असता; पण त्या परिस्थितीमध्ये तो साबण मला अमृतासमान भासतो. मी त्या साबणानं खसाखस अंग घासू लागते. शरीरावरच्या उघड्या जखमा आणि व्रण झोंबू लागतात, पण तरीही मी त्याकडे दुर्लक्ष करून स्वत:ला स्वच्छ करत राहते. अंगभर साबण फासून झाल्यावर, केसाला साबण लावू लागते; पण त्या बोटभर पाण्यामध्ये

माझे जाड केस धुणं कठीण जाऊ लागतं. माझे केस खूप लांब आणि दाट आहेत. घरी असताना (आहाहा! घर!) आई किंवा बहीण मला केस धुऊन वाळवायला मदत करायच्या. केस वाळल्यानंतर, कधीकधी वडील त्यातून कंगवा फिरवत, माझे आणि आईचे केस किती सारखे आहेत, ते तिच्या केसांवर कसे फिदा होते इत्यादी गप्पा मारण्यात मशगूल व्हायचे. अजून रंगात आले, तर स्त्रियांच्या सुंदर केसांचं वर्णन करणारं कुर्दी भाषेतलं गाणं गुणगुणायचे.

त्या टीचभर न्हाणीघरातल्या इतक्याशा नळाखाली केस धुण्याचा विफल प्रयत्न करत मी हळुवार आवाजात ते गाणं गुणगुणू लागते आणि लवकरच, नळाच्या पाण्यामध्ये माझ्या डोळ्यांतले अश्रू मिसळून वाहू लागतात.

मी माझ्या आई-वडिलांना पुन्हा कधी पाहू शकेन की नाही, अशा संभ्रमात बधिर होऊन नळाखाली बसले असतानाच, शिपाई- बाईचा आवाज येतो, ''चला, वेळ संपली.''

मग मी घाईघाईनं डोळ्यांवरची पट्टी चढवू लागते. पट्टी चढवताना मी एकवार त्या शिपाई- बाईकडे दृष्टिक्षेप टाकते. मध्यमवयाच्या त्या बाईचा चेहरा रूक्ष आणि राकट असतो. कदाचित ती आतून तितकी कठोर नसेलही, कदाचित तिला माझी दयासुद्धा येत असेल किंवा तिला मी अतिशय विद्रूप, दयनीय व्यक्तीसुद्धा वाटत असेन; पण इतकी वर्षं ह्या नरकासारख्या जागेत काढल्यावर तिला तिच्या संवेदना आणि मतं खोल दडवून वावरणं शक्य होत असेल. डोळ्यांवर पट्टी चढवताना, माझ्या मनात त्या बाईबद्दल असंख्य विचार घोंघावू लागतात. हिचं नाव काय असेल? हिचं लग्न झालं असेल का? हिला मुलं असतील का? हिला ही नोकरी आवडत असेल का तिचा तिटकारा येत असेल? मला इथे का आणण्यात आलंय, ह्याबद्दल तिला काही माहीत असेल का? नसेल तर तिला माहीत करून घेण्याची इच्छा असेल का? का मग, तिला माझ्याबद्दल काहीच वाटत नसावं - ना कणव, ना काळजी, ना दया...?

अंगावरची ओली अंतर्वस्त्रं काढून शिपाई- बाईच्या हाती दिल्यावर, मला एक नवा पायजमा, शर्ट आणि अंतर्वस्त्रं दिली जातात. तो एव्हिन तुरुंगाचा गणवेश असला तरी, अंघोळ करून स्वच्छ आणि नवे कपडे घालायला मिळाल्यावर माझा आनंद गगनात मावेनासा होतो. माझा तो आनंद पाहून की काय, ती शिपाई- बाई जरा जास्तच जोरात माझा हात पकडून मला खेचत आपल्या कोठडीत घेऊन येते. पण आता मला तिची आधीसारखी भीती वाटत नाही.

कोठडीत परत आल्यावर मला चक्क बरं वाटू लागतं. मला वाटतं, हा मनुष्याचा स्वभावच आहे. कितीही वाईट ठिकाणी असला, तरी मनुष्याला त्या ठिकाणाची सवय झाल्यावर, तो त्यात आपलं 'घर'; आपल्या हक्काचा आसरा शोधू

लागतो आणि तो आसरा सापडल्यावर, मनुष्याला वेगळीच तरतरी येते. माझंदेखील तसंच झालं. खरंतर माझी ही कोठडी म्हणजे एखाद्या गुहेसारखी आहे. लोखंडाचा भलामोठा दरवाजा असलेल्या ह्या लहानशा जागेत, एकच दिवा चोवीस तास मिणमिणत असतो. ना इथं बसायला खुर्ची आहे आणि ना झोपण्यासाठी पलंग पण तरीही इतक्या दिवसांच्या सहवासानंतर माझ्या परिचयाची झालेली ही कोठडी, मला चक्क घरासारखी वाटू लागली आहे. तुरुंगातल्या इतर ठिकाणांपेक्षा इथं मला सुरक्षित वाटतं; विचारांमध्ये जरा सुसूत्रता येते.

माझं हे विचारचक्र सुरू असतानाच दरवाजाच्या फटीमधून डोळ्यांवरची पट्टी आत टाकली जाते. 'अरेच्च्या! म्हणजे मला परत बाहेर नेण्यात येणार आहे तर! ठीक आहे', असं म्हणत मी ती पट्टी डोळ्यांवर चढवते आणि थोड्या वेळानं मला घेऊन जाण्यासाठी आलेल्या शिपायासोबत कोठडीबाहेर पडते. मला नक्कीच चौकशीसाठी नेलं जात असतं आणि नेहमीप्रमाणं आताही माझं हृदय चांगलंच धडधडत असतं. पण गेल्या आठवडाभरात कधीच जाणवली नव्हती, अशी सूक्ष्म धिटाई संचारत गेल्याचंही जाणवत असतं. हा बदल नेमका झाला तरी कसा? एक अंघोळ काय केली - माझ्यात इतका आत्मविश्वास निर्माण झाला की, मी चौकशीसाठी जाताना चक्क लांब ढांगा टाकत चालू लागली आहे! एरवीची ती थरथर, भीतीनं पोटात उठणारा गोळा, हाता-पायांतून त्राण गळून गेल्याची जाणीव... हे सगळं गेलं कुठं? आयुष्य इतकं सोपं असतं का? माणसाचं मन इतक्या पटकन बदलू शकतं का की, आज त्यांनी मला ठार मारायचं ठरवलं तरी मी घाबरणार नाही, ह्याची मला खात्री वाटू लागली आहे.

माझ्या ह्या 'आनंदी' आविर्भावाच्या ढगावर तरंगत असतानाच मी त्या शिपायाला हसऱ्या मुद्रेनं विचारते, "काय मग? आज कसे आहात तुम्ही?"

त्यावर तो माझ्याकडे कुत्सितपणे बघत खेकसतो, "ए चिमुरडे! नसत्या चौकश्या करू नकोस, महागात पडेल! तोंड बंद ठेव आणि चालत राहा."

त्याच्या त्या उत्तरानं माझ्या आत्मविश्वासाचा फुगा टाचणी लागल्यासारखा टच्चकन फुटतो! छे! किती फोल होता माझा तो आत्मविश्वास आणि किती फोल होता माझा तो विचार की, मला इथं बंदिस्त ठेवणाऱ्या माणसांमध्ये दूरवर कुठंतरी माणुसकीचा झरा नक्कीच खळखळत असेल. माझं डोकं फिरलंय का? मी अशा भ्रमात राहिलेच कशी की, ह्या हैवानांशी चार चांगले शब्द बोलले, तर हे तशाच प्रकारे उत्तरं देतील? अशक्य गोष्टींची स्वप्न पाहतेय मी! अर्थात ह्यात जर कोणाचा दोष असेल, तर तो माझ्यावर झालेल्या संस्कारांचा आहे. लहानपणापासून मला असंच शिकवलं गेलं की, आपण इतरांशी चांगलं वागलो, तर तेसुद्धा आपल्याशी चांगलंच वागतील. आईनं माझ्यावर सतत हेच ठसवलं की, आपण नेहमी चांगला

विचार केला पाहिजे, चांगलंच बोललं पाहिजे. इतकी वर्षं तेच घोकत मोठी झाल्यामुळं, मला (आणि माझ्यासारख्या इतर लोकांनाही) प्रथमदर्शनी कशात काही वाईट दिसतच नाही. प्रथमदर्शनीच कशाला; एखाद्या वाईट प्रवृत्तीनं आमच्यावर दोन-चार वेळा धडक दिल्याशिवाय आम्ही हे मान्यच करू शकत नाही की, जगात जशा चांगल्या गोष्टी असतात, तशाच दुसऱ्या टोकाला वाईट गोष्टीसुद्धा असतात.

बराच वेळ चालून अखेर आम्ही चौकशी-कक्षापर्यंत पोहोचतो. आता मला पूर्ववत भीती आणि थरथर जाणवू लागते. मनात खेळू लागलेल्या निर्धाराचा खातमा होऊन, त्या जागी प्रचंड घबराट निर्माण होते. शिपायानं मला चौकशी-कक्षात ढकलल्यावर तर माझं हृदय इतक्या जोरानं धडधडू लागतं की, कदाचित प्रश्नकर्त्याला तो आवाज स्पष्टपणे ऐकू येत असेल. अशी मला शंका येते.

दरवाजा बंद झाल्याचा आवाज येतो आणि प्रश्नकर्ता मग्रूर पावलं टाकत माझ्याजवळ येऊन उभा राहतो. हा नक्कीच तो जाडा प्रश्नकर्ता आहे; त्याच्या अंगाच्या घाणेरड्या वासावरून लगेच समजतंय, की हा तोच आहे. प्रश्नकर्ता मला खुर्चीकडे ढकलून बसायला सांगतो आणि मग म्हणतो, ''तू आज अंघोळ करून आली आहेस वाटतं? मागच्या वेळी तुझ्या अंगाला कसला घाणेरडा वास सुटला होता... शी!'' आपल्या ह्या पाणचट विनोदावर प्रश्नकर्त्याला खदखदून हसताना ऐकल्यावर मला त्याला काहीतरी खरमरीत उत्तर देण्याची ऊर्मी येते; पण मी महत्प्रयासानं गप्प बसते. मग प्रश्नकर्ता आपल्या ठरावीक पद्धतीनं माझ्या आजूबाजूला खेटे घालत चौकशी सुरू करतो.

''आजतरी तू मला सांगणारेस का की, तू अराशच्या घरी गेली असताना त्यानं तुझ्यासोबत काय काय केलं ते?''

''मला जे सांगायचं होतं ते सगळं मी मागच्याच वेळी सांगितलंय. काहीच लपवलेलं नाहीये.''

''परत एकदा सांग की! इतकासुद्धा त्रास नाही घ्यावासा वाटत का तुला?''

''त्रासाचा प्रश्न नाहीये; पण काही सांगण्यासारखंच नसेल तर मी काय करू? आम्ही दोघं खरोखरीच फक्त चांगले मित्र आहोत; बाकी काही नाही.''

माझं हे बोलणं ऐकून प्रश्नकर्ता कुत्सितपणे हसतो आणि मग म्हणतो, ''तुझी स्मरणशक्ती फारच अशक्त झालेली दिसतेय. ठीक आहे, आपण त्याचा इलाज करू या. माझ्या हातात एक कागद आहे. त्यावर मी त्या सगळ्या गोष्टी लिहिल्या आहेत, ज्या तू विसरली आहेस. मी बाहेर फेरफटका मारून येतो. तोपर्यंत ह्या गोष्टींची उजळणी कर आणि मी परत येईपर्यंत कागदावर सही करून ठेव. लक्षात ठेव, मी परत येईपर्यंत कागदावर सही झालीच पाहिजे. समजलं? चल, निघतो मी,'' असं मला दरडावून प्रश्नकर्ता बाहेर जातो.

तो गेल्याची खात्री झाल्यावर, मी डोळ्यांवरची पट्टी काढते आणि टेबलावर ठेवलेला कागद उचलून त्यावरचा मजकूर भराभर वाचू लागते.

त्यामध्ये वाट्टेल ते खोटंनाटं लिहिलेलं असतं. अराश आणि माझ्यात कसे शारीरिक संबंध आहेत; तेहरान महाविद्यालयातील माझ्या मित्र-मैत्रिणींचे इराणमधल्या कम्युनिस्ट गटांशी कसे लागेबांधे आहेत; आम्ही विद्यार्थ्यांनी चालवलेल्या विरोधी चळवळींना कोणत्या 'परकीय शक्तींचा' आशीर्वाद आहे इत्यादींबद्दल धादांत खोटारडी वर्णनं केलेली असतात. शिवाय त्यात असंही लिहिलेलं असतं की, विद्यार्थ्यांच्या चळवळीमध्ये इराण व इस्लाम विरोधी कम्युनिस्ट गटांची नेमकी काय भूमिका आहे, ह्याबद्दल मला खडान्‌खडा माहिती आहे. तसंच त्यामध्ये, अराशला कम्युनिस्ट म्हणून धिक्कारलेलं असतं.

कागदावरचा मजकूर वाचून मला हसावं की रडावं. हेच समजेना. ह्या लोकांना खरंच असं वाटतं का की, मी किंवा अराश किंवा आमचे मित्र-मैत्रिणी इतक्या मोठ्या पातळीवरचं राजकारण खेळत आहोत? त्यांच्या सरकारला आमच्यापासून खरोखरीच इतकी भीती आहे का की, त्यांनी मनमानी आरोप करून आम्हाला असं डांबून ठेवावं! माझ्यासमोर हा असत्यांनी भरलेला खलिता ठेवून तो जाडा माणूस काय सिद्ध करू पाहतोय? मी माता-हारीसारखी कुणी तरबेज गुप्तहेर आहे का? कसला मूर्खांचा बाजार भरलाय इथे!

पण मग हळूहळू माझ्या मनात राग मूळ धरू लागतो. ह्या नालायक माणसांना ह्या कागदावर माझी सही घेऊन, मुल्लांसमोर आणि माझ्या घरच्यांसमोर मला गुन्हेगार सिद्ध करायचं आहे. मी काहीही गुन्हा केला नसताना, त्यांना माझ्यावर आयुष्यभरासाठी हा कलंक लावायचा आहे. कदाचित हा मजकूर माझ्या शिक्षकांपर्यंतही पोहोचेल. कदाचित माझे सह-अध्यायीसुद्धा तो वाचतील आणि 'ती मुलगी तशी सरळ वाटायची; असं काही असेल असं वाटलं नव्हतं', असं कुजबुजून माझ्याशी असलेलं नातं तोडू पाहतील. अरे देवा! कदाचित ही माणसं वर्तमानपत्रातसुद्धा हे सगळं छापून आणायला कमी करणार नाहीत. मगतर माझ्या अब्रूची लक्तरं वेशीवरच टांगली जातील. आणि हे सगळं मी काहीही गुन्हा केला नसताना! नाही! मी का म्हणून हा अन्याय सहन करायचा? मला जोरजोरात ओरडून अख्ख्या तेहरानला हे सांगावंसं वाटू लागतं की, 'नाही हो! हे सगळं खोटं आहे. माझ्यावर विश्वास ठेवा. मी गुन्हेगार नाहीये. खरंच नाहीये!'

अर्थात तिथून माझं ओरडणं तेहरानला पोहोचणारच नसतं म्हणा! ती हताश जाणीव होताच, मी बसल्या जागेवरूनच जोरजोरात किंचाळू लागते, "हे खोटं आहे! सगळं खोटं आहे! तुम्ही सगळे नालायक आहात! मी ह्यावर मुळीच सही करणार नाही, हरामखोर!"

माझा हा आक्रोश संपल्यावर, काही क्षणांनी दरवाजावर थाप मारली जाते. खरंतर हा माझ्यासाठी इशारा असतो की, मी डोळ्यांवरची पट्टी चढवावी; पण तसं न करता मी सुन्नपणे बसून राहते. थोड्या वेळानं, प्रश्नकर्ता आत येतो आणि माझ्या डोळ्यांवर पट्टी नाही असं बघून, मला जोरात मुस्कटात मारत विचारतो, "काय गं ए शहाणे? पट्टी का चढवली नाहीयेस?"

उत्तरादाखल मी त्याच्या वरचा सूर लावत किंचाळते, "कारण मला तुझा गलिच्छ चेहरा पाहण्याची इच्छा होती म्हणून! समजलं?"

माझं हे उत्तर ऐकून म्हणा किंवा मी मुळातच त्याच्याशी अशा प्रकारे बोलण्याची हिंमत केली म्हणून की काय, प्रश्नकर्ता हैराण होऊन मला अजून दोन-चार लाफे लगावतो. मग पिसाळलेल्या वाघाप्रमाणं खोलीभर येरझाऱ्या घालून, अचानक एक सुतळी घेऊन माझे हात पाठीमागे करकचून बांधतो आणि तिथल्या शिपायाला हाक मारतो, "असादी! आत ये!"

शिपाई धावत आत येतो. त्याला माझ्यावर नजर ठेवायला सांगून प्रश्नकर्ता तरातरा बाहेर निघून जातो. आता मात्र माझ्या जिवाचा थरकाप उडतो. मला जाणवू लागतं की, आज मी जो गुन्हा केलाय त्याची शिक्षा लहानसहान नसेल. काय करावं हे न सुचून, मी जोरजोरात किंचाळू लागते... दयेची भीक मागू लागते. पण दगडाला कधी पाझर फुटतो का? माझ्याकडे सपशेल दुर्लक्ष करत शिपाई प्रश्नकर्त्याची वाट बघत उभा राहतो.

थोड्या वेळानं प्रश्नकर्ता आत येतो आणि त्वेषानं माझ्यासमोर आपल्या हातातली वस्तू नाचवू लागतो. ती असते एक धारदार, मोठी कात्री!

तीक्ष्ण पात्यांची ती भलीमोठी कात्री बघून मी भीतीनं बेशुद्धच पडायची बाकी असते. आहे तरी काय ह्या नराधमाच्या मनात? बाकी काही न सुचून, मी धोधो रडत माझ्या आगाऊपणाबद्दल त्याची माफी मागू लागते. 'माझं डोकं ठिकाणावर नव्हतं... ह्यापुढं मी तुम्हाला पाहिजे तसंच वागेन', अशी आश्वासनं देऊ लागते; पण प्रश्नकर्त्यावर माझ्या कुठल्याच आर्जवांचा परिणाम होत नाही. तो माझ्या भोवताली खेटे घालू लागतो. आता तर भीतीनं माझा प्राण कंठाशी आलेला असतो.

अचानक प्रश्नकर्ता माझ्या डोक्यावरचा रुमाल काढून फेकून देतो आणि आपल्या राकट हातांमध्ये माझे केस धरून त्यातून वाट्टेल तशी कात्री फिरवू लागतो. माझ्या सुंदर, दाट केसांचे वेडेवाकडे कपटे जमिनीवर विखरू लागतात, तशी मी पुन्हा जोरजोरात किंचाळू लागते. त्याच्या हातातून सुटका होण्यासाठी मानेला हिसके देऊ लागते. पण उलट त्यामुळं माझ्या कानाला, चेहऱ्यावर कात्री लागून जखमा होऊ लागतात. त्यातून रक्त येऊ लागतं. तरीही प्रश्नकर्त्याचे हात चालतच राहतात. अखेर, मी हार मानून निमूट खुर्चीवर बसून राहते.

थोड्या वेळानं, कात्रीनं केस कापून झाल्यावर, प्रश्नकर्ता एक विद्युत ब्लेड घेऊन येतो आणि क्षणार्धात माझ्या उरल्यासुरल्या केसांची थोटकंसुद्धा जमिनीवर गळून पडू लागतात. किती सेकंद, मिनिटं, तास उलटतात, मला काही ठाऊक नाही... त्या उपकरणाची घरघर ऐकत मी मृतवत बसून राहते – इतक्या तटस्थतेनं की, जणू एखादा चित्रपट पाहत असावे आणि त्यात हे सगळं घडत असावं.

अखेर एकदाची ती नकोशी घरघर थांबते – आणि प्रश्नकर्ता दोन पावलं मागे जाऊन, आत्मसंतुष्ट चेहऱ्यानं स्वतःची 'कलाकुसर' निरखू लागतो. खरंतर मला त्याच्या नजरेला नजर भिडवून असं जाणवून द्यायचं असतं की, इतकं सगळं होऊनसुद्धा माझ्यातला आत्मसन्मान अजून तितकाच जाज्वल्य आहेः पण नाही... माझ्यातली हिंमत पार मोडीत निघालेली असते. मी तसं नाही करू शकत.

थोड्या वेळानं तिथले शिपाई माझ्या डोळ्यांवर पट्टी चढवतात आणि जवळजवळ खेचतच मला कोठडीत आणून टाकतात. डोळ्यांवरची पट्टी काढून शिपायाला परत दिल्यावर, मी मटकन खाली बसते. माझ्या टाळूवरच्या, गालावरच्या, कानावरच्या उघड्या जखमा प्रचंड झोंबू लागलेल्या असतात. पण त्या सगळ्यापेक्षाही, मला ह्या जाणिवेनं सर्वात जास्त वेदना होते की, ह्या लोकांनी माझं अवघं रूपच पालटून टाकलेलं असतं.

दरवाजाबाहेर गस्त घालत असलेल्या शिपायाची पावलं वाजणं थांबतं, तशी मी अली रेझाच्या नावानं कण्हते.

तो बहुधा माझ्यासाठीच थांबलेला असतो. त्याला माहीत असतं की, मी चौकशीसाठी गेले आहे.

"तू ठीक आहेस का झारा?"

खरंतर मला त्याला सगळं सांगावंसं वाटत असतं; पण का कुणास ठाऊक, मी तसं करू शकत नाही.

"हो, मी ठीक आहे..."

"त्यांनी काय केलं तुला?"

"काही विशेष नाही रे."

"तू खोटं बोलतेयस ना? प्लीझ, माझ्याशीतरी खोटं बोलू नकोस. सांग मला, काय केलंय त्यांनी?"

"अरे, मी खोटं नाही बोलत आहे. खरंच, मी ठीक आहे."

"त्यांनी तुला मारलं का?"

"नाही बाबा! तसं काहीच झालं नाही. तू उगीच काळजी करू नकोस."

मी त्याच्या प्रश्नांना टाळतेय, हे लक्षात येऊन अखेर अली रेझा गप्प बसतो. त्याला नक्कीच हे लक्षात आलंय की, मी खोटं बोलतेय; पण सध्या मला त्याबद्दल

कुठलीच चर्चा करायची नाहीये इतपत समजण्याची प्रगल्भता त्याच्यात असल्यामुळं, अली रेझा पुढं काहीच बोलत नाही.

मला त्याला दुखवायचं नसतं; पण आता ह्या क्षणी मला कुणाचीही रिकामी सहानुभूती नको असते. माझ्यावर जे अत्याचार झाले, माझा जो अपमान झाला, त्याबद्दलच्या कटू आठवणी उगाळून काय मिळणार? फारतर माझ्याइतक्याच हताश आणि असह्य परिस्थितीत असलेल्या अली रेझाची सहानुभूती, हो ना? काय उपयोग तिचा? ताज्या जखमेवर मीठ चोळण्याशिवाय बाकी काय प्राप्त होणार त्यातून? मी अली रेझाला सगळं पुराण कथन करणार, मग तो माझ्यासारख्याच उद्विग्न आवाजात त्या अत्याचाऱ्यांचा धिक्कार करणार.. आणि मग? पुढं काय? काही नाही. आम्ही आपापल्या कोठड्यांमध्ये दात-ओठ खात पडून राहणार.

आता जर मला कुणाची सोबत हवी आहे, तर ती माझ्या वडिलांची. त्यांच्या आश्वस्त मिठीमध्ये विसावून मनातलं दु:ख हलकं करण्याची इच्छा अनावर झालीय. पण नाही! नकोच! माझ्या वडिलांनी मला असल्या उजाड अवस्थेत बघायला नको. त्यापेक्षा मला जर कोणी मदत करू शकलं, तर ते सगळ्यात छान होईल. कुणी मला ह्या कोठडीची किल्ली देऊ शकलं तर?... एखादी गाडी येऊन मला ह्या तिरस्करणीय जागेपासून दूर घेऊन गेलं तर? ... पण नाही झारा; स्वप्नात रमू नकोस. असल्या इच्छा नुसती स्वप्नं पाहून किंवा देवाची करुणा भाकून पूर्ण होत नसतात. त्यासाठी काहीतरी ठोस विचार करायला लागतो. काहीतरी शक्कल लढवावी लागते.

ह्याच विचारात गुंतले असताना मला माझ्या अवघ्या अंगाला काहीतरी बोचत असल्याची जाणीव होते. माझ्या भादरलेल्या केसांची थोटकं! पुन्हा एकदा त्या प्रसंगाची आठवण येते आणि माझ्या आतड्याला पीळ पडतो. मला माझे केस परत हवे आहेत. त्यांच्याशिवाय मी अपूर्ण आहे. तुम्हाला वाटत असेल की, ही मुलगी आपल्या बाह्य रूपाला वाजवीपेक्षा जास्त महत्त्व देते; पण एका दृष्टीनं विचार केला, तर काय चूक आहे त्यात? मी एक तरुण मुलगी आहे, मलाही इतर तरुण मुलींसारखं चांगलं दिसायला आवडतं. हा प्रसंग घडण्यापूर्वी मी बऱ्यापैकी सुंदर दिसत होते आणि मला त्या गोष्टीचा सार्थ अभिमानही आहे. मग माझ्यासोबत असं का घडावं? मला विद्रूप करून नियती मला काय सांगू पाहतेय? हेच का की, मी माझ्या बाह्य रूपापेक्षा इतर बाबींकडे जास्त लक्ष द्यावं? की हा प्रसंग म्हणजे मला स्वत:बाबत जरा सखोल विचार करायला लावण्यासाठी दिलेली संधी आहे? तसं असेल तर मग मला नकोय ती संधी! असल्या संधी मिळण्यासाठी ह्या नराधमांच्या तावडीत सापडण्यापेक्षा मला तेहरानमधली एक सुंदर, सामान्य मुलगी म्हणून सुरक्षित आयुष्य जगायला आवडेल. मला राजकारणाशी संबंध नकोय. पुसटसाही नकोय.

१०

मला असं वाटतं की, स्वत:च्या देशाबाहेरच्या जगाबद्दल चित्रं रंगवताना, माणसं बऱ्याचदा आळसातून निर्माण होणाऱ्या अज्ञानाची शिकार बनतात. उदाहरणार्थ, माझ्या लहानपणी इराणमधल्या लोकांच्या मनातलं अमेरिकेचं चित्र म्हणजे शानदार गाड्या, उंच इमारती, हॉलिवूडचे तारे आणि दोन दरवाजांचे फ्रीज इतक्याच गोष्टींनी रेखाटलेलं होतं. तसंच इंग्लंड म्हणजे एका प्रेमळ आजीबाईसारख्या राणीचं राज्य असलेला देश; फ्रान्स म्हणजे आयफल टॉवरचं घर आणि ऑस्ट्रेलिया म्हणजे कांगारूंचं माहेरघर इतकीच आमच्यासमोर त्या देशांची ओळख होती. काही मोजकी तज्ज्ञ मंडळी सोडल्यास, आम्ही सामान्यजन केवळ आमच्या देशात – किंबहुना आमच्या आसपासच्या परिसरात – काय चाललंय ह्यावर लक्ष ठेवून असायचो. अर्थात, आम्हीतरी काय करणार म्हणा? ज्यांचं रोजचं आयुष्य इतकं अस्थिर असेल, ती माणसं स्वत:च्या जीवापलीकडे गांभीर्यानं कसला विचार करू शकणार, सांगा बरं?

पण तरीही, पालकांनी मला उच्च दर्जाचं शिक्षण देऊ केल्यामुळं, किशोरवयात पोहोचेपर्यंत माझ्या असं लक्षात येऊ लागलं की, फक्त आमचं इराणच अत्याचाऱ्यांच्या किंवा धर्मांध व्यक्तींच्या तावडीत सापडलेलं आहे, असं नाही. उलट, जगातील प्रत्येक देशाला कधी ना कधी तिथल्या धर्मांध गटांनी किंवा इतर जहालमतवादी लोकांनी वेठीस धरलेलंच आहे. मोठेपणी, इतिहासाचा सखोल अभ्यास केल्यावर मला पहिल्या आणि दुसऱ्या महायुद्धानंतरच्या राजकारणाबद्दल, जगातील इतर देशांमध्ये उच्छाद मांडणाऱ्या कोत्या वृत्तीच्या गटांबद्दल, त्याविरुद्ध बंड पुकारण्याचं असामान्य धैर्य दाखवणाऱ्या कर्तृत्ववान वीरांबद्दल बरंचकाही समजलं. महाविद्यालयामध्ये स्पॅनिश ह्या विषयाचं पदव्युत्तर शिक्षण घेत असताना मला फेडेरिको गार्शिया लोर्का ह्या वीरपुरुषानं रचलेल्या खूप कविता वाचता आल्या. माझ्यावर त्या कवितांचा खूप प्रभाव पडला आणि लोर्का हा माझ्या हृदयावर अधिराज्य गाजवणारा ‘हीरो’ ठरला.

अर्थात माझा सगळ्यात पहिला (आणि आजतागायत कायम राहिलेला) 'हीरो' जर कुणी असेल तर ते माझे वडील! मी त्यांची लाडकी छकुली होते आणि ते माझे सगळ्यात बलाढ्य श्रद्धास्थान व रक्षणकर्ते. कौटुंबिक परिघाबाहेर जाऊन विचार करता, बाबा ज्या प्रकारे इस्लामी क्रांतीनं त्यांच्यावर चालवलेल्या अन्यायांनी घाबरून पळवाट न काढता इराणमध्येच पाय रोवून राहिले, त्यामुळंही ते माझ्या नजरेत निरतिशय उंचावले.

असो, पण ज्या हीरोवर मी तारुण्यसुलभ प्रकारे जीव ओवाळून टाकला, तो म्हणजे लोर्काच! अतिशय देखण्या आणि कला व राजकारणासाठी मागेल ते बलिदान द्यायला तयार असलेल्या ह्या काव्यमनाच्या स्पॅनिश माणसावर मी अक्षरश: फिदा झाले होते. आता मागे वळून पाहता असं वाटतं की, अखेरीस गुंड प्रवृत्तीच्या पोलिसांकडून मारल्या गेलेल्या लोर्काच्या काव्यामधून न्याय-अन्यायाच्या ज्या संकल्पना प्रतीत झाल्या, त्यानं मी जास्त भारावून गेले आणि त्याच्या प्रेमात पडले.

महाविद्यालयात असताना मला रस्त्यावर येऊन आपल्या हक्कांसाठी आरडाओरडा करण्यासाठी ज्या एका गोष्टीनं प्रवृत्त केलं, ती म्हणजे 'न्यायाची आस'. न्याय व अन्यायाबद्दल फार सक्षम आणि ठोस विचार बाळगत मी मोठी झाले. माझ्या आई-वडिलांनी मला ज्या गोष्टी सांगितल्या, जी पुस्तकं वाचून दाखवली, त्यात शेवटी सत्याचाच विजय होतो, अन्यायाचा खातमा होतो. पण जसजशी मोठी होत गेले, तसंतसं आजूबाजूला घडणाऱ्या घटनांमधून वेगळंच चित्र दिसू लागलं. बऱ्याचदा न्यायाचा गळा घोटून अन्यायाचा विजय होताना दिसू लागला. चांगल्या माणसांची मुस्कटदाबी होऊन वाईट माणसांची चांदी होऊ लागल्याचं दिसू लागलं. पण तरीही लहानगणी ऐकलेल्या कथांमधून निर्माण झालेला आशावाद माझ्यात अजूनही जिवंत राहिला होता. उशिरानं का होईना, पण विजय न्यायाचाच होईल; फक्त त्यासाठी आपण जमेल तसा लढा दिला पाहिजे, ह्याच विचारानं मी पुढची वाटचाल करत होते.

आम्ही इराणी लोक 'न्याय' ह्या संकल्पनेला आमच्या आयुष्यात निरतिशय महत्त्व देतो. माझ्या वैयक्तिक बाबतीत विचाराल, तर माझी न्यायाची व्याख्या खूप सोपी होती. मुल्लांच्या/धर्मांध सरकारच्या निरर्थक बंधनांशिवाय साधं-सोपं आयुष्य जगता यावं; कुणाची भीती न बाळगता एखादा सिनेमा पाहायला जाता यावं; मनाला आवडतील तसे छान कपडे घालून मोकळेपणानं फिरता यावं; केस मोकळे सोडून रस्त्यावर चालता यावं; कुणी आपलं बोलणं ऐकून त्यावर उगीच आक्षेप घेईल ह्याची भीती न बाळगता बिनधास्तपणे बोलता यावं, इतक्या आणि अशाच माफक अपेक्षा होत्या माझ्या. कदाचित गार्शिया लोर्काच्या काव्यामधला हा साधेपणाच मला त्याच्याकडे आकृष्ट करायला कारणीभूत ठरला असेल. खरंतर त्या काळच्या साल्वादोर दाली किंवा लुई बोउनेलच्या न्यायाबद्दलच्या कल्पना अधिक समाजप्रिय

झाल्या होत्या. परंतु आपले विचार मांडण्याच्या त्यांच्या क्लिष्ट पद्धतीपेक्षा मला लोर्काची सरळसोपी भाषा जास्त भावली खरी. कदाचित ह्यामागचं कारण असंच असेल की, न्याय ह्या संकल्पनेची माझी व्याख्या गावंढळ वाटावी इतकी सरळधोपट होती. ऐतिहासिक सिद्धान्त आणि मीमांसा माझ्या आकलनापलीकडे होत्या. पण माझ्या डोक्यावरून अनाहूतपणे सरकलेल्या रुमालावरून, मुल्लांच्या संमतीनं मला भर रस्त्यात चार शब्द सुनावणाऱ्या किशोरवयीन पोराच्या अरेरावीला माझा निश्चितच आक्षेप होता. मला इतकं नक्कीच समजत होतं की, हा अन्याय आहे आणि आपण त्या विरोधात आवाज उठवलाच पाहिजे. त्या काळी तेहरानमध्ये असल्या पोरांचा सुकाळ झाला होता. त्यांना बासिजी असं संबोधत. ह्या बासिजींनी आम्हा लोकांचं जिणं मुश्कील करून टाकलं होतं. वाट्टेल तेव्हा, वाट्टेल त्या गोष्टींमध्ये नाक खुपसून, फालतू खोड्या काढून लोकांना भर रस्त्यात अपमानित करण्यात, तरुण मुलींवर उगीचच गुरकण्यात आणि कुणाच्या तोंडाला दारूचा भपकारा येतोय का, हे बघण्यात त्यांना क्रूर आनंद मिळत असे.

प्रत्येक देशामध्ये असले 'बासिजी' असतात, जे तिथल्या सामान्य जनतेला त्रास देण्यात मोठी मर्दुमकी समजतात. जगाच्या पाठीवर कुठंही बघितलंत, तर किशोरवयीन मुलांमध्ये एकूण प्रगल्भता आणि समज तशी कमीच असते. (ह्या नियमाला अपवाद असलेल्या निवडक मुलांची मी क्षमा मागते.) तर अशा ह्या बिनविचारी तरुणांच्या हातात जर कुणी बंदुका, सुरे-चाकू, चाबूक, इत्यादी दिले आणि त्यांना सांगितलं की, 'ह्या वस्तूंचा वाट्टेल तसा वापर करण्याची तुम्हाला मुभा आहे', तर ते चेकाळणारच! इराणमध्ये नेमकं तेच झालं आणि सामान्य जनतेला ह्या बिन-डोक्याच्या बासिजींचा छळ सहन करावा लागला.

गार्शिया लोर्कानं अशा पीडित सामान्य जनतेची व्यथा व्यक्त करणाऱ्या बऱ्याच कविता लिहिल्या. त्या सगळ्या कवितांची मी अक्षरशः पारायणं केलेली आहेत. त्यामधून प्रतीत होणाऱ्या निरतिशय संवेदनशील लोर्कानं मला आजतागायत भुरळ पाडलेली आहे.

तेहरान महाविद्यालयाच्या पहिल्या वर्षाला असताना आमच्या वर्गानं गार्शिया लोर्काच्या 'लर्मा' ह्या कथानकावर नाटक सादर केलं होतं. स्पेनचे राजदूत आमचं नाटक बघायला आले होते आणि लोर्काच्या लिखाणाचं इतकं सुंदर नाट्यरूपांतर केल्याबद्दल त्यांनी आम्हाला शाबासकी दिली होती. त्यांच्या कौतुकामुळं तर माझ्या अंगावर मूठभर मांस चढलं होतं.

लोर्काचं लिखाण खरंतर रूढ अर्थानं राजकीय चित्रण करणारं लिखाण नव्हे; पण तो ज्या संवेदनशीलतेनं सामान्य जनतेची गाऱ्हाणी मांडतो, त्यामधून प्रतीत होणारी न्यायाची आस मला मोहित करते. मला असं वाटतं की, आपापल्या

देशांतल्या मुल्लांवर ताशेरे ओढण्यासाठी माझ्याप्रमाणंच इतर लोकसुद्धा त्यांच्या मनातल्या न्यायाच्या कल्पनेला चपखलपणे शब्दबद्ध करणाऱ्या एखाद्या लेखकाचा शोध घेतात. कधी हा लेखक कार्ल मार्क्ससारखा राजकीय तत्त्ववेत्ता असतो, तर कधी ओमर खय्याम, नेशाबूर, सा'दी वा हाफेझ ह्यांसारखा कवी असतो; ज्यांनी आपल्या लिखाणामधून, सामान्यजन भोगत असलेल्या पीडा व न्यायाची त्यांना असलेली आस, ह्यांबद्दल सातत्यानं भाष्य केलेलं आहे.

मला लहानपणापासूनच वाचनाची प्रचंड आवड होती आणि पुढं गार्शिया लोर्कानं माझ्या आयुष्यात प्रवेश केल्यावर तर काय विचारायलाच नको! किशोरवयापासून हाती लागेल ते पुस्तक, मासिक वा वर्तमानपत्राचा – इतकंच काय तर पाठ्यपुस्तकाचाही – फडशा पाडण्याचा ज्वर माझ्या अंगात भिनला होता. माझ्या खोलीमधली प्रत्येक भिंत निरनिराळं लेखन असलेल्या कागदाच्या कपट्यांनी भरून गेली होती.

माझ्या ह्या वाचनाच्या वेडाला आईचा तीव्र विरोध होता. म्हणजे मी वाचन करते ह्याबद्दल तिला राग यायचा नाही; पण मी ज्या प्रकारे झपाटल्यागत वाचन करायचे आणि वाचन करताना माझ्या चेहऱ्यावर जो हरवल्यासारखा भाव येई, ते बघून तिला माझी खूप चिंता वाटायची. ती मला सतत आठवण करून द्यायची की, मी आयुष्यभर लहान राहणार नाही. आज ना उद्या मला लग्न करून स्वत:चा घर-संसार, मुलंबाळं हे सगळं सांभाळावं लागणार आहे आणि त्या वेळी मी अशीच पुस्तकं वाचत बसले, तर घराचा कबुतरखाना बनायला वेळ लागणार नाही. आईची कटकट जास्त वाढली की, मी तिला शांत करण्यासाठी थोडंफार शिवणकाम, स्वयंपाकपाणी करून, मलाही आदर्श गृहिणी बनण्यात रस आहे, असं दाखवत असे. पण वास्तविक ती सगळी कामं करत असतानासुद्धा माझ्या डोक्यात सतत फक्त वाचनाचेच विचार रुंजी घालत राहत.

आईनं माझ्या वाचनावर फारशी टीका करू नये, ह्यासाठी मी पुस्तकांच्या खणाच्या दर्शनी भागात नेहमी अशीच पुस्तकं ठेवत असे, जी बघून आईला माझ्या सांसारिक भवितव्याबद्दल चिंता वाटणार नाही. उदाहरणार्थ, पाकशास्त्रावरची पुस्तकं, नवऱ्याला खूश ठेवण्याची गुपितं सांगणारी पुस्तकं, घर आणि बाग कशी राखावी हे सांगणारी पुस्तकं इत्यादी. अर्थात ही पुस्तकं फक्त शोभेसाठी ठेवली जात. माझ्या खऱ्या पसंतीची, सादेक हेदायत वा मोहम्मद अली जमालजादेह ह्यांसारख्या लेखकांनी लिहिलेली पुस्तकं त्यांमागे दडवून ठेवलेली असत.

मी ही पुस्तकं आणते हे आईला माहीत नसायचं, असं नाही; पण ज्या अर्थी मी त्यांना खणामध्ये मागची जागा देते, त्या अर्थी ती माझ्यासाठी तितकीशी महत्त्वाची नसावीत असं तिला वाटत असावं. किंवा मग मी तिला तसं दाखवायचा प्रयत्न करून तिच्या माझ्यावरच्या प्रेमाला व काळजीला मान देत आहे असं जाणून

की काय, आईने मला त्यावरून कधी फारसं छेडलं नाही. माझ्या तिच्यावरच्या सच्च्या प्रेमाबद्दल आईला पूर्ण भरवसा होता.

हेदायत आणि जमालजादेह ह्या लेखकांनी जरी माझ्या आईला घाबरवलं नसलं, तरी कालांतरानं माझ्या खणामध्ये काफ्का आणि सार्त्रची पुस्तकं दिसू लागल्यावर मात्र तिची झोप उडाली. असलं काहीतरी वाचून मी स्वत:ला अतिहुशार बनवून, लग्नाच्या बाजारात निकामी ठरवते आहे असं घोषित करत, आईनं बऱ्याचदा देवासमोर हे अरण्यरुदन मांडलं होतं की, 'इराणच्या सगळ्या बायका सोडून मलाच अशी मुलगी का मिळावी, जिला कलथ्या-कढईपेक्षा काफ्काच्या लेखनात जास्त आनंद वाटतो!'

पण मला जरी वाचनाची प्रचंड आवड असली, तरी मी घर-संसाराची स्वप्नं पाहण्याबाबत इतर तरुण मुलींपेक्षा वेगळी होते, असं मुळीच नाही. माझ्या डोळ्यांतसुद्धा भावी जोडीदाराबद्दल, आमच्या सहजीवनाबद्दल भरपूर रंगीबेरंगी स्वप्नं तरळत होती; पण त्याचबरोबर, मी ज्यांचं लिखाण वाचत होते अशा लेखक, कवी आणि तत्त्ववेत्त्यांनी माझ्या अवतीभवती एक निराळं, अधिक गहन असं विश्व निर्माण केलं होतं. मला त्या विश्वाबद्दल अधिक जाणून घेण्याची आस होती. त्यात दडलेल्या गुपितांची उकल करण्याची इच्छा होती.

सोळाव्या वर्षात पदार्पण केल्यानंतर, वाचन हे माझ्यासाठी निव्वळ आनंदाचं साधन न राहता, एक निराळीच अनुभूती घेऊन येणारी क्रिया ठरली. म्हणजे, अजूनही मला वाचनामधून आनंद मिळत होता; पण आता त्या आनंदाची पातळी उच्च होती. शब्दांच्या आलंकारिक वापरानं खूश न होता मी त्यामागे दडलेले अर्थ समजून खूश होऊ लागले होते. आतापर्यंत मी ज्या प्रकारे पुस्तकांचा आस्वाद घेत होते, तो म्हणजे एखाद्या नवथर प्रेम-प्रकरणाचा पहिला गोडवा चाखताना घेतो तसा पण आताशा पुस्तकांशी असलेल्या माझ्या ह्या प्रेमप्रकरणाला एक आगळी – बरीचशी बेधुंद आणि काहीशी धोकादायक अशी – झिंग चढू लागली होती. मी अक्षरश: झपाटल्यागत पुस्तकांचा फडशा पाडू लागले होते. ढिगावारी पुस्तकं अवघ्या काही दिवसांमध्ये वाचून काढू लागले होते. एक-एक पुस्तक चार-चार वेळा पिंजून, त्यातील वाक्यांतून निरनिराळे अर्थ शोधू लागले होते.

माझे हे प्रकार बघून आईच्या जिवाला घोर लागून राहिला होता.

माझ्या मतानुसार, जगातल्या सगळ्याच तरुण व्यक्तींना कुठल्या ना कुठल्या गोष्टीवरून असलं झपाटलेपण येतच असतं. त्या वेडाच्या लहरीवर स्वार होऊनच तर ते प्रौढपणामध्ये पदार्पण करतात. माझ्या बाबतीत बोलाल तर, मला ज्या संकल्पनेनं झपाटलं होतं त्याची ओळख व्हायला सुरुवात झाली ती लोर्का व तत्सम लेखकांच्या लिखाणामधून आणि बासिजींच्या अत्याचारांमधून. परंतु न्याय हे आपलं

ध्येय आहे ह्याची मला संपूर्ण जाणीव झाली ती भाजलेल्या अंगानं तडफडत इस्पितळामध्ये पडलेल्या माझ्या एका चुलत बहिणीला बघायला गेले असताना.

माझी ही चुलत बहीण इराणच्या पश्चिमेला असलेल्या खेड्यात राहायची. अवघ्या पंधराव्या वर्षी तेहरानमधल्या एका माणसाशी तिचं लग्न लावण्यात आलं. मोठ्या शहरामध्ये राहण्याची स्वप्नं उराशी बाळगत, तिनं वैवाहिक जीवनात मोठ्या उत्साहानं प्रवेश केला आणि लग्नानंतर जेमतेम काही महिन्यांनी तिनं अंगावर रॉकेल टाकून स्वत:ला जाळून घेण्याचा प्रयत्न केला. मी जेव्हा तिला तेहरानच्या 'बर्न ॲण्ड ट्रॉमा हॉस्पिटल'मध्ये बघायला गेले, तेव्हा तिथल्या जळलेल्या मांसाच्या दर्पानं मला भयंकर मळमळू लागलं होतं. माझी बहीण ८५ टक्के भाजलेली होती. उरलेल्या १५ टक्के भागात समाविष्ट होते तिचे नाजूक ओठ आणि पांढरीशुभ्र दंतपंक्ती. तिचे ते ओठ आणि दात पाहून मला त्या सगळ्या प्रसंगांची आठवण झाली जेव्हा मी तिला खळखळून हसताना बघितलं होतं. तिचं हास्य अगदी दिलखुलास होतं... अगदी निरागस! मला तिचं हास्य पाहून नेहमी असंच वाटायचं की, देवानं ज्या काही व्यक्तींना केवळ आपल्या हसण्यानं आसमंत उजळून टाकायला धाडलं आहे त्यापैकीच ही एक.

अशा ह्या हसऱ्या, खेळकर मुलीला इतक्या भयानक अवस्थेत पाहून मला काय बोलावं हेच सुचेना! काय म्हणणार होते मी तिला? स्वत:ची काळजी घे? लवकर बरी हो? छे! किती फोल वाटत होते ते शब्द. शेवटी मी काही न बोलताच तिथून बाहेर पडले. त्यानंतर कित्येक दिवस माझ्या मनात हाच प्रश्न रुंजी घालत होता की, तिनं हे नेमकं का केलं असेल? इतकं मोठं पाऊल उचलण्यामागे तिचा काय उद्देश असेल? स्वत:वर रॉकेल टाकून जाळून घेताना तुम्ही मदतीसाठी पुकारा करत नसता; तुम्ही मृत्यूची आळवणी करत असता.

त्या प्रसंगानंतर काही काळानं, मी दारियश मेहेरजुईनं बनवलेला एक अनुबोधपट बघितला. त्यामध्ये इराणच्या पश्चिमेला असलेल्या ईलाम ह्या गावामधील स्त्रियांची कहाणी दाखवली होती. ईलामध्ये दर महिन्याला, दहा मुली/स्त्रिया आत्महत्या करतात. त्या आत्महत्या करतात ही गोष्ट तितकीशी विलक्षण नाहीये - इराणमध्ये बऱ्याच स्त्रिया आत्महत्येचा मार्ग अनुसरून स्वत:ची सुटका करून घेत असतात पण जिथं एरवी इराणी स्त्रिया आत्महत्या करण्यासाठी विषप्राशन, दरीत उडी मारणे, गळफास लावून घेणे, इत्यादी पद्धती अनुसरतात, तिथे ईलाममधल्या स्त्रिया मात्र एकाच पद्धतीनं आत्महत्या करतात - ती म्हणजे, स्वत:ला जाळून घेऊन! मेहेरजुईच्या अनुबोधपटानुसार, स्वत:ला जाळून घेऊन ह्या स्त्रिया आधी मेलेल्या स्त्रियांना (आणि त्यांनी भोगलेल्या त्रासांना) एका प्रकारे आदरांजली वाहत असतात. भारतामध्ये कैकदा स्त्रियांना त्यांच्या नवऱ्याकडून वा सासू-सासऱ्यांकडून जाळण्यात येतं. त्या

स्त्रियांचा तो मृत्यू म्हणजे खून असतो पण ईलाममधल्या स्त्रियांचा खून होत नाही. त्या स्वत:च स्वत:ला जाळून घेतात आणि जीवन त्यागून मृत्यूला कवटाळतात. ऐकायला जरी सदर प्रथा रानटी वाटत असली, तरी अग्नी-समर्पण ही खूप पूर्वीपासून चालत आलेली आहुती आहे असं बऱ्याच शास्त्रांत लिहिलेलं आढळतं. ईलाम व इराणच्या पश्चिम सुन्नी प्रांतातल्या स्त्रिया हीच आहुती देत स्वत:चं जीवन सार्थकी लावण्याचा प्रयत्न करताना दिसतात.

पण मुळात ह्या मुलींना असलं बलिदान देण्याची इच्छाच का होते? ह्या प्रश्नाचं उत्तर सापडतं ते त्यांच्या विझलेल्या डोळ्यांत दिसणाऱ्या कुस्करलेल्या स्वप्नांमध्ये! मनातल्या महत्त्वाकांक्षा निर्दयीपणे ठेचल्या जाताना पाहून निर्माण होणाऱ्या नैराश्यामध्ये!

मी आणि माझी ती चुलत बहीण कैकदा तिच्या वडिलांच्या शेतामध्ये पहुडून गप्पा मारायचो. त्यावेळी ती मला विचारायची की, तेहरानमध्ये मुलं-मुली एकमेकांना नेमके कसे भेटतात? मी कधी कुठल्या मुलाचं चुंबन घेतलंय का? मेहदी माहदाविकीया हा फुटबॉलपटू मला आवडतो का? (तिला ह्या माहदाविकीयाला थेट बघण्याची खूप इच्छा होती. अर्थात ती इच्छा कधीच पूर्ण झाली नाही.) प्रेम, प्रणय, त्यातली आगळी जादू, माहदाविकीयासारखा राजबिंडा नवरा मिळण्याची स्वप्नं... ह्या सगळ्याबद्दल ती अखंड बोलत राहायची. तिचा तो सळसळता उत्साह, भविष्याबद्दल तिच्या डोळ्यात उतरलेली रंगीत स्वप्नं मला मोहून टाकत असे.

मागे वळून पाहता कैकदा माझ्या मनात असं येतं की, तिची ही स्वप्नं अवास्तव होती पण मग नीट विचार करता असं लक्षात येतं की, माहदाविकीया वगैरेची उपमा बाजूला ठेवल्यास बघितलं तर तिची स्वप्नं खूप साधी-सरळ होती. ना तिला सोन्याचा महाल पाहिजे होता आणि ना एखादा राजपुत्र. तिला आस होती ती एखाद्या प्रेमळ जोडीदाराची; त्याच्यासोबत नेटक्या संसाराची; दोन-चार मुलाबाळांची. चंद्र-तारे तर मागितले नव्हते ना तिनं! पण दुर्दैव असं की, इराणमधल्या बहुतेक स्त्रियांसाठी ह्या साध्यासरळ इच्छासुद्धा चंद्र-तारे मिळवण्याइतपत दुरापस्त असतात. बहुतांशी इराणी स्त्रियांसाठी त्यांचा नवरा म्हणजे आई-वडिलांनी निवडून दिलेला एक अपरिचित मनुष्य असतो. तो लग्नाच्या वेळी जितका अपरिचित असतो, कदाचित लग्नानंतर दहा किंवा पंचवीस वर्षांनीदेखील तितकाच अपरिचित राहतो. अर्थात सगळ्यांच्याच बाबतीत असं होतं असं नाही. काही भाग्यवान मुलींना त्यांच्या आवडीनुसार जोडीदार निवडण्याचंही स्वातंत्र्य मिळतं किंवा काहींसाठी आपल्या आई-वडिलांनी निवडून दिलेला मनुष्य त्यांची सगळी स्वप्नं जोपासणारा सुहृदय इसम निघतो. पण अशी 'लॉटरी' प्रत्येकीच्या नशिबी नसते. त्यातही गरीब किंवा शिक्षणाचा गंध नसलेल्या घरांमधल्या मुलींच्या नशिबी तर हमखास म्हातारे नवरे किंवा आधीच दोन-तीन वेळा बाशिंग बांधलेले नवरे येतात आणि असले नवरे त्या

मुलींची स्वप्नं जोपासण्यापेक्षा, त्यांना पायदळी तुडवण्यातच अधिक तरबेज असतात.

इस्पितळामध्ये पांढऱ्या पट्ट्यांमध्ये लपेटून पडलेल्या आपल्या बायकोला पाहून ढसढसा रडणाऱ्या माझ्या बहिणीच्या नवऱ्याला बघून मला संताप अनावर झाला होता. "तुला तरी माहीत आहे का की, तुझ्या बहिणीला नेमकं काय झालं होतं ते?" असं त्यानं मला जीर्ण आवाजात विचारल्यावर तर माझ्या तळपायाची आग मस्तकात गेली होती. 'हो, मला माहीत आहे ना तिला काय झालं होतं ते! तिचं लग्न केलं गेलं, तेव्हा ती निव्वळ एक लहान मुलगी होती. लहान मुलगी असताना ती तुझी बायको बनली. तुझ्यासाठी भोगवस्तू बनली. तिला तिची सगळी स्वप्नं बासनात गुंडाळून ठेवावी लागली. आयुष्याचा ऐन उमेदीचा काळ सुरू होत असतानाच त्या बहरावर विस्तव टाकण्यात आला. तिचा आत्मा, तिचा कणा, तिच्या इच्छा, तिच्या आकांक्षा सगळ्यांना मोडीत काढण्यात आलं! बस्, इतकंच झालं होतं हं तिला... बाकी काही नाही!'

पण अर्थात हे सगळं मी तिच्या नवऱ्याला उघडपणे सांगू शकत नव्हते. हे सगळं समजण्याइतपत शहाणपणा जर त्याच्यात असता, तर मुळात त्यानं ह्या कोवळ्या पोरीशी लग्नच केलं नसतं. म्हणून मग मी काहीही न बोलता, त्याच्यासोबत बसून ढसढसा रडले होते आणि मग पुन्हा माझ्या बहिणीच्या खोलीत गेले होते. तिच्या जळलेल्या शरीराच्या दर्पामध्ये तिच्या हरवलेल्या निरागसतेला शोधण्याचा विफल प्रयत्न करत बसले होते.

त्या दिवशी इस्पितळामधून मी थेट बास्केटबॉल खेळायला गेले होते. एरवी बास्केटबॉल खेळणं म्हणजे माझ्यासाठी पर्वणी असे. कोर्टभर तो चेंडू उसळत धावताना माझ्यात एक निराळाच जोश संचारत असे; पण त्या दिवशी मात्र मी कोर्टवर गेले तेव्हा रागानं माझ्या अंगाची लाही-लाही होत होती. त्या संतापाच्या भरात माझा खेळ पार बिघडून गेला होता. शेवटी सगळ्या मुली घरी गेल्यावर, मी बास्केटबॉल घेऊन जोरजोरात किंचाळत, पाचोळ्यासारखी इतस्ततः धावत, बॉलला वाट्टेल तिथं भिरकावत बसले होते. अखेर बऱ्याच वेळानं थकवा आल्यावर मी घरी जायला निघाले. बघते तर कोर्टाच्या दरवाजापाशी आमची कोच सीमा, मला एकटक निरखत उभी होती. पण ना ती माझ्याशी काही बोलली आणि ना मी तिच्याशी. कशीबशी माझी बॅग खांद्यावर लटकवून सीमा मॅडमकडे वर न बघता मी घराच्या दिशेनं निघून गेले.

माझ्या चुलतबहिणीला मृत्यूनं गाठायला दहा दिवस लावले. ते दहाही दिवस मी रडून काढले. पण अखेरीस जेव्हा तिला मृत घोषित करण्यात आलं, तेव्हा माझ्या डोळ्यांतून अश्रू येण्याऐवजी, तिला मुक्ती मिळाल्याबद्दल मनातून निःश्वास निघाला.

११

प्रश्नकर्ता मला एका खुर्चीकडे ढकलत, त्यावर बसण्याची आज्ञा करतो.

माझ्या डोळ्यांवर पट्टी असल्यामुळं खुर्ची कुठं आहे, ह्याचा मी अंदाज घेऊ लागते. तसा तो माझ्या खांद्यावर जोरात दाबून मला खुर्चीवर ढकलतो.

केस भादरल्यानंतरची ही माझी पहिलीच चौकशी आहे आणि आता ह्यानंतर कुठली शिक्षा फर्मावली जाईल, ह्याबद्दल माझ्या मनात चांगलीच धाकधूक लागून राहिली आहे. केस कापून टाकणं ही पहिली पायरी असून, त्यानंतर क्रमाक्रमानं अधिक कठोर होत जाणारा असा ह्यांच्या शिक्षांचा तक्ता वगैरे असेल काय? अपमानानं सुरू करत ही लोकं मौखिक, शारीरिक, मानसिक असे निरनिराळे छळ करून कैद्यांचा आत्मा मोडून काढत असतील काय? आज प्रश्नकर्त्याकडे कुठलं शस्त्र आहे काय? तसं असेल तर मी कुठलेही आढवेढे न घेता, तो म्हणेल ते कबूल करून टाकणार आहे. विरोध दाखवायला लागणारं धैर्य माझ्यात नाही, हे मी स्वत:शी कबूल करून टाकलंय. त्यामुळं आज मी नसते पराक्रम गाजवण्याचा प्रयत्न न करता सरळ ह्यांना शरणागत व्हायचं निश्चित केलं आहे.

खुर्चीवर बसून बराच वेळ झालाय; पण तरी प्रश्नकर्ता काहीच बोलत नाहीये. नेहमीप्रमाणं माझ्याभोवती घिरट्यासुद्धा घालत नाहीये. पट्टीआडून मला इतकंच जाणवतंय की, तो काही अंतरावर ठेवलेल्या खुर्चीवर बसून माझ्याकडे – किंबहुना, माझ्या भादरलेल्या डोक्याकडे – एकटक बघत बसलेला आहे. त्याचं असं बघणं आता असह्य वाटू लागलं आहे. काय विचार करत असेल हा? आज रात्री आपल्या घरी जेवायला काय बनवलं असेल, ह्याचा? की आज मुलांना कुठली गोष्ट वाचून दाखवावी, ह्याचा? नाही. कदाचित तो ह्या गोष्टीचा विचार करत असेल की, मला आज लाथेने तुडवावं की, दोन-चार मुस्कटात मारून सोडून द्यावं? जे काही असेल ते एकदाचं करून टाक बाबा. हे असं नुसतं बसून राहणं आता असह्य होऊ

लागलंय. डोळ्यांसमोरचा हा अंधार आता मला घुसमटू लागला आहे. प्रश्नकर्ता माझ्यासमोर बसून नेमकं काय करतोय हे एकदा लक्षात आलं की, मला जरा बरं वाटेल. पण ह्या पट्टीमुळं काहीच कळेनासं झालंय. ज्या अर्थी तो इतका शांत बसलाय, त्या अर्थी त्याच्या डोक्यात काहीतरी चक्रं चालली आहेत खास. पण काय?

माझ्या मेंदूत असे असंख्य विचार येत असताना अचानक प्रश्नकर्ता उद्गारतो, "तुझी आई कसली चिवट बाई आहे गं!"

काय? काय म्हणाला हा? माझी आई? माझी आई? त्या धक्क्यातून जरा सावरल्यावर माझ्या लक्षात येतं की, हा आवाज त्या जाड्या प्रश्नकर्त्याचा नाहीये. त्या दुसऱ्या प्रश्नकर्त्याचा आहे, ज्याचा चेहरा मी अजून पाहू शकलेले नाहीये.

आईच्या नावाच्या उल्लेखानं माझ्या घशाला कोरड पडली आहे. ह्यांचं आणि आईचं बोलणं झालं? कधी? केव्हा? कशीबशी मी त्या माणसाला विचारते, "माझी आई? तुम्ही माझ्या आईबद्दल बोलताय का?"

"हो! तुझी नाही तर अजून कोणाची? रोज येते ती इकडं. तुला एकवार पाहता यावं, तुझ्या बाबतीत काहीतरी समजावं ह्यासाठी तासन्तास दारावरच्या रक्षकाच्या मिनतवाऱ्या करत बसलेली असते. पण आम्ही तिला सांगतो की, आम्ही तुला कधी बघितलंसुद्धा नाहीये! तुझं नावसुद्धा ऐकलेलं नाहीये. योग्य करतो ना आम्ही? अं?"

नालायक! पापी! हरामखोर!... अशा कित्येक शिव्या माझ्या जिभेवरून घरंगळून त्याच्यावर बरसायला धडपडू लागतात; पण मी मोठ्या निग्रहानं गप्प बसून, त्यांना मनातल्या मनात दाबून टाकते. अशासाठी नव्हे की, मला त्यांच्या शिक्षेची भीती वाटते; पण अशासाठी की, त्यांना माझ्याकडून नेमकी तीच प्रतिक्रिया अपेक्षित आहे. माझा हतबल संताप बघून त्यांना त्याची मजा लुटायची आहे; पण मी त्यांना ते सुख लाभू देणार नाही.

डोळ्यांत गर्दी करू पाहणाऱ्या अश्रूंना महत्प्रयासानं मागे ढकलत मी मनाच्या आरशात माझ्या आईचं ते हताश, निराश रूप आणू पाहते. थरथरत्या ओठांनी, पाणावलेल्या डोळ्यांनी, तिथल्या रक्षकाच्या हाता पाया पडत तासन्तास एव्हिनच्या पायरीवर घुटमळत बसणाऱ्या माझ्या आईचं चित्र डोळ्यांसमोर तरळल्यावर मला भडभडून येतं. बिच्चारी माझी आई! किती दुःख झेलावं लागतंय तिला माझ्यामुळं! मीतरी किती मूर्ख आहे. इथं बसून मी वाट बघत होते, की आता ते कुठल्या शस्त्रानं माझ्यावर अत्याचार करू शकतील. मला हे कधी लक्षातच आलं नाही की, ते माझ्या आईच्या दुःखाचं, तिच्या तळमळीचं शस्त्र करून माझ्या जिव्हारी लागेल असा वार करतील. कधी माझ्या डोक्यात प्रकाश पडणार की, ही माणसं नाही, हैवान आहेत! ह्यांना दया-माया काही माहीत नाही. एखाद्याला छळण्यासाठी ते कुठल्याही थराला जाऊ शकतात.

काही वेळ स्तब्ध शांततेत गेल्यावर मी धैर्य एकवटून त्या प्रश्नकर्त्याला विचारते, ''पण तुम्ही तिला असं का सांगता? मी इथं आहे हे तिला माहीत असूनही तुम्ही तिला असं का सांगता?''

त्यावर तो नराधम खदखदून हसत उत्तरतो, ''कारण तू इथं नाहीच आहेस! इथं कोणीच नाही आहे! हाऽहाऽहाऽहाऽ...''

त्याचं हे उत्तर ऐकून कुस्करलेला माझा चेहरा बघून, प्रश्नकर्ता अजूनच चेकाळत हसायला लागतो. त्याचं ते विकट हास्य ऐकून माझ्या मनात त्याच्याप्रति इतका कमालीचा द्वेष दाटून येतो की वाटतं, आत्ता ह्याचे दात तोडून टाकावेत. त्याच्या गलिच्छ चेहऱ्याला मारून-मारून काळंनिळं करावं.

इतक्यात प्रश्नकर्ता अचानक हसायचं थांबतो आणि पूर्ववत अधिकारवाणीनं ''मला तुझ्याकडून काही माहिती हवी आहे.'' असं फर्मावून माझ्यावर प्रश्नांचा भडिमार करू लागतो. तेहरान महाविद्यालयातल्या दोन प्राध्यापकांना कैदेत टाकल्यावर, त्याच्या निषेधार्थ विद्यार्थ्यांनी काढलेल्या मोर्च्यामध्ये मी भाग घेतला होता. प्रश्नकर्त्याला त्या मोर्च्याबद्दल सखोल माहिती हवी होती : हे मोर्चे कोण आयोजित करतं? त्याबद्दलची माहिती कशी पसरवली जाते? मला ती माहिती कुठून मिळाली? आमचे काही गुप्त संकेत आहेत का?

त्यानंतर तो मला आम्हा विद्यार्थ्यांच्या बैठकींबद्दल प्रश्न विचारू लागतो. त्याचे प्रश्न अगदी चोख आहेत. त्याला आमच्या बैठकींबद्दल खडान्‌खडा माहिती आहे. बैठकींमध्ये कोण उपस्थित असतं, कोण काय बोलतं, किती बोलतं, कोण काय सूचना देतं, ह्या सगळ्याबद्दल त्याला सखोल माहिती आहे. मला त्या सगळ्याबद्दल प्रश्न विचारण्यामागे प्रश्नकर्त्याचा एवढाच हेतू आहे की, त्याच्यापर्यंत ह्या सगळ्या बातम्या पोहोचवणारा आमच्यातला कोण फितूर आहे, ह्याबद्दल मी विचार करू लागावं. आणि प्रश्नकर्ता त्याच्या ह्या हेतूमध्ये सफलसुद्धा होतो. अचानक मला माझ्या सगळ्या साथीदारांमध्ये हेर दडलेले दिसू लागतात. कोण असेल ती व्यक्ती, जी आमच्यातल्या गुप्त बातम्या ह्या लोकांपर्यंत पोहोचवत असेल? माझ्या डोळ्यांसमोर एकेक करून सगळ्यांचे चेहरे तरळू लागतात – हा असेल का? नाही, किंवा तोसुद्धा असू शकतो. अंहं, तो असं कधीच नाही करणार. कदाचित ती असेल. छे! हा चाळा मला वेड लावेल. पण कशावरून आमच्यापैकीच कोणी फितूर आहे? किंबहुना कशावरून कोणी फितूरपणा करतंच आहे? असंही असू शकतं की, माझ्या आधी माझ्या साथीदारांपैकी एकाला इथं आणलं गेलं असेल आणि ह्यांच्या छळाला कंटाळून त्यानं/तिनं सगळं उघड करून टाकलं असेल? आज स्वत: ह्या अवस्थेत अडकल्यावर माझ्या लक्षात येतंय की, एव्हिनमधल्या ह्या भयावह वातावरणामध्ये कोणाचाही निग्रह मोडीत निघू शकतो.

माझं हे विचारचक्र सुरू असताना प्रश्नकर्ता मला विचारतो, "त्या हरामखोरानंच तुम्हाला वर्गावर बहिष्कार टाकायला सांगितलं होतं ना?"

तो नेमकं कोणाबद्दल बोलतोय हे लक्षात न आल्यानं मी प्रश्नकर्त्याला विचारते, "कोण?"

"तोच! तुमचा तो दीड दमडीचा जंतू, ज्याला महाविद्यालयामधून हाकलून टाकण्यात आलं!"

"आमच्या प्राध्यापकाबद्दल बोलताय का तुम्ही?"

"अर्थात! तोच तो हरामखोर ज्यानं तुमच्या डोक्यात नसती अडगळ भरून ठेवलीय ती! त्याच्याबद्दलच बोलतोय मी. काय पण बिनडोकासारखी बकबक करायचा! वा रे वा! चांगली अद्दल घडली त्याला!"

माझ्या लाडक्या प्राध्यापकांबद्दल प्रश्नकर्त्याची मुक्ताफळं ऐकून माझ्या डोक्यात सणक जाते आणि स्वत:ला आवरू शकण्याआधीच माझ्या तोंडून निघतं, "बिनडोकासारखी बडबड ते नाही, तुम्ही करताय, समजलं?"

माझ्या तोंडून हे शब्द बाहेर पडतात तोच मला मनापासून पश्चात्ताप व्हायला लागतो. पण मी ह्या अगोचरपणाबद्दल प्रश्नकर्त्याची माफी मागू लागणार इतक्यात तो झटकन माझ्या मागे येऊन उभा राहतो आणि आपल्या दणकट हातामध्ये माझी मान पकडून समोरच्या टेबलावर मला आदळून देतो. टेबलाच्या कोपऱ्यावर माझी हनुवटी जोरात आपटते आणि भळाभळा रक्त वाहू लागतं. एवढ्यावर संतुष्ट न होता प्रश्नकर्ता पुन्हा एकदा मला जोरात दणका मारतो. त्या दणक्याने मी पार जमिनीवर कोलमडते.

"बेअक्कल मुलगी! तुझ्या तोंडून फक्त गरळ बाहेर पडते, बाकी काही नाही. निमूट तोंड शिवून बस. त्यातच तुझं भलं आहे, समजलं? आता ऊठ, खुर्चीवर बस."

धडधडत्या हृदयानं आणि लटपटत्या पायांनी, मी खुर्चीसाठी चाचपडू लागते आणि मग तीवर जाऊन बसते. हनुवटीवरची जखम प्रचंड दुखत असते, पण तिकडे लक्ष द्यायला वेळ नसतो; कारण प्रश्नकर्ता पुन्हा आपल्या प्रश्नांचा भडिमार सुरू करतो.

"त्या अतिशहाण्या प्राध्यापकाकडूनच असला शहाणपणा करायला शिकलीस ना? त्याचीच फळं भोगतेयस आज. आता पुन्हा माझं डोकं फिरवू नकोस. निमूट उत्तर दे. त्यानेच तुम्हाला वर्गावर बहिष्कार टाकायला सांगितला होता ना?"

"नाही! त्यांनी तसं काहीही केलं नाही."

"तुम्ही इतक्या सगळ्या मुलांना हा निरोप पोहोचवला कसा की, आज वर्ग होणार नाही म्हणून? नेमके काय संकेत वापरले तुम्ही?"

“काही संकेत वगैरे होते का, हे मला खरंच नाही माहीत. एका बैठकीदरम्यान मी वर्गावर बहिष्कार टाकण्याची सूचना केली आणि इतर सगळ्यांनी ती मान्य केली, इतकंच.”

“पण जी मुलं बैठकीला हजर नव्हती, त्यांच्यापर्यंत ही बातमी पोहोचलीच कशी? त्यासाठी काय उपाययोजना आखली तुम्ही?”

“खास असं काहीच नाही. जी मुलं बैठकीला हजर असायची, ती त्या गैरहजर मुलांपर्यंत बातमी पोहोचवायची. बस्, इतकंच!”

“अस्सं काय?”

मी त्याच्या ह्या खोचक प्रश्नाला “हो” असं उत्तर देणार इतक्यात, प्रश्नकर्ता खाड्कन माझ्या मुस्कटात भडकावतो. त्या आकस्मिक आघातानं माझ्या डोळ्यांसमोर तारे चमकतात. हनुवटीतून पुन्हा एकदा रक्त वाहू लागल्याचं जाणवल्यावर मला रडू फुटतं. लहान मुलासारखी हुंदके देत मी प्रश्नकर्त्याला विनवते, “प्लीज... प्लीज, मला माझ्या कोठडीत जाऊ द्या.”

पण तो निर्दयीपणे माझ्या विनंतीकडे कानाडोळा करत पुन्हा एकदा प्रश्नांचा भडिमार करू लागतो. “वर्गावर बहिष्कार टाकण्याची कल्पना नक्की तुझीच होती का?”, “तुमच्या गटाचा म्होरक्या कोण होता?”, “तुम्ही आठवड्यातून किती वेळा एकत्र जमायचात?”.... एका पाठोपाठ एक असे त्याचे प्रश्न माझ्यावर येऊन आदळू लागले, तशी मी पुरती गांगरून जाते. काय बोलावं, काय नाही बोलावं, काय खरं, काय खोटं... काहीच सुचेनासं होतं. आधीच वेदनेनं बधिर झालेल्या डोक्यात, त्याच्या प्रश्नांच्या रिघेने अजूनच गोंधळ उडू लागतो. थोड्या वेळानं मी गुंगीत असल्यागत सगळ्याच प्रश्नांना “हो” असंच उत्तर देऊ लागते. वर्गावर बहिष्कार टाकण्याची कल्पना माझीच होती का? - हो. मला कोणी तसं करायला भाग पाडलं होतं का? - हो. गुप्त बातम्या पसरवण्यासाठी आमच्यात काही विशिष्ट संकेत ठरले होते का? - हो... सगळं हो!... हो! हो! हो!

कसं कोण जाणे पण मध्येच कधीतरी माझ्यातली ‘मुलगी’ जागृत होते आणि हनुवटीला पडलेल्या जखमेला वेळीच औषधपाणी केलं नाही, तर ती चिघळेल आणि माझा चेहरा विद्रूप होईल, ह्याची चिंता करू लागते. छे, छे! माझा चेहरा चांगला राहिलाच पाहिजे. नाहीतर माझ्याशी लग्न कोण करेल? काय कमाल आहे ना? इथं मला पुढचा दिवस पाहीन, ह्याची शाश्वती नव्हती आणि मला चिंता लागलीये ती माझ्याशी लग्न कोण करेल ह्याची!

थोड्या वेळानं मी प्रश्नकर्त्याकडे बाथरूममध्ये जायची परवानगी मागते; पण पुन्हा एकदा तो माझ्याकडे दुर्लक्ष करून आपली प्रश्नावली चालूच ठेवतो. चावी दिलेल्या खेळण्याप्रमाणं मी त्याला उत्तरं देत बसते. त्याच्या सततच्या बोलण्यानं

माझ्या मेंदूला इतकं बधिर केलेलं असतं की, मी एखाद्या यंत्रमानवाप्रमाणं एका सुरात उत्तरं देत असते पण तरीही, त्याही अवस्थेत, मनाच्या एका कोपऱ्यात मला ह्या गोष्टीचं आश्चर्य वाटल्यावाचून राहत नाही की, प्रश्नकर्ता माझ्या ह्या उत्तरांवर विश्वास ठेवतोय तरी कसा? की मग, त्याला ती उत्तरं सोईस्कर वाटत आहेत म्हणून तो विरोध दर्शवत नाहीये? ... देव जाणे!

थोड्या वेळानं मला अजूनच शिणवटा जाणवू लागतो. आतातर मला वास्तव-अवास्तवातला फरकसुद्धा जाणवेनासा होतो. अचानक मला माझ्या लहानपणचा तो प्रसंग आठवतो, जेव्हा खेळताना माझ्या उजव्या हाताला इजा झाल्यावर टाके घालावे लागले होते. त्या वेळी माझे वडील बाहेरगावी गेले होते. डॉक्टरांनी जेव्हा आईला असं सांगितलं की, ह्यापुढं मला उजव्या हातानं लिहिता येणार नाही, तेव्हा मी आणि आई दोघी निरतिशय विषण्ण झालो होतो. कारण आम्हाला माहीत होतं की, बाबा परत आल्यावर त्यांना जेव्हा समजेल, की त्यांच्या राजकन्येला इतका त्रास झालाय तेव्हा ते वेडेपिसे होतील आणि झालंही तसंच. घरी परत आल्यावर बाबांनी जेव्हा माझ्या हातावरचे टाके बघितले, तेव्हा त्यांना आपले अश्रू आवरेनात. बाबांनी मला घट्ट मिठी मारली आणि मग पुढं कितीतरी वेळ, मला आपल्या कुशीत घेऊन, माझ्या दु:खावर फुंकर घालण्यासाठी निरनिराळ्या गोष्टी, विनोद वगैरे सांगत बसले.

बाबांच्या आश्वासक मिठीची आठवण होताच मला भडभडून येतं. मला आत्ता बाबा हवे आहेत. मला त्यांच्या कुशीत शिरून धो-धो रडायचंय. त्यांना ह्या नराधमांनी माझ्यावर केलेल्या अत्याचारांबद्दल सांगायचंय. मला त्यांना ह्या नालायक माणसांना हे खडसावताना ऐकायचंय की, 'ह्यापुढे माझ्या ह्या राजकन्येला इतकासाही त्रास दिलात, तर गाठ गाझ्याशी आहे. तिला आत्ताच्या आत्ता मुक्त करा. तिला ह्यापुढं एकही प्रश्न विचारण्याची हिंमत करू नका. ती माझी मुलगी आहे. मी तिचा बाप आहे.' पण अर्थात माझं हे स्वप्न हवेत विरून जातं.

अखेर बऱ्याच वेळानं प्रश्नकर्ता तिथल्या सुरक्षा-रक्षकाला मला कोठडीत घेऊन जाण्यासाठी बोलावतो. कोठडीकडे जाताना मी रक्षकाची परवानगी घेऊन बाथरूममध्ये शिरते. आतल्या बेसिनवर चेहरा धुते; पण तसं करताना समोरच्या आरशामध्ये स्वत:चं प्रतिबिंब बघण्याचं कटाक्षानं टाळते; कारण मला माहितेय की, जखमेमुळे बिघडलेला चेहरा पाहून मी माझा उरलासुरला आत्मविश्वासही गमवून बसेन.

कोठडीत पोहोचल्यावर, मी अली रेझाबद्दल विचार करू लागते. त्याच्याबद्दल काय विचार करू लागते? हाच की, तो नक्कीच ह्या प्रश्नकर्त्यांनी पेरलेला गुप्तहेर आहे. म्हणूनच तो माझी इतकी विचारपूस करत असतो. माझ्याकडून माहिती मिळवण्यासाठी लढवलेली शक्कल आहे ती! माझ्यावर पाळत ठेवता यावी म्हणून त्याला मुद्दामच माझ्या वरच्या कोठडीत ठेवलेला आहे.

मनात हा विचार पक्का झाल्यावर, माझा समदु:खी म्हणवणाऱ्या अली रेझाला मी मनातल्या मनात शिव्यांची लाखोली वाहते. नालायक! फितूर! उलट्या काळजाचा! भित्रा!.... पण मग अचानक मी थबकते. हेच तर प्रश्नकर्त्याला हवं आहे की, मी सगळ्यांवर शंका घेत राहावी. माझ्या अटकेमागे कोणाचा हात असेल, ह्याचा विचार कर करून वेडं व्हावं. छे! ह्या निर्दयी लोकांनी माझ्या मेंदूचं क्रीडांगणच बनवून टाकलंय की! कदाचित अली रेझा आणि इतर कैद्यांशीसुद्धा ते असेच खेळत असावे. आम्ही सगळेच आपापल्या कोठड्यांमध्ये बसून एकमेकांना शिव्या घालत असू; एकमेकांवर शंकेचे आसूड ओढत असू.

नशीब, अली रेझा आता ह्या क्षणी त्याच्या कोठडीत नाहीये. बहुतेक त्याला चौकशीसाठी नेलेलं दिसतंय किंवा तो जर खरंच ह्यांचा हेर असेल, तर माझ्याबद्दलची पुढची माहिती देण्यासाठी त्याला बाहेर काढलं असेल... 'नाही! हा चाळा थांबव झारा! हे योग्य नाही', असं मी स्वत:ला दटावू पाहते; पण त्याचा फारसा उपयोग होत नाही. प्रश्नकर्त्यांच्या कृत्यांमुळं माझ्या मनामध्ये फणा काढून उभा राहिलेला शंकेचा नाग आता इतक्या सहजपणे झोपी जाणार नसतो.

मी झोपून जावं.... हो, हेच बरं. मग डोक्यात नसते विचारही नकोत आणि त्यांच्यावर काथ्याकूटसुद्धा नको.

मोठ्या निग्रहानं मी डोळे मिटून झोपेची आराधना करू लागते. इतक्यात वरच्या कोठडीतून कण्हण्याचा आवाज येतो. आधी मी त्याकडे दुर्लक्ष करायचा प्रयत्न करते; पण मग तो आवाज अधिकच जोर धरू लागतो, तशी मी उठते आणि छतावरच्या फटीच्या शक्य तितक्या जवळ उभी राहून विचारते "अली रेझा? तूच आहेस ना?"

वरून काहीच उत्तर येत नाही. म्हणून मग, मी पुन्हा तेच विचारते, "अली रेझा? काय रे? तूच आहेस ना वर?"

उत्तरादाखल वरून घोगऱ्या आवाजात उत्तर येतं, "कोण हा अली रेझा? काय छळवाद आहे. जरा झोपू देत नाही कोणी."

अरेच्च्या! म्हणजे हा कोणी दुसराच मनुष्य दिसतोय. म्हणजे अली रेझा आता माझ्या वरच्या कोठडीत नाही.

अली रेझाच्या अचानक जाण्यानं माझ्या मनात पोकळी जाणवू लागते. कसेबसे डोळ्यांतले अश्रू मागे ढकलत मी पुन्हा एकदा वरच्या नवीन माणसाशी ओळख करून घेण्याच्या उद्देशानं बोलते, "मी तुमच्या खालच्या कोठडीतून बोलतेय. तुम्ही कोण आहात? तुम्ही असे कण्हताय का?"

"माझी मर्जी! मी कण्हेन नाहीतर रडेन. तुला काय? भोचक कुठली."

शी! कसला उद्धट माणूस आहे हा!

"मला भोचकपणा करायची हौस नाहीये; पण मी आताच एका मोठ्या चौकशी सत्रामधून दमूनभागून बाहेर आलेय आणि आता मला झोपायचंय."

"मग झोप ना. नसत्या चौकश्या का करतेयस?"

"कशी झोपू? तुमचा असा आवाज चालू राहिला, तर कशी झोपू शकेन मी?"

"मला काय माहीत? पाहिजे तशी झोप. माझ्या कण्हण्यावर मात्र बंदी आणायचा विचार करू नकोस. तुरुंग काय तुझ्या बापाचा आहे काय?"

"माझ्या वडिलांना कशाला उगीच मध्ये आणताय?"

त्यावर वरचा उद्धट मनुष्य काही उत्तर न देता "बिनडोक मुलगी! काय हवंय तिला माझ्याकडून, देव जाणे," असं बडबडत राहतो. आता मला त्याच्या बडबडण्याची भारी गंमत वाटू लागते. हा माणूस नक्कीच वेडा आहे! कसा बकबक करतोय बघा! ... अरेच्च्या! पण अली रेझाचं काय झालं मग? त्याला कुठं नेलं असेल? का मग, त्याच्याबद्दल माझ्या मनात उद्भवलेली शंका खरी असेल आणि त्याला सोडून देण्यात आलं असेल? नाही! नाही झारा. गप्प बस.

सदर विचारांमधून बाहेर पडण्यासाठी मी पुन्हा वरच्या माणसाकडे मोर्चा वळवत त्याला विचारते, "ए, तू जो कोण आहेस... मीसुद्धा तुझ्याइतकीच दु:खी आणि कमनशिबी आहे, बरं का? आपण दोघं एकाच होडीत आहोत. मग आपण भांडत बसण्यापेक्षा एकमेकांशी चांगलं वागलेलंच बरं, नाही का? पाहिजे तर मी ह्यापुढं तुझ्याशी एकही शब्द बोलणार नाही; पण कृपा करून तुझं कण्हणं बंद करशील? मला खरंच झोपायचंय."

उत्तरादाखल वरचा माणूस मला विचारतो, "तुला कुठल्या गुन्ह्यासाठी आत टाकण्यात आलं आहे गं? तू मोर्च्यात भाग घेतला होतास? तू कम्युनिस्ट आहेस का?"

बाप रे! ह्या माणसाला हळू बोलताच येत नाही का? असं बोलतोय, जणू आम्ही रस्त्यात भेटलेलो मित्र-मैत्रिणीच आहोत! जरा हळू बोल की माणसा!

"मी नेमकी कोण आहे, हे मलाच कळेनासं झालंय!"

"तूसुद्धा इथे कुठल्याशा झडतीमध्ये पकडली गेल्यानंतर आली आहेस का?"

"झडती? कसली झडती? कशाबद्दल बोलतोयस तू?"

"काही नाही. जाऊ दे."

"छे! तुझ्याशी बोलणं म्हणजे तारेवरची कसरत आहे बाबा! मरू दे. तूसुद्धा झोप आणि मलासुद्धा शांतपणे झोपू दे, समजलं?" असं त्याला दटावून मी माझ्या जीर्ण पांघरुणामध्ये स्वत:ला लपेटून निद्रेची आराधना करू लागते. थोड्या वेळानं, तो माणूस पुन्हा काहीतरी बडबडू लागतो. सुरुवातीला हळू आवाजातलं त्याचं बोलणं यथावकाश मोठं होत जातं आणि काही वेळानं तो जोरात ओरडतो "लैला!

मला इथून बाहेर पडून देत... मग तुझी खांडोळीच करतो की नाही बघ!''

त्याचा हा आरडाओरडा ऐकण्याचा आता मला कंटाळा येतो आणि मी डोक्यावर पांघरूण घेऊन कशीबशी झोपून जाते.

किती तास लोटतात ते माहीत नाही; पण जागी होते ते त्या माणसाच्या किंचाळण्यानेच! आता तो आपल्या कोठडीच्या दरवाजावर लाथा मारत खामेनी, राफसंजानी, खातामी, इत्यादी इराणी पुढाऱ्यांवर तोंडसुख घेत असतो. तो त्यांना इतक्या आणि अशा शिव्या घालत असतो, जणू ते त्याचे वैयक्तिक शत्रू असावेत.

एव्हिनमध्ये कोणी असलं बंड खपवून घेणं शक्यच नव्हतं. त्या माणसाच्या धाडसाची व्हायची तीच परिणती होते – अवघ्या काही क्षणांतच, एव्हिनचे शिपाई वरच्या कोठडीत पोहोचून त्याला लाथा-बुक्क्यांनी तुडवू लागतात. ते त्याला हातांनीच मारतात की अजून कुठल्या शस्त्रांनी, हे मला समजायला काही मार्ग नसतो; पण वाढत जाणाऱ्या किंकाळ्यांवरून मी एवढं ताडू शकते की, त्याला जबरदस्त मार पडत असतो. त्याचं गुरासारखं ओरडणं असह्य होऊन मी शेवटी कानावर हात धरून बसते. असा सुमारे अर्धा तास गेल्यावरही, वरचा धुमाकूळ काही थांबण्याचं नाव घेईना. कोणी इतका मार कसं सहन करू शकतं, ह्या विचारानं मी माझ्या कोठडीत थरथर कापत बसून राहते. अखेर बऱ्याच वेळानं, वरच्या कोठडीचा दरवाजा बंद झाल्याचा आवाज येतो. त्यानंतरची काही मिनिटं स्मशान शांततेत जातात. एरवी हवीहवीशी वाटणारी ती शांतता, त्या क्षणी मला अगदी नकोशी होते. कारण वरून काही आवाज येईपर्यंत मला हे समजणार नसतं की, तो माणूस जिवंत आहे की त्या बेदम मारामुळं मरून गेलाय.

अजून थोडा वेळ वाट बघून, मी घाबरूनच आवाज देते, ''ए, तू जिवंत आहेस का?''

उत्तरादाखल वरून फक्त कण्हण्याचा आवाज येतो. मी पुन्हा एकदा त्याला तोच प्रश्न विचारते, ''काय रे? मी तुला विचारतेय. कसा आहेस?''

त्यावर तो अजूनच वरचा सूर लावून कण्हू लागतो. आता त्याचा तो आवाज मला पुरता असह्य होऊ लागतो.

''तू तुझं कण्हणं थांबवलं नाहीस, तर मला रडू फुटेल आता! त्यापेक्षा माझ्याशी बोल... मनावरचा ताण तरी हलका होईल तुझ्या.''

ते ऐकून वरचा माणूस आपलं कण्हणं थांबवतो, पण पुढे एक शब्दही बोलत नाही. त्याची ती शांतता माझ्या अजूनच अंगावर येते; मला घुसमटवू लागते. आणि मला काही कळायच्या आत, मीच मोठा हंबरडा फोडून ढसढसा रडू लागते.

१२

मी तेहरानच्या 'रेझा जादेह प्राथमिक शाळे'च्या चौथ्या इयत्तेत असताना, सरकारनं शाळकरी मुलांवर पांढरे मोजे घालण्याची बंदी जाहीर केली. त्या काळी, इराण आणि इराकमधलं भयंकर युद्ध नुकतंच संपुष्टात आलं होतं आणि देशप्रेमाचे वारे सर्वत्र वाहत होते. सगळ्याच देशांमध्ये असतं तसं इराणमध्येही आपलं देशप्रेम व्यक्त करण्याची पद्धत म्हणजे सरकार लादत असलेले नियम पाळणं हीच. मग ते नियम किती का तर्कविरहित असेनात.

मुल्लांच्या कह्यात गेल्यानंतर तर इराणच्या आकाशात दिसणाऱ्या इंद्रधनुष्याचंही राजकारण होऊ लागलं. (मोहसेन मख्मलबाफनिर्मित 'गाब्बेह' ह्या १९९६च्या चित्रपटामध्ये सदर मुद्दा प्रभावीपणे व्यक्त केला आहे.) शाळकरी मुलांनी पांढरे मोजे घालायचे नाहीत. ही 'सुपीक कल्पना' सरकारमधल्या नेमक्या कोणत्या व्यक्तीची होती, हे मला माहीत नाही; पण एके दिवशी, आमच्या मुख्याध्यापकांनी शाळेत घोषणा केली की, ह्यापुढे जी मुलं शाळेला पांढरे मोजे घालून येतील, ती इराक्यांशी लढताना धारातीर्थी पडलेल्या आपल्या शूर शिपायांचा अनादर करणारी समजली जातील.

इराणी संस्कृतीनुसार, पांढरा रंग हा जरी अगदी आनंदाचा किंवा सोयराचा प्रतीक समजला जात नसला, तरी त्याला शुद्धता, निर्मळता, चांगुलपणा इत्यादी गुणांशी निगडित केलं जातंच. कदाचित त्या विचारधारेनुसार, त्या काळच्या सरकारला असं वाटलं असेल की, पांढऱ्यापेक्षा काळ्या रंगाद्वारे आमच्या शहिदांना अधिक प्रभावीपणे मानवंदना दिली जाऊ शकते.

ज्या वेळी शाळेमध्ये ही घोषणा केली गेली, त्या वेळी सगळ्या मुलांनी घाबरून आपापल्या पायांकडे बघितल्याचं मला आजही लक्षात आहे. एकच गलका उडाला! आमच्यापैकी जी मुलं त्या दिवशी नेमकी पांढरे मोजे घालून आली होती, त्यांना भीतीनं आणि शरमेनं रडू कोसळलं. आमच्या हातून घोर पाप झालं होतं.

नकळत आम्ही आमच्या शहिदांचा अपमान केला होता. आम्ही आमच्या वर्ग शिक्षिकेसमोर जाऊन विव्हळलो होतो – 'प्लीज मॅडम, आज सकाळी शाळेत येताना मला माहीत नव्हतं की, असा काही नियम लागू केला जाणार आहे. आजच्या दिवसापुरतं मला माफ करा. उद्यापासून अशी चूक होणार नाही.'

वास्तविक आमच्यापैकी कोणीच जाणूनबुजून आमच्या शहिदांच्या बलिदानाचा उपमर्द केलेला नव्हता. दुपारी काय घोषणा होणार आहे, ह्याचा आम्हाला सकाळी पत्ता लागणं शक्यच नव्हतं; पण तरीही आमच्या मनावर भीतीचा हा जबरदस्त पगडा बसला की, सैतानानेच आज सकाळी आम्हाला नेमके पांढरे मोजे घालायची दुर्बुद्धी दिली, ज्यामुळे आज आम्ही इतरांच्या तुलनेत पापी आणि देशद्रोही ठरलो होतो! शेवटी जेव्हा मुख्याध्यापकांनी असं जाहीर केलं की, सदर नियम पुढच्या काही दिवसांनंतर लागू होणार आहे, तेव्हा कुठं आमचा जीव भांड्यात पडला.

त्या दिवशी जेव्हा मी घरी येऊन आई-बाबांना ह्या नव्या नियमाबद्दल सांगितले तेव्हा त्यावरून बऱ्याच खवचट प्रतिक्रिया नोंदवल्या गेल्या. वडिलांनी तर तीव्र शब्दांत आपला विरोध दर्शवला. ते इमानानं अगदी सच्चे मुसलमान होते (आणि आजही आहेत) पण धर्माच्या नावाखाली असले निरर्थक आणि तर्कविरहित नियम लादणं म्हणजे त्यांच्या लेखी अडाणीपणाचा कळस होता. वडिलांचं असं मत होतं की, इस्लाम म्हणजे लोकांचं आयुष्य सुकर कसं करता येईल, ह्याची शिकवण देणारा धर्म होय; असले बिनविचारी नियम लादून लोकांचं आयुष्य जटिल करणारा धर्म नव्हे. आईनं मात्र बाबांप्रमाणे कडवा विरोध न दर्शवता, शांतपणे बाजारात जाऊन माझ्यासाठी काळे मोजे विकत आणले आणि तो नियम लागू असेपर्यंत दररोज मी काळेच मोजे घालून शाळेत जातेय, ह्यावर ती लक्ष देत राहिली.

तुम्हाला असं वाटत असेल की, घोषणा झाली त्या दिवशी उडालेल्या गोंधळानंतर सगळी मुलं न चुकता काळे मोजे घालून शाळेत येण्याची दक्षता घेत असतील? पण नाही; आपण सामान्य माणसं. आपल्याकडून चुका ह्या होणारच. नियम लागू झाल्यानंतर थोड्या दिवसांनी मुलांना त्याचा विसर पडू लागला. पण मुलांना विसर पडला तरी शाळेला त्याचा विसर पडून चालण्यासारखं नव्हतं. जी मुलं पांढरे मोजे घालून येऊ लागली, त्यांना कडक शिक्षा ठोठावल्या जाऊ लागल्या. सर्रास छडीनं फटके दिले जाऊ लागले. पण त्याहीपेक्षा वाईट शिक्षा म्हणजे सगळ्या वर्गासमोर अपमान करून मान खाली घालायला लावणं! पाच, सहा, आठ वर्षांच्या मुलांना सगळ्या जमावासमोर उभं करून 'तू पापी आहेस; तुझ्या मरणानंतर तुला ह्या दुष्कृत्यासाठी शहिदांना उत्तर द्यावं लागेल,' असं सांगितलं जाऊ लागलं. ह्या अपमानामुळं त्यांच्या मनाला लागणाऱ्या डागण्या फार तीव्र आणि घातक होत्या. त्याही वेळी माझ्या मनात हा विचार आल्यावाचून राहिला नाही की, खरंच ह्या मुलांना त्यांच्या मरणानंतर शहिदांना उत्तरं द्यावी लागतील

का? कसं शक्य आहे ते? शहीद स्वर्गात गेले असतील ना? मग स्वर्गात गेलेली माणसं आमच्यासारख्या लहान मुलांच्या इतक्याशा चुकांवर पाळत ठेवून आमच्यावर खार खातील का? पण मला असल्या शंका काढत बसायला फारसा वेळ मिळाला नाही. मी खूप गुणी मुलगी आहे, मला उगीच नियमांच्या विरुद्ध जायला आवडत नाही असं दाखवण्याच्या माझ्या ईर्ष्येनं, माझ्या शंकेखोर मनाला गप्प बसायला भाग पाडलं. शाळेमध्ये दहा दिवस चाललेल्या 'डॉन सेलिब्रेशन'च्या – अर्थात १९७९ मध्ये रूहोल्लाह खोमेनीच्या वनवासातून इराणला परत येण्याचा आणि त्यानंतर झालेल्या इस्लामी प्रजासत्तेच्या उदयाचा प्रसंग साजरा करण्यासाठी आयोजिलेल्या समारंभाच्या वेळी तर मी पहलवींच्या राजवटीला धिक्कारणाऱ्या कित्येक नाटुकल्यांमध्ये व समूह-गाण्यांमध्ये हिरिरीने भाग घेतला होता. त्या वेळी मी नेमकं काय करतेय, ह्याचं मला काहीच ज्ञान नव्हतं. अवघी १०-११ वर्षांची तर होते मी तेव्हा. पण नकळतच आम्ही लहान मुलं इराणच्या नव्या स्वघोषित मसीहांचे कौतुकसोहळे करण्यात मग्न झालो होतो. ऐन हिवाळ्यात, पहाटेच्या प्रहरी, आम्ही लहानगी मुलं शाळेच्या मैदानावर थंडीनं कुडकुडत आमच्या राष्ट्रपित्याला मानवंदना देत उभी असायचो.

डॉन सेलिब्रेशनचं महत्त्व नेमकं काय आहे, हे आम्हाला त्या काळी उमजत नसलं, तरी त्या निमित्तानं मला माझ्या कलेचं आणि लिखाणाचं प्रदर्शन करून, मी किती सर्वगुणसंपन्न आहे हे दाखवण्याची संधी मिळायची. त्यामुळं मी अगदी मनापासून त्या नाटुकल्यांमध्ये अभिनय करायचे; तन्मय होऊन पहलवींवर कडक ताशेरे ओढणारे लेख लिहायचे. त्या वेळी मला इतकं नक्की समजत होतं की, माझे वडील पहलवींच्या बाजूनं आहेत आणि त्यांना माझं पहलवी विरोधी लेखन मुळीच आवडणार नाही. म्हणूनच मी त्यांना माझे ते लेख कधीच दाखवले नाहीत.

उच्च-माध्यमिक इयत्तांमध्ये पोहोचेपर्यंत मी अशा प्रकारे माझ्या गुणांचं प्रदर्शन करून सगळ्यांची कौतुकपात्र ठरण्यात तरबेज झाले होते. पण तरीही मनाच्या एका कोपऱ्यात, काही वर्षांपूर्वी लागू झालेल्या मोज्यांबाबतच्या नियमांनी अजूनही प्रश्न उठत होते.

वयाच्या दहाव्या वर्षी गोंधळून टाकणारा तो नियम, आता वयाच्या चौदाव्या वर्षी मला तद्दन हास्यास्पद वाटू लागला होता. उघडपणे बोलायची हिंमत नव्हती; पण एकांतात मात्र आम्ही मैत्रिणी आता ह्या आणि असल्या नियमांची बेलाशक खिल्ली उडवू लागलो होतो. तर्कविरहित राजकीय नियमांना कंटाळलेल्या आम्हा तरुण मुलींना त्यांचं दुःख विसरण्यासाठी हास्यविनोदापेक्षा मोठा उपाय नव्हता.

मात्र खासगी रीत्या जरी मी आमच्या राज्यकर्त्यांच्या चित्रविचित्र नियम व कार्यपद्धतींची खिल्ली उडवत असले, तरी उघडपणे तसं कबूल करण्याचं धारिष्ट्य अद्याप तरी माझ्यात आलेलं नव्हतं. उलट – कदाचित माझ्या दांभिकपणाचा कळस ठरावा असं उदाहरण द्यायचं झालं तर, त्या काळी मी स्वतःच, इस्लामी क्रांतीचा उदोउदो करणारं

एक नाटक लिहिलं आणि त्याचे प्रयोग करत, माझ्या काही सह-अध्यायांसोबत तेहरानभर फिरले होते. पहलवींवर भरघोस तोंडसुख घेणाऱ्या आणि इराणी बांधवांना 'आपल्या सगळ्यांच्या लाडक्या राज्यकर्त्यांना भरभरून आभार द्या,' असं सांगणाऱ्या माझ्या त्या नाटकाला प्रचंड प्रतिसाद लाभला. तेहरानमधल्या प्रत्येक शाळेमध्ये मिळणाऱ्या कौतुकाच्या वर्षावात सुखावून जाताना, माझा अहंकार माझ्या सदसद्विवेकबुद्धी आणि मतप्रणालीपेक्षा वरचढ ठरला. 'ज्या गोष्टींचा मी मनापासून धिक्कार करते, त्यांचंच सादरीकरण करून कौतुक मिळवून मी एका अर्थी सरकारला उलथूनच टाकते आहे, अशी स्वत:च्या मनाची (खोटी) समजूत घालून, मी माझ्या दांभिकपणाबद्दल स्पष्टीकरण देऊ लागले. अगदी माझ्या वडिलांशीसुद्धा मी हाच मुद्दा पकडून वाद घातला आणि स्वत:च्या कृत्याचं समर्थन केलं. कदाचित मी त्याहीपुढं, इतरांना आणि स्वत:ला अशीच फसवत राहून, स्वत:च्या मतांसाठी ठामपणे उभी न राहता, आयुष्यभर भीतीच्या छायेत जगत राहिले असते; पण तसं न होण्याचं निमित्त झालं ते माझ्या एका शिक्षिकेनं, श्रीमती आझिमीनं माझ्यासमोर आपल्या वर्तनानं ठेवलेल्या उदाहरणाचं.

तसं म्हटलं तर आझिमीमॅडम नारे लावत, मोर्च्यांमध्ये सहभागी होत विरोध दर्शवणाऱ्यांपैकी कधीच नव्हत्या. शांत, सौम्य प्रकृतीच्या ह्या शिक्षिका आम्हाला इतिहास शिकवायच्या. इतिहास हा विषयच असा आहे की, अगदी लोकशाहीमध्येसुद्धा शिकवताना, शिक्षकाच्या ज्ञानाचा आणि त्या विषयाप्रतीच्या उत्कटतेचा कस लागतो. मग इस्लामी प्रजासत्ताकात तर इतिहास शिकवणं म्हणजे तारेवरची कसरतच म्हणायला पाहिजे. जसं दुसऱ्या महायुद्धानंतरच्या जपानमध्ये इतिहासाच्या पाठ्यपुस्तकांमध्ये जपानच्या युद्धामधल्या भूमिकेचं वेगळंच (अर्थात सोईस्कर) वर्णन केलेलं होतं; तसंच इराणमधल्या इस्लामी प्रजासत्तेच्या राजवटीतल्या इतिहासाच्या पाठ्यपुस्तकांमध्ये ऐतिहासिक घटनांचं वर्णन केलं गेलं होतं, जसं ते सरकारला मान्य होतं. अर्थातच त्यामुळं सत्य व अतिरंजकता किंवा तद्दन असत्य, ह्याची मनमुराद सरमिसळ असलेला इतिहास आम्हाला शिकवण्यात येत असे. मात्र त्याही परिस्थितीत आझिमीमॅडम, आपल्या सौम्य पण तरीही निडर पवित्र्यानं, आम्हाला त्या सरमिसळीमधून असत्याचे खडे वेचून काढून, खरा काय तो इतिहास हुडकून दाखवायच्या. कधी नजरेनं तर कधी एखाद्या चतुर शेऱ्यानं, मॅडम आम्हाला वास्तवात घडलेला इतिहास चितारून दाखवत असत. त्यांच्या ह्या क्लृप्त्यांमुळं, माझ्यासारख्या कुतूहलसंपन्न विद्यार्थ्यांचा उत्साह शिगेला पोहोचे. जसजशा आझिमीमॅडम, सरकारनं इतिहासावर टाकलेला पडदा हलकेच बाजूला सारून आम्हाला एका निराळ्या, जोशपूर्ण इतिहासाचं दर्शन घडवू लागल्या, तसतशी आमची उत्सुकता आणखीनच चाळवली जाऊ लागली. आम्ही प्रश्न विचारू लागलो, त्याची पाठ्यपुस्तकापेक्षा निराळीच उत्तरं मिळू लागली. (अर्थात मॅडम आम्हाला स्वत:हून

ती उत्तरं कधीच देत नसत. वर्गामध्ये त्या तेच शिकवत, जे पाठ्यपुस्तकांमध्ये लिहिलेलं असे; पण नंतर मात्र त्या आम्हाला वेगवेगळ्या पुस्तकांची नावं सुचवून, अवांतर वाचन करून, इतिहासाचं खरं ज्ञान मिळवण्यासाठी उत्तेजित करत.)

माझ्यावर आझिमीमॅडमचं खूपच मोठं ऋण आहे. सत्य आणि असत्य ह्यांमधला फरक जाणून उघड्या डोळ्यांनी जीवन जगण्याची माझी लालसा बघितल्यावर, आझिमीमॅडमनं मला त्यांच्याकडची अशी कैक पुस्तकं वाचायला दिली, जी इस्लामी क्रांतीनंतर मिळणं अशक्य होऊन बसलं होतं. त्या पुस्तकांमधून मला जे ज्ञान मिळालं ते केवळ अद्वितीय होतं.

मला माहितेय की, इतिहासामध्ये कुठल्याही प्रश्नाचं निर्विवाद असं उत्तर मिळणं कठीण किंबहुना अशक्य असतं. पण तरीही तुलनाच करायची झाली तर तर्क, अभ्यास आणि विचार ह्यांची सर्वाधिक सांगड असलेला इतिहासच आपल्याला सगळ्यात जास्त भावतो. माझ्या बाबतीतही तेच झालं. मी असा दावा तर नाही करू शकत की, आझिमीमॅडमनं दिलेली पुस्तकं मी सुरुवातीपासून अतिशय उघड्या आणि वस्तुनिष्ठ विचारांनं वाचली; पण मी ती संपूर्णतः पूर्वग्रहदूषित मनानंही वाचली नाहीत. हळूहळू मला त्या पुस्तकांमधला आणि आमच्या पाठ्यपुस्तकांमध्ये चितारलेल्या इतिहासांतला फरक कळू लागला आणि हेसुद्धा लक्षात येऊ लागलं की, पाठ्यपुस्तकांपेक्षा आझिमीमॅडमच्या पुस्तकांमधला इतिहास अधिक सच्चा वाटतो.

काय खरं, काय खोटं हे ओळखण्याची माझ्याकडे कुठली दैवी अथवा अलौकिक शक्ती होती, असं मी मुळीच म्हणणार नाही; पण पाठ्यपुस्तकातला मजकूर आम्हा विद्यार्थ्यांना प्रश्न विचारण्याची संधीच देत नाही आणि आझिमीमॅडमनं दिलेल्या पुस्तकांतल्या मजकुरामध्ये वाचकाला आपलं मत नोंदवण्याची वा अगदी मतभेद राखण्याचीही संधी उपलब्ध आहे, एवढं लक्षात येण्याइतपत प्रगल्भता तोपर्यंत माझ्यात निश्चित निपजली होती. सगळ्यात महत्त्वाची बाब म्हणजे, आझिमीमॅडमनं दिलेल्या पुस्तकांमध्ये प्रत्येक ऐतिहासिक दाव्याला दिलेल्या पुराव्यांची जोड म्हणजे आमच्या दृष्टीनं थंड वाऱ्याची झुळूक होती.

पुरावे! आहाहा! आमच्या एरवीच्या अस्तित्वामध्ये किती परकी कल्पना होती ही! पण आझिमीमॅडमनं दिलेल्या पुस्तकांमधले पुरावे जणू आम्हा वाचकांना असं ठासवून सांगत होते की, 'प्रिय वाचकांनो, आपली बुद्धी वापरा. जे काही वाचताय ते उघड्या डोळ्यांनी आणि त्याहीपेक्षा, उघड्या मनाने वाचा. नुसतं इथे काही लिहिलंय म्हणून त्यावर आंधळा विश्वास ठेवू नका. विचार करून बघा की, तुम्हाला ते पटतंय का आणि नसेल पटत तर त्याची कारण मीमांसा करा.'

जसजसं माझं आझिमीमॅडमच्या पुस्तकांचं आणि आमच्या पाठ्यपुस्तकांचं समांतर वाचन वाढत गेलं, तसतशी मला इराणशी निगडित कित्येक ऐतिहासिक घटनांची

दोन-तीन, प्रसंगी चार निरनिराळी वर्णनं समजू लागली. सदर वर्णनांतलं कोणतं खरं मानायचं, हे वाचकांवर अवलंबून असायचं. मी जेव्हा आझिमीमॅडमनं दिलेली पुस्तकं वाचू लागले, तेव्हा सुरुवातीला माझ्या हे लक्षात आलं नाही की, जगभरातल्या देशांमध्ये असेच प्रकार चालतात. त्या-त्या देशांमधल्या धर्मांध नेते, अत्याचारी सत्ताधारी किंवा अगदी लोकांनी निवडून दिलेल्या राजकारण्यांना रुचेल असाच त्या देशाचा इतिहास लिहिला जात असतो. प्रसंगी, त्याचा मोठाच कायापालट केला जात असतो.

इराणबाबत बोलायचं तर, आमच्या नशिबानं, इराणच्या उच्च माध्यमिक शाळांमध्ये शिकण्याचा एक फायदा असा मिळाला की, आम्हाला तत्त्वज्ञान हा विषय निवडण्याचा पर्याय होता. तत्त्वज्ञानाच्या वर्गामध्ये – अगदी ॲरिस्टॉटलपासून सार्त्रपर्यंत – विचारवंतांच्या मतप्रणालींचा सखोल अभ्यास करून त्याबाबत चर्चा, विवाद वगैरे करण्याची मुभा होती. त्याद्वारे आम्हाला आमच्या अशा कैक प्रश्नांची उत्तरं मिळत गेली, जी एरवी उघडपणे विचारण्याची आम्हाला सामाजिक/राजकीय परवानगी नव्हती. तत्त्वज्ञानाच्या वर्गामध्ये लाभलेल्या तर्कशुद्ध विचार करण्याच्या, प्रश्न विचारण्याच्या आणि प्रत्येक गोष्टीचा सर्वांगीण विचार करण्याच्या सवयींमुळं आमच्या ज्ञानाच्या कक्षा फार उत्तम रीत्या रुंदावल्या आणि आम्हाला आयुष्यभरासाठी समृद्ध करून गेल्या.

महाविद्यालयात गेल्यावरही मला सौ. इब्राहिमी नावाच्या उत्कृष्ट शिक्षिका लाभल्या, ज्यांनी आझिमीमॅडमप्रमाणेच मोठ्या शिताफीन्र्हे, प्रिंटह्लक्ष्सॉंदयझ/ अ□टरुेंना प्रश्न विचारायला, स्वतःची बुद्धी वापरून खऱ्या-खोट्यातला फरक समजून घ्यायला शिकवलं. वरिष्ठांचा रोष न ओढवता आमच्यामध्ये हे गुण रुजवण्यासाठी, इब्राहिमीमॅडम वर्गामध्ये एखादा विषय सुरू करायच्या आणि मग आम्हाला 'आता मी जरा वेळासाठी वर्गाबाहेर जातेय. परत येईन तेव्हा तुम्ही सगळे शांत बसलेले दिसायला हवे मला! समजलं?' असं सांगून त्या बाहेर जायच्या. त्यांची पाठ वळताक्षणी आम्ही अगदी विद्यार्थिसुलभ स्वभावानुसार नेमकं तेच करायचो, जे मॅडमनं आम्हाला करायला वर्ज्य केलं असायचं. परिणामी, थोड्या वेळानं मॅडम परत आल्या की, त्यांना आम्ही सगळे वेगवेगळे गट करून हिरिरीनं वाद घालत आपले मुद्दे ठसवताना दिसायचो. आम्हाला हे समजायला खूप वेळ लागला की, आम्हाला मोकळं सोडून, इब्राहिमीमॅडम दुसऱ्या वर्गात जाऊनसुद्धा तीच क्लृप्ती वापरायच्या. आज मागं वळून पाहताना मला आमच्या ह्या उत्कृष्ट शिक्षिकांच्या चातुर्याचं निरतिशय कौतुक वाटतं. आज इराणमध्ये जे काही थोडंफार सत्य तग धरून उभं आहे, ते अशाच शिक्षिकांच्या कार्यामुळे उभं आहे असं माझं तरी ठाम मत आहे.

१३

मला नक्की माहीत नाही, पण बहुधा सकाळ झालेली दिसतेय. नेहमीप्रमाणे शून्यात नजर लावून बसून मला किती तास लोटले आहेत, ठाऊक नाही. बहुतेक मी आज पहिल्या प्रार्थनेची बांग चुकवलेली दिसतेय. किती वेळ झालाय मला असं इथं बसून? बारा तास? दहा मिनिटं? चार सेकंद? देव जाणे! काळ-वेळेचं गणित इथं काही लक्षातच येत नाही बुवा! बरं, जेवणाच्या हिशोबानं वेळेचा अंदाज लावावा, तर प्रत्येक जेवणाला सारखेच पदार्थ दिले जात – पाव, ऑलिव्हची फळं आणि मांस किंवा माशाचं कसलंसं कालवण.

बहुतेक मी झोपले असावे; मला नेमकं लक्षात येत नाहीये पण ज्या अर्थी झोपेतून जागं झाल्यावर असते तशी पेंग डोळ्यांवर आहे, त्या अर्थी मी झोपले असावे. जरा अधिक भानावर आल्यावर, सगळ्यात आधी जाणवतो तो फरशीचा कडकपणा आणि अंगात भरलेली हुडहुडी. त्यानंतर सवयीनुसार डोक्याकडे हात जातो आणि तिथं उरलेल्या केसांच्या टोकेरी स्पर्शाने अंगावर शहारा येतो. डोळ्यांत टचकन पाणी येतं आणि मनात राग दाटून येतो. पण क्षणभरात तो राग वाफेसारखा विरूनही जातो; कारण त्या क्षणी तरी, त्या रागाला टिकवून धरण्यासाठी लागणारं मानसिक बळ माझ्यात उरलेलं नसतं.

थोड्या वेळानं, दरवाजावरच्या फटीमधून पुन्हा ती काळी पट्टी आत टाकली जाते. म्हणजे मला पुन्हा चौकशीसाठी नेण्यात येणार आहे तर! त्याहून अधिक विचार करण्यासाठी माझ्याकडे वेळ नसतो; कारण शिपाई मला नेण्यासाठी यायच्या आत जर मी डोळ्यांवर पट्टी चढवून तयार नसेन, तर मला शिक्षा ठोठावली जाते आणि सध्या माझ्यात कुठलीही शिक्षा भोगण्याचे त्राण उरलेले नाहीये.

मी निमूट डोक्यावर रुमाल बांधून डोळ्यांवर पट्टी चढवते. ही जर खरंच सकाळ असेल, तर इतक्या लवकर चौकशीसाठी बोलावलं जाण्याची ही पहिलीच

वेळ म्हणायला हवी. हा कुठला अशुभ संकेत तर नाही? अर्थात तसं म्हटलं तर ह्या तुरुंगामध्ये शुभ-संकेत अशी कुठली चीज आहे म्हणा?

हा विचार मनात आल्यावर, माझ्या जिवाचा थरकाप उडतो. शिपायानं कोठडीचा दरवाजा उघडेपर्यंत तर मी इतकी थरथर कापत असते की, धड उठून चार पावलं चालणंसुद्धा कठीण होऊन बसलं असतं. 'ही माणसं काहीही करू शकतात, काहीही करू शकतात, काहीही करू शकतात...' असं मनाशी घोकत मी कशीबशी कोठडीबाहेर पडते.

मला न्यायला आलेला शिपाई खस्सकन माझा हात पकडून भरभर चालण्याचा हुकूम देतो. भीतीनं गोठलेल्या आवाजात मी त्याला विचारते, "तुम्ही मला कुठं नेताय?" मला ठाऊक आहे की, तो मला चौकशीसाठीच घेऊन चाललाय; पण माझ्या बिथरलेल्या अवस्थेत मला अशी भीती वाटू लागते की, तो मला शिरच्छेदनासाठीच घेऊन चाललाय. आणि तसं असेल तर मला काही क्षणतरी माझ्या आप्तस्वकीयांचं स्मरण करण्यासाठी मिळायला हवे. आई-वडिलांचं शेवटचं दर्शन न होताच जर मी मारली जाणार असेन, तर मला किमान मनातूनतरी त्यांचा निरोप घ्यायचाच आहे. कारण मला माहितेय की, ही माणसं त्यांना माझ्या मरणाची साधी बातमीसुद्धा कळवणार नाहीत. पण अर्थातच माझ्या प्रश्नाचं काही उत्तर मिळत नाही. उलट, तो शिपाई मला दटावतो, "निमूट पुढे चालत राहा!"

त्याच्या दटावणीला घाबरून मी दोन पावलं पुढे चालते ना चालते तोच... अचानक माझे पाय थबकतात. डोळ्यांवर पट्टी असूनसुद्धा, माझं मन मला सांगू लागतं की, हा नेहमीच्या चौकशी-कक्षाकडे जाणारा मार्ग नाहीये! कुठे नेत आहेत मला? प्रचंड भीतीनं, मी जागीच खिळून उभी राहते. पुन्हा एकदा तो शिपाई माझ्यावर खेकसतो, "चल, चल...थांबू नकोस!"

"तुम्ही मला कुठं नेत आहात? खरं सांगा?...प्लीज!"

"एका छानशा हॉटेलमध्ये... आवडेल ना तुला तिथे जायला?" असं म्हणून तो दुष्ट माणूस खदखदू लागतो.

"प्लीज माझ्यावर दया करा. मला कुठं नेत आहात एवढंच सांगा."

पण माझ्या विनंतीकडे कानाडोळा करून, शिपाई मला पुढं फरफटत नेऊ लागतो. मी पाय रोवून असल्या ठिकाणी उभी राहण्याचा प्रयत्न करू लागते, तसा तो शिपाई माझ्या खांद्यावर जोरात फटका मारून मला पुढं जायला भाग पाडतो. मला पुन्हा ह्यांचा मार खायचा नाहीये. मागे एकदा ह्यांचा मार खाल्ल्यावर माझी परिस्थिती इतकी वाईट झाली होती की, त्या आठवणीनं आताही माझा थरकाप उडतो. पण मला ह्याच्या सोबतही जायचं नाहीये. नक्कीच हे मला कुठल्यातरी भयंकर जागी नेत आहेत...

पण त्या धडधाकट शिपायासमोर माझा जोर कमी पडतो. काही वेळ चालून, आम्ही एके ठिकाणी थांबतो. शिपाई आपल्याकडच्या किल्लीनं एक दरवाजा उघडून मला आत ढकलतो. मग तिथल्या खुर्चीवर बसवून, मागून माझे हात बांधून टाकतो आणि स्वत: बाहेर निघून जातो.

आता मी त्या खोलीमध्ये एकटीच बसलेली आहे आणि जसजसा वेळ पुढे जातोय, तसतसं माझ्या डोक्यात नाही नाही ते विचार घुमू लागले आहेत. आज माझ्यावर काय अत्याचार करण्याचा विचार आहे ह्यांचा? बलात्कार? नाही! नाही! देवा, माझ्यावर कृपा कर. एक वेळ तो मार पतकरला, पण असलं काही भीषण व्हायला नको. मार पतकरला असं मी म्हणतेय खरी, पण तेवढं तरी सहन करण्याचे त्राण माझ्यात उरलेय का? छे!... मला लक्षात येतंय की, शारीरिक शक्तीच्या अभावामुळं, माझं मन मला पुढे येऊ शकणाऱ्या संकटांना सामोरं जाण्याची शक्ती देऊ पाहत आहे.

वेळ पुढे सरकत जातोय आणि मी वाट पाहत बसलेय. मध्ये कधीतरी खुर्ची सरकवण्याचा प्रयत्न केला तेव्हा लक्षात आलं की, ती खुर्चीसुद्धा जमिनीला जखडलेली आहे. एका जागी बसून वैताग येत चाललाय. डोळ्यांवरच्या पट्टीमुळे काही दिसतसुद्धा नाहीये. छे! ह्यांना आज मला इथं कशाला आणायचं होतं? त्यापेक्षा नेहमीच्या चौकशी-कक्षात नेलं असतं, तर इतकी भीती वाटली नसती. मानवी मनाची कशी गंमत असते पाहा – ह्या अज्ञात जागेत थांबण्यापेक्षा मला आता त्या नेहमीच्या जागेतला अत्याचारही चांगला वाटू लागला आहे. त्या जाड्या माणसाच्या अंगाचा घाणेरडा वास, त्या खोलीची ठरावीक रचना या गोष्टी आता ह्या क्षणी हव्याहव्याशा वाटू लागल्या आहेत. गेल्या काही दिवसांत, माझ्या नकळत, माझं मन आणि शरीर काही ठरावीक गोष्टींना अंगवळणी पडू लागलं आहे. म्हणूनच, मध्येच असं काही वेगळं समोर येऊन ठाकलं की, ते पचनी पडायला जड जात आहे.

अजून कोणीच कसं येत नाहीये? किती वेळ झाला असेल मला इथं बसून? तासभर तरी? हो, नक्कीच झाला असेल. मग अजून कोणीच कसं आलं नाही? कोणाची चाहूल लागते का हे बघण्यासाठी मी कानोसा घेऊन बघते. पण नाही, बाहेर अगदी सुनसान दिसतंय.

आतापर्यंत माझ्या डोक्यात भीतियुक्त विचार तरळत होते; पण आता त्याचाही कंटाळा येऊ लागलाय. सगळ्या प्रार्थना म्हणून झाल्या आहेत. सटरफटर गोष्टींची उजळणी करून झाली आहे. तरीही कोणी येत नाहीये. नेमकं चाललंय तरी काय? आणि मला ह्या लोकांनी कुठं आणून ठेवलंय? वासावरून तरी असं वाटतंय की, हे कुठलंसं दमट तळघर आहे. अरे बाप रे! हे विसरून तर नाही ना गेले, की मी इथं आहे?

आता माझ्या बांधलेल्या हातांना बधिरता जाणवू लागली आहे. तरी नशीब, मला बोटं तरी हलवता येत आहेत; नाहीतर अजूनच वांदे झाले असते पण आता इथं बसून बसून शरीराला रग लागली आहे. पाठ, कंबर, मान, सगळं जखडून गेलं आहे. लघवीला जावंसं वाटतंय... बकाबका ओकावंसं वाटतंय.

दोन तास गेले असतील नाही आतापर्यंत? अजून किती वेळ असंच बसावं लागणार आहे? कदाचित अजून तासभर? त्यानंतर प्रश्नकर्ता आत येईल आणि मला दोन-चार मुस्कटात भडकवून म्हणेल, 'तू नालायक आहेस, गद्दार आहेस!' हो, हो! आहे मी गद्दार! काय करशील? काय करू शकशील रे तू? मारून टाकशील ना? टाक मारून! ह्या अत्याचारांपेक्षा एकदाच काय तो मृत्यू आलेला पतकरला मला.

आता मला ह्या लोकांबद्दल वाटत असणारी भीतीसुद्धा विझत चालली आहे. नीरसपणानं माझ्यातल्या भीतीवर मात केली आहे. ज्या लोकांना वर्षानुवर्ष एकांतात तुरुंगवास भोगायला लागतो, ते त्या भयाण एकटेपणावर मात करण्यासाठी आपल्या मेंदूला कुठल्या प्रकारचं प्रशिक्षण देत असतील? काय विलक्षण व्यक्तिमत्त्व आणि मानसिक बळ असेल त्यांच्याकडे! माझ्याकडे तर असली कुठलीच साधनं नाहीयेत. ह्या मूर्ख प्रश्नकर्त्यांना हे समजत नाहीये का? मी तर इतकी दुर्बळ आहे की, त्यांनी मला एकदा जरी बेदम चोप दिला, तर मी पार मोडून निघेन. मी कोणी धैर्यवान, निडर झाशीची राणी नाहीये. एक अतिसामान्य मुलगी आहे, जिच्यात इतकासाही त्रास भोगण्याची शक्ती नाहीये. मग का हे लोक माझ्याशी असं खेळत आहेत? सरळ एका झटक्यात मला तोडून मोडून टाकण्याऐवजी, मांजरानं उंदराला खेळवावं तसं हे माझ्याशी का खेळत आहेत?

अजून थोडा वेळ जातो. आतातर मला पक्कं असं वाटू लागतं की, हे लोक मला विसरून गेले आहेत. त्या विचारानं, मला अजूनच कापरं भरतं. मी क्षीण आवाजात हाक मारते, "हॅलो! कोणी आहे का बाहेर?" पण काहीच उत्तर मिळत नाही. छे! इतके कसे हे लोक बेजबाबदार? मी त्यांची बंदिवान म्हणून इथं आहे ना? मग माझ्यावर पाळत ठेवायला कुणी दरवाजावर ठेवायला नको? असं एकटं सोडून जातात का मला?

माझी मान आणि पाठ आता ठणकू लागली आहे. गेलेत कुठं सगळेजण? कसलीच चाहूल लागत नाहीये.

अजून काही वेळ लोटतो. आता मला ही शांतता असह्य होऊ लागलीय. मी जोरजोरात ओरडू लागते, "अरे, कोणाला माझी आठवण आहे की नाही? आणि ही अशी करता तुम्ही तुमची कामं? कैद्याला मारण्या-झोडण्याऐवजी तिला तासन्‌तास एका जागी बसवून ठेवता?" पण तरीही कुणाचा प्रतिसाद येत नाही. हे बघून माझा पारा आणखी वर चढतो. आता मी वेड लागल्यागत किंचाळू लागते, "ए! कोणी

आहे का बाहेर? असलास तर कान उघडून ऐक! मला तुला माझ्या दुष्कृत्यांची यादी वाचून दाखवायची आहे. भलीमोठी यादी आहे. आत आलास तर जास्त चांगल्या रीत्या ऐकता येईल. ये! आत ये! मी काय सांगतेय ते ऐक! ये!''

माझा हा आरडाओरडा सुरू असताना अचानक दरवाजाची खिट्टी उघडल्याचा आवाज येतो. 'आलं! कुणीतरी मला नेण्यासाठी आलं!' माझ्या सुपीक डोक्यातली कल्पना फळाला आली ह्या आनंदात मी हुश्श करणार, इतक्यात, तो मनुष्य माझ्या जवळ येतो आणि एका झटक्यात माझ्या तोंडावर काळी चिकटपट्टी डकवून पुन्हा बाहेर पडतो.

'वा! झारा, वा! फारच हुशार निघालीस की तू! बाहेर पडण्याऐवजी आतातर अशा परिस्थितीत अडकलीयेस की, धड काही दिसत नाहीये; हात बांधलेले आहेत त्यामुळे काही करताही येत नाहीये आणि आता तर आवाजही बंद झालेला आहे!'

आतापर्यंत फक्त शरीर ठणकत होतं; पण आतातर श्वासोच्छ्वासच कठीण होऊन बसलाय. फुप्फुसं दुखू लागली आहेत. हळूहळू अंग बधिर होऊ लागलंय. डोळ्यांतून वाहणाऱ्या अश्रूंची संततधार आता सवयीची झाली आहे.

अचानक मला भूक लागल्याची जाणीव होते. किती तास लोटले मला काही अन्न पोटात ढकलून? अक्षरश: काही युगं लोटल्यासारखी वाटत आहेत. पण इतकी भूक लागली असूनही, अन्नाचा विचार मनात येताच अचानक उलटीची उबळ येते. मी ती उबळ दाबून धरण्याचा खूप प्रयत्न करते. पण काही उपयोग होत नाही. माझ्या नकळत, तोंडामध्ये ओकारी भरून येते. मी तिला आत ढकलायचा प्रयत्न करते पण तरीही ती परतत राहते. मग मी नाकामार्गे ओकारी बाहेर काढण्याचा प्रयत्न करते, तर त्या दर्पाने मला शिसारी येते.

मध्येच कधीतरी मी खडबडून जागी होते, तेव्हा लक्षात येतं की, माझ्या अंगावर थंडगार पाणी मारलेलं असतं. अरेच्च्या! म्हणजे मी मध्ये कधीतरी बेशुद्ध झाले होते तर! जागी होते, तसा माझ्या अंगाचा ठणका अजूनच तीव्र झाल्याचा जाणवतो. कधी संपणार हा छळ? आता मला त्यांचा डाव लक्षात येऊ लागला आहे. ते मला इथं विसरून वगैरे गेलेले नाहीयेत; फक्त मला तसं भासवून, माझ्याकडे दुर्लक्ष करून ते अगदी निराळ्या प्रकारे माझा मानसिक छळ करत आहेत. ते मला नक्की न्यायला येतील; मला इथं भूक-तहानेनं मरू देणार नाहीत पण नेमके कधी न्यायला येतील, ते माहीत नाही. आतातर माझ्यात ओरडण्याची काय, साधं बोलण्याचीही ताकद उरलेली नाहीये. मी इतकी गलितगात्र झालेली आहे, हा विचार खूप घाबरवणारा आहे; पण त्याबद्दल विचार करण्यापलीकडे मी काहीच करू शकत नाहीये.

अजून थोडा वेळ जातो... कदाचित बराच वेळ जातो. डोळ्यांसमोर पसरलेल्या अंधारामध्ये काळ-वेळाचं भानच उरलेलं नाहीये.

आणि आता काय?...

आता मी खेचली जात आहे. माझ्या दोन्ही दंडांना कोणीतरी पकडून खेचत असल्याची जाणीव होत आहे. तोंडावरची पट्टी काढल्याचं समजत आहे. ओकारीचा आणि (कदाचित) रक्ताचा दर्प येत आहे. मग अचानक, खेचणं थांबतं आणि कुठलासा दरवाजा उघडल्याचा आवाज ऐकू येतो. मग मला तिथल्या थंडगार जमिनीवर भिरकावलं जातं आणि पुन्हा दरवाजा बंद करण्यात येतो. ही बहुधा माझी कोठडी असावी! माझं घर! माझं घरटं! मी सुरक्षित आहे! मनातला आनंद ओसंडून वाहू लागतो. मी भराभर डोळ्यांवरची पट्टी ओढून पाहते, तर खरोखरीच मी माझ्या कोठडीत पोहोचलेली असते. आहाहा! दृष्टिसुख म्हणजे काय प्रकरण असतं, हे मला आत्ता पुरेपूर समजत आहे. काय आनंद आहे ह्यात! पट्टीला दरवाजाच्या फटीतून बाहेर ढकलून, मी माझ्या नव्यानं कमावलेल्या 'स्वातंत्र्याचा' मनमुराद आनंद लुटू लागते.

इतक्यात वरच्या कोठडीतून आवाज येतो, "तू अजून जिवंत आहेस का?"

"हो... आहे."

"कमाल आहे! तुला इथून नेऊन बारा तास नऊ मिनिटं झालेली आहेत. मला तर वाटलं की, तू काही आता परत येत नाहीस." असं म्हणून तो माणूस थोडासा खिदळतो आणि मग परत लैलाच्या नावानं खडे फोडत कण्हू लागतो, "लैला! मी तुझा खून करणार आहे लैला. देव साक्षी आहे. मी तुला असं सोडणार नाही."

दरवाजाखालून माझ्यासाठी जेवण सरकवलं जातं. मी जिथं निपचित पडलेय, तिथून मला त्या अन्नाचा सुगंध येत आहे. खरंतर त्या थाळीमध्ये कुठलीही पंचपक्वान्नं नाहीयेत. अगदी साधंसं, तुरुंगात मिळणारं मिळमिळीत अन्न आहे त्यात; पण गेले बारा तास भुकेनं कासावीस झाल्यामुळं, मला ते अन्न एखाद्या पंचतारांकित हॉटेलमधून आणल्याइतकं सुंदर वाटत आहे.

मात्र ते अन्न खायला जायच्या विचारानं शरीर आणि मनाचे द्वंद्व सुरू होते. शरीरातली एक अन् एक गात्रं थकलेली आहेत. एक पाऊलही चालण्याचे त्राण उरलेले नाहीये; पण भुकेनं वेडंपिसं झालेलं मनच अखेर जिंकतं आणि मी महत्प्रयासानं थाळी घेण्यासाठी दरवाजापाशी जाते पण थाळी हातात उचलायला जाते. तर एकही बोट वाकू शकत नसतं! मग लक्षात येतं की, गेले बारा तास घट्ट बांधले असल्यामुळं माझे हात आणि बोटं थिजून, काळे-निळे पडले आहेत. ह्या आकस्मिक समस्येनं मला रडूच फुटतं. इथं पोटात आगडोंब उसळलाय आणि साधा चमचासुद्धा पकडता येत नाहीये. नाही! मला ह्या संकटावर मात करायलाच हवी असा हिय्या करून, मी कसबसा तो चमचा हातात धरते आणि भाताचा पहिला घास तोंडात टाकते. खरंतर तो भात कच्चा आणि शिळा असतो आणि त्यावरच्या रश्श्याला तर कचराकुंडीचा वास येत असतो. पण त्या क्षणी, ते जेवण मला अक्षरशः अमृतासमान वाटतं.

सकाळी उठते ती 'अझ्रान'ची (म्हणजे पहिल्या प्रार्थनेची) आरोळी ऐकतच. का कुणास ठाऊक, पण तो आवाज ऐकून माझ्या मन:पटलावर शाळेच्या वर्गामध्ये बसलेल्या सहा वर्षांच्या मुलांचं चित्र तरळू लागतं. जरा निरखून बघते तर लक्षात येतं की, त्यांतली बरीचशी मुलं माझी त्या काळची शाळा सोबती आहेत. अचानक माझं लक्ष वर्गाच्या दुसऱ्या बाजूला गेल्यावर लक्षात येतं की, तिथं मीच उभी आहे – म्हणजे माझी सहा वर्षांची मूर्ती उभी आहे. अरे! पण माझ्या चेहऱ्यावर एवढी नाराजी का दिसतेय? लहानपणी मी कधीच अशी चिडखोर वा रडकी नव्हते. म्हणजे, नक्कीच काहीतरी बिनसलेलं दिसतंय. पण काय? ... मी त्या दिवसाची आठवण उजळून पाहू लागते. त्या दिवशी काहीतरी झालं खरं; पण नेमकं काय?... असा विचार करता करता अचानक माझ्या लक्षात येतं की, मी तिथं उभी होते कारण मला शिक्षा मिळाली होती. त्या सकाळी, शाळेमध्ये ऐकू आलेल्या अरबी भाषेतल्या अझ्रानची मी खिल्ली उडवली होती. वास्तविक अझ्रानची खिल्ली उडवण्याचा माझा हेतू नव्हता; मी मस्करी केली होती ती अरबी भाषेची. त्या काळी आम्ही सगळीच मुलं अरबी भाषेची टर उडवायचो. आमच्या लेखी मूर्ख असलेल्या त्या अरबांची भाषा शिकण्याची, लिहिण्याची, वाचण्याची आमच्यावर जी सक्ती केली गेली होती, तिचा आम्हाला मनापासून राग होता. माझ्या झोरोस्ट्रीयन घरामध्ये तर अरबी भाषेचा विशेष द्वेष केला जात असे. ज्या लोकांनी चौदाशे वर्षांपूर्वी पर्शियावर आक्रमण करून तिथल्या लोकांना नामोहरम केलं, त्यांची भाषा आपण का म्हणून आत्मसात करावी, असं माझ्या कुटुंबीयांचं मत होतं. लहानपणापासून हेच मत ऐकत आल्यामुळं साहजिकच, शाळेमध्ये अरबी भाषेची टर उडवण्यात मीच अग्रेसर असायचे. म्हणूनच सदर आठवणीनुसार, मला माझ्या त्या खोडसाळपणाबद्दल संपूर्ण वर्गासमोर शक्य तितक्या जोरात अझ्रान म्हणण्याची शिक्षा फर्मावली गेली होती. मला आठवतंय, मी ती शिक्षा पाळली होती खरी; पण असं काही विव्हळल्यासारखं अझ्रान म्हटला होता, की विचारता सोय नाही.

नवा दिवस तर सुरू झालाय, पण माझ्या ह्या कोठडीमध्ये मला सगळेच दिवस सारखे! इथे वेळ कसा घालवावा; हा सर्वांत मोठा प्रश्न असतो. विचार करता करता नकळत हात डोक्याकडे जातो आणि तिथं उगवलेल्या केसांच्या थोटकांवर फिरत राहतो. किती विद्रूप दिसत असेन ना मी आता? कुणी मला ह्या अवस्थेत बघितलं. तर घाबरून पळून जाईल. त्या प्रश्नकर्त्यानं माझ्या दुखऱ्या नसेवर बोट ठेवलं होतं. त्याला माहीत होतं की, कुठल्याही तरुण मुलीप्रमाणे मला माझं रूप चांगलं ठेवण्याची खूप काळजी होती. म्हणून त्यानं ते बरोबर हेरून माझं रूपच बिघडवून टाकलं; जेणेकरून माझ्यातल्या आत्मविश्वासाच्या चिंधड्या उडतील. हो, त्याचा उद्देश सफल झाला खरा; पण थोड्या वेळापुरताच. आता मला कसलीच काळजी

वाटेनाशी झालीय. माझं रूपच हिरावून घेतलंत ना? घ्या नालायकांनो, घ्या! नाहीतरी इथं कोणाला माझं सौंदर्य दाखवत मिरवायचंय मला? एरवी बाहेरच्या जगात, मुलीच्या जातीला चांगलं रूप असणं म्हणजे वरदान असतं; पण इथं मात्र त्या रूपाचा काही फायदा नाही. पण तरीही... माझे सुंदर लांब केस! माझे केस परत वाढलेच पाहिजेत.

माझं हे विचारचक्र सुरू असताना, वरचा माणूस नेहमीच्या पद्धतीनं ओरडू लागतो, "लैला! चेटकीण कुठली! मी तुला सहजपणे सोडणार नाहीये. तुझे तुकडे-तुकडे केल्याशिवाय मला चैन पडणार नाही."

आताशा, त्याचं ते बोलणं ऐकून मला वैताग येऊ लागला आहे. म्हणूनच, त्याला आवर घालण्यासाठी मी मध्येच विचारते, "ए! तुझी लैला दिसायला सुंदर होती का रे?"

माझा प्रश्न ऐकून तो माणूस क्षणभर गप्प बसतो आणि मग निःश्वास टाकून उद्‌गारतो, "हो, सुंदर होती; पण मनानं डाकीण होती, डाकीण!"

"तिचे केस लांब, सुंदर होते का रे?"

"हो, होते. काळ्या नागासारखे सळसळणारे तिचे लांबसडक केस पाहून मी वेडा व्हायचो; पण तीसुद्धा तिच्या केसांसारखीच निघाली - नागीण कुठली!"

"तुम्ही दोघं भेटलात तरी कसे?" - मी ह्यापूर्वी त्याला बऱ्याचदा हा प्रश्न विचारलेला आहे; कधी चेष्टेनं, कधी उत्सुकतेनं, पण आजही तो मला तेच उत्तर देतो. जे नेहमी देत आलेला आहे - "तुला काय करायच्यात नसत्या चौकश्या? मी नाही सांगणार."

जाऊ देत, मला काय फरक पडतोय म्हणा? कुठे का भेटले असेनात.

"ए! ऐक ना. मला एवढं तर सांग ना की, तू इथे पैशासंदर्भात काही गुन्हा केल्याबद्दल आणला गेला आहेस का?"

ह्यावर तो माणूस काही उत्तर न देता, परत लैलाला शिव्या घालू लागतो.

मग मी त्याचा नाद सोडून देते. खरंतर मला ह्या लैलाबाबत जाणून घ्यायची बरीच उत्सुकता लागून राहिली आहे; पण सध्या तरी हा माणूस काही सांगेल, असं दिसत नाहीये.

'चला झाराबाई, आपण काहीतरी वेगळा चाळा शोधू या,' असा विचार करून, मी पुन्हा डोक्याशी चाळा करत बोटानं माझ्या टकलावर गिरवत राहते 'झारा... झारा... झारा...'

१४

माझी मातृभाषा आहे फार्सी – पर्शियाची मूळ भाषा आणि नशिबानं अजूनतरी इराणची असलेली राष्ट्रभाषा. ह्याबाबत मी देवाचे नेहमीच आभार मानत आले आहे. जर अरबी भाषा इराणची राष्ट्रभाषा म्हणून नेमली गेली असती: तर आज फार्सीसुद्धा लॅटिन भाषेसारखी अस्तंगत झाली असती.

प्रत्येकालाच असं वाटत असतं की, त्याची वा तिची मातृभाषा हीच देवाच्या राज्यातली बोलीभाषा असावी. आपल्या भाषेचं माधुर्य आपण इतर कुठल्याही भाषेत पाहू शकत नाही. त्यात फार्सीसारखी मंजूळ, ओघवती भाषा तर नक्कीच देवाची आवडती भाषा असावी, असं माझं ठाम मत आहे. अर्थात फार्सीबद्दलचं माझं प्रेम माझ्या इराणवर असलेल्या प्रेमातून निपजलेलं आहे. पर्शियासारख्या काव्यमय, साहित्यमय संस्कृतीला फार्सीसारखी सुमधुर भाषाच सर्वाधिक शोभते. ही भाषा आहे प्रेमिकांची; स्वप्नात रमणाऱ्या शौकिनांची; शब्दांच्या मनोऱ्यांनी वाळवंटातही गुलाब फुलवणाऱ्या कविमनांची!

जगातील सगळ्या निराश, असह्य, अव्यवहारी, भ्रमिष्ट आणि काव्य प्रकृतीच्या लोकांच्या चित्रविचित्र कल्पनांना साज चढवणारी भाषा म्हणजे फार्सी. दारियस आणि त्याच्या राजकवींच्या इतिहासानं समृद्ध झालेल्या आणि डोळ्यांत सूरमा घालून, आपल्या मिठ्ठास बोलण्यानं भुरळ पाडणाऱ्या नर्तिकांच्या ओठांवर रुळून अधिकच गोड झालेल्या ह्या भाषेमध्ये कुठल्याही प्रश्नाचं थेट व रोखठोक उत्तर मिळणं मुश्कील! शब्दांच्या महिरपीनं प्रत्येक उत्तर सजवून त्याला प्रश्नकर्त्यासमोर नजाकतीनं पेश करण्याची वृत्ती असलेली ही भाषा म्हणजे एक निराळीच जादू आहे.

मला ह्या जादूची विशेष भुरळ पाडली ती आमच्या वाङ्मयाच्या प्राध्यापिका सौ. मोहम्मदी ह्यांनी. तत्पूर्वी मी माझ्या मातृभाषेबद्दल तितकासा विचार करायचे नाही. मला माझी भाषा नेहमीच आवडायची; पण त्यातलं आगळं सौंदर्य मला ज्यांनी

खुलवून दाखवलं त्या म्हणजे सौ. मोहम्मदीच. सा’दी ह्या विख्यात कवीच्या प्रेमकविता वाचताना सौ. मोहम्मदी आम्हाला ज्या तन्मयतेनं त्यातले संदर्भ समजावून द्यायच्या, त्यामुळे ‘प्रेमाची अस्सल भाषा ही फार्सीच’, असं माझ्या मनात पक्कं बसलेलं आहे. खरंतर जगातल्या प्रत्येक भाषेमध्ये उत्तमोत्तम पद्धतीनं प्रेम ह्या भावनेचं विविधरंगी वर्णन केलेलं आहे; पण फार्सीमध्ये त्या तरल भावनेची जी वर्णनं मिळतात, त्यानं अक्षरश: वाळवंटामध्ये फिरणाऱ्या तहानलेल्या माणसाला पाणी जितकं गोड लागावं, अशी सुखदायी अनुभूती मिळते.

वास्तविक सौ. मोहम्मदींना भाषेचं राजकारण करण्याची मुळीच इच्छा नव्हती; पण आमच्या फार्सी साहित्यामध्ये ज्या प्रकारे अरबी शब्दांची घुसखोरी झाली होती, ती कुठल्याही साहित्यप्रेमी व्यक्तीला खटकण्यासारखीच होती. सौ. मोहम्मदींचंसुद्धा तसंच होतं. म्हणूनच फार्सी कविता वा गद्यपद वाचताना जर एखादा अरबी शब्द खड्यासारखा मध्ये आला, तर मॅडम अगदी मृदूपणे, त्या शब्दाला पर्यायी फार्सी शब्द सांगून ‘ह्या ठिकाणी हा फार्सी शब्दच जास्त चपखल बसतो नाही का?’ असं म्हणून हलकेच स्मित करायच्या!

सौ. मोहम्मदींची शिकवण्याची पद्धत अगदी सौम्य असायची. त्या कधीही असा आग्रह धरायच्या नाहीत की, आम्ही त्यांच्याच दृष्टिकोनातून एखाद्या गोष्टीकडे बघायला पाहिजे. उलटपक्षी वाङ्मयाची गोडी ही त्यातल्या प्रत्येक शब्दामधून निरनिराळे अर्थ काढून, त्यामधून परिपूर्ण आनंद लुटण्यात असते, असंच त्या आम्हाला नेहमी सांगत असत.

सा’दी, हाफेझ वा रूमीच्या कविता समजावून सांगताना, त्या आम्हाला कधी मोठ्ठाली भाषणं द्यायच्या नाहीत पण तरीही, सदर काव्यांमधून पाझरणाऱ्या न्याय-अन्यायाच्या विचारांना त्या अत्यंत शिताफीनं आम्हाला समजावून सांगायच्या आणि त्याद्वारे आम्हाला आपोआपच मुल्लांद्वारे प्रचारित न्याय-अन्यायाच्या हास्यास्पद कल्पनांमधला फोलपणा ठळकपणे जाणवू लागायचा. पांढरे मोजे घातल्यावर देवाचा अपमान होतो? एखाद्या मुलावर आपलं मनापासून प्रेम जडलंय हे उघडपणे सांगितलं, तर देवाचा अपमान होतो? देवानंच निर्माण केलेल्या सूर्याची किरणं आपल्या डोक्यावर पडली तर देवाचा अपमान होतो? आणि अशी ही उन्हं झेलत, उघड्या डोक्यानं फिरणाऱ्या तरुण मुलीला तुरुंगात डांबून तिच्यावर वाट्टेल ते अत्याचार करण्यात देवाचा अपमान होत नाही? उत्कृष्ट काव्याचा हाच निकष ठरतो की, ते समाजातल्या चांगल्या-वाईट गोष्टींबद्दल भाष्य करून, जनजागृती घडवून आणतं आणि असं उत्कृष्ट काव्य लिहिणाऱ्या कुशल व्यक्ती कधीच कुठला तर्कविरहित अत्याचार आणि दांभिकपणा सहन करू शकत नाहीत. उत्कृष्ट वाङ्मय/काव्यामध्ये कधीही मानवतेच्या अध:पतनाला व जात-पात, धर्म, रंग ह्यांवरून

केल्या जाणाऱ्या भेदभावाला थारा मिळत नाही. मिळालाच तर तो फक्त त्या वाईट प्रवृत्तींचा धिक्कार करून समाज जागृती करण्यासाठी मिळतो.

सौ. मोहम्मदींनी आम्हाला शिकवलेल्या ओमर खय्यामच्या कविता मला इतक्या प्रभावित करून गेल्या आहेत की, त्यासाठी मी त्यांची आजतागायत ऋणी आहे. ओमर खय्याम नास्तिक नव्हते; पण त्यांच्या लेखी, त्यांना बऱ्याचदा देवाच्या मनातल्या इच्छा आणि उद्दिष्टे समजायची नाहीत. ते म्हणायचे, सगळ्यांनाच हे माहीत असतं की, आपण एक ना एक दिवस मरणार आहोत; पण मग भरभरून आयुष्य न जगताच, कधी मनापासून प्रेमात न पडताच, सूर्य, वारा, पाऊस ह्यांचा मनसोक्त आनंद न लुटताच मरण्यामध्ये काय गम्य आहे? मृत्यूला पुनर्जन्माची प्रथमपायरी न समजता पहिल्या आयुष्याचा अंत जाणून, ते पहिलं आयुष्य व्यवस्थित जगण्यातच मनुष्य जन्माचं सार्थक असतं, असं मानणाऱ्या ओमर खय्यामवर मुल्लांचा पराकोटीचा रोष होता, ह्यात काही आश्चर्य आहे का?

ओमर खय्यामनं आपल्या काव्याद्वारे मुल्लांच्या संकुचित विचारसरणीवर निर्भीडपणे ताशेरे ओढलेले आहेत. मी आधी म्हटल्याप्रमाणं, खय्याम नास्तिक नव्हते; पण मुल्लांनी स्वत:च्या कोत्या आणि आत्मकेंद्रित दृष्टीनुसार रंगवलेल्या देवावर टीकेची झोड उठवताना खय्यामची लेखणी कधीच डगमगली नाही.

वर्गामध्ये सौ. मोहम्मदी खय्यामच्या कविता म्हणू लागल्या की, मी हरखून जात असे. त्यामधून स्फुरण घेऊन मी कैकदा स्वत:ही काही काव्य लिहिण्याचा प्रयत्न केला आहे. सौ. मोहम्मदींना माझे हे प्रयत्न दाखवल्यावर त्या मला खूप प्रोत्साहित करायच्या.

इराणमध्ये चौकस मेंदू असणं आणि त्याबरहुकूम खुलेआम प्रश्न विचारणं ही अशक्य बाब असते. किंबहुना जगाच्या दोन तृतीयांश भागामध्ये हीच परिस्थिती आहे. पण अशा बंधनांना शिताफीनं बगल देऊन जनजागृती करण्यात फार्सी भाषेचा अमौलिक हातभार कसा आहे, हे आम्हाला सौ. मोहम्मदींनी शिकवलं. त्यासाठी मी ह्या भाषेची आणि माझ्या लाडक्या प्राध्यापिकाबाईंची सदैव ऋणी राहीन.

मी स्वत:ला इराणी समजण्यापेक्षा पर्शियन समजते, ह्यात माझा कुठला पूर्वग्रहदूषित हट्ट नाहीये. इराणचं मूळचं नाव पर्शियाच होतं. १९३५मध्ये पहलवी राजवटीनं पर्शियाचं नाव बदलून, 'आर्यन' ह्या शब्दाचा समानार्थी शब्द म्हणून इराण हे नाव ठेवलं. सदर नामकरणाद्वारे त्यांना पाश्चिमात्यांना पर्शियाच्या उच्च कुळाबद्दल सांगून त्यांच्यावर छाप पाडायची होती.

मी स्वत:ला पर्शियन मानण्याचं कारण असं की, तसं करून मी माझ्या देशाच्या शतकानुशतकांच्या इतिहासाशी नाळ जोडू शकते. कारण निव्वळ काही

दशकांच्या इतिहासानं मी स्वत:ला ओळख सांगू लागले, तर ती मलाच फार थिटी वाटेल. तसंच पर्शियाच्या अस्तित्वाच्या पहिल्या १५०० वर्षांसाठी झोरोस्ट्रीयन/पार्शी धर्म हा इथला राजधर्म होता. त्यामुळंही स्वत:ला पर्शियन मानून मी माझ्या वैयक्तिक धर्माच्या पाळामुळांपर्यंतही जाऊ शकते. कदाचित तुम्हाला हे सगळं अति-बुद्धिवादी किंवा भावनाप्रधान वाटत असेल; पण तसा माझा हेतू नाहीये. माझ्या मतानुसार इराणमध्ये जन्म झाल्याचा पुरेपूर आनंद आपण तेव्हाच उपभोगू शकतो, जेव्हा आपण इराणचा (म्हणजेच पूर्वाश्रमीच्या पर्शियाचा) संपूर्ण इतिहास आपलासा करून घेऊ शकतो आणि हा इतिहास सर्वांत सुरेख आणि सुसंबद्ध रीत्या ज्या भाषेत वर्णन केला आहे, ती भाषा म्हणजे फार्सी!

पण माझं असं ठाम मत आहे की, आमच्या संपन्न पर्शियन संस्कृतीचा नाश झाला तो अरब वा मंगोल आक्रमणांमुळे नाही; तर १९७९मध्ये इराणमध्ये विजय पावलेल्या धर्मांध प्रवृत्तींमुळे. तोपर्यंत आमच्या देशात इस्लाम आणि पर्शियन ह्या दोन्ही संस्कृत्या गुण्यागोविंदानं एकमेकांसोबत नांदत होत्या. इतिहास हा विषय कुठलेही आडपडदे न ठेवता शिकवला जात होता आणि विशेष म्हणजे माझ्या आई-वडिलांनी सांगितलेल्या आठवणींनुसार, फार्सीमध्ये अरबी शब्दांची मिसळण झाली, तर त्याचा इतका टोकाचा द्वेष केला जात नव्हता.

माझी एक इच्छा आहे : भविष्यामध्ये मला जी मुलं होतील, त्यांना फार्सी भाषा आलीच पाहिजे. एरवी त्यांनी फ्रेंच भाषा शिकावी, इंग्लिश भाषा शिकावी, कदाचित इटालियन व स्पॅनिश भाषासुद्धा शिकाव्या; पण ह्या सगळ्या भाषा नाही शिकल्या तरी फार्सी जरूर शिकावी. मला माझ्या मुलांच्या आयुष्यातल्या सौ. मोहम्मदी व्हायचं आहे. मला माझ्या मुलांना सा'दी, हाफेझ, खय्याम, रूमी आणि आताच्या पिढीतल्या सगळ्या उत्कृष्ट इराणी लेखक-कवींचं लिखाण वाचताना बघायचं आहे. आणि मग मला त्यांना माझ्याकडे येऊन हा प्रश्न विचारताना बघायचं आहे की, 'आई, आपली मूळ भाषा इतकी सुंदर आणि आशयघन असताना सरकारनं तिच्या इतक्या चिंधड्या का बरं उडवल्या आहेत?'

१५

‘‘**ए,** सांग ना. तू खरंच इथे पैशाच्या अफरातफरीबद्दल आणला गेला आहेस का?’’ पंख्याच्या घरघरण्यातून वरच्या माणसाला ऐकू जाईल, अशा टिपेच्या आवाजात मी छतावरच्या छिद्राकडे पाहत ओरडते. आम्ही गेले अर्धा तास अशाच विचित्र पद्धतीनं संभाषण साधत आहोत आणि मला ही गोष्ट अस्वस्थ करत होती की, हा माणूस इथं कुठल्यातरी आर्थिक घोटाळ्याबद्दल किंवा चोरीमारीबद्दल आणला गेला आहे. आणि माझा ‘गुन्हा’ हा होता की, मी रस्त्यामध्ये नारे लावत होते. हा भेदभाव माझ्या मनाला पटत नाहीये.

माझा मेंदू नेहमीच प्रत्येक गोष्टीला त्याच्या/तिच्या लायक पठडीमध्ये बसवण्यात तरबेज राहिला आहे आणि तसं करून, मला माझं आयुष्य सुरळीत चालल्यासारखंही वाटू लागतं. एखादी गोष्ट इकडची तिकडे झाली की, मी खूप अस्वस्थ होते. त्या स्वभावानुसार मला असं वाटतं की, एव्हिनसारख्या तुरुंगांमध्ये बलात्कारी अथवा खुनी माणसांना डांबलं जावं, हे मी समजू शकते. त्याशिवाय सरकारला ज्या लोकांकडून – म्हणजे माझ्यासारख्या व्यक्तींकडून – राजकीय धोका जाणवतो, त्यांनाही इथे डांबलं जाणं मी समजू शकते; पण ह्या तरच्या वेड्या प्रकारची लोकं, ज्यांनी गुन्हा तर केलाय पण तो कुठेही आवाज न उठवता वा अरेरावी न करता केलाय – त्यांच्यासाठी निराळा तुरुंग असायला हवा, नाही का?

मी पुन्हा त्याला तोच प्रश्न विचारते, पण परत काहीच उत्तर मिळत नाही.

‘‘बरं बाबा, नको सांगूस; पण किमान तुझं नाव तर सांगशील?’’

तुम्हाला जर असा प्रश्न पडला असेल की, मला ह्या वेड्याबद्दल इतकं जाणून घेण्यात गम्य का, तर सांगते : त्या वेड्याचे मापदंड घेऊन मी हे समजू पाहतेय की, मी जर ह्या तुरुंगामध्ये आणखी काही महिने राहिले, तर माझी अवस्था नेमकी कशी होईल? मीसुद्धा अशीच कोणाच्यातरी नावानं जोरजोरात विव्हळत राहीन का?

त्या व्यक्तीला सतत शिव्या देत राहीन का? कदाचित पाच वर्षांनी मी इथंच राहून एखाद्या नवख्या कैद्याच्या वरच्या कोठडीत बसून ह्या वेड्यासारखीच वागेन का? तसं होणार असेल तर मला आतापासूनच माझं मन घट्ट करायला हवं, म्हणून हा सगळा खटाटोप.

"सोहराब. माझं नाव सोहराब आहे." मी माझ्या विचारांमध्ये गुंतले असताना, त्याचं हे अचानक आलेलं उत्तर मला गडबडून टाकतं.

"काय? काय म्हणालास तू?"

"सोहराब. माझं नाव."

ह्यापूर्वीसुद्धा तो बऱ्याचदा असा वागलेला आहे. वेड्यासारखं बरळत असताना मध्येच शहाणंसुरतं व्हायचं. त्याला पुन्हा वेडसरपणाचा दौरा पडण्याआधी, उरलेले प्रश्न विचारून घेतलेले बरे.

"सोहराब, तू इथं किती वर्षांपासून आहेस?"

"काय माहीत? मी मोजणं सोडून दिलंय. कदाचित सात, आठ... नाही दहा वर्षं असेन. इतकी वर्षं कोण आकडेमोड करत बसणार?"

"बाप रे! दहा वर्षं?"

माझे हे उद्गार ऐकून सोहराब हसतो. पण त्याचं ते हसणं नेहमीचं वेडसर हास्य नसतं; परिस्थितीसमोर शरण गेलेल्या माणसाचं केविलवाणं हास्य असतं.

"हंऽऽऽ, बहुतेक दहा वर्षं झाली असावीत किंवा आठ तरी. काय माहीत?"

बाप रे! दहा वर्षं? मी जर ह्याच्यासारखी इथे दहा वर्षं राहिले तर माझा काय अवतार होईल? ना माझ्या तोंडात दात असतील, ना डोईवर केस. कारण तोपर्यंत, अपार उद्विग्नतेची शिकार बनून मी माझे दात आणि केस दोन्ही उपटून काढले असतील.

"देवाऽऽऽ! दहा वर्षं! दहा वर्षं!"

"शू! चूप बस! ओरडू नकोस. नाहीतर ती माणसं येऊन तुझ्यावर बलात्कार करतील. जसा मरियमवर केला होता तसाच. तुझ्याआधी मरियम ह्या कोठडीमध्ये राहत होती. तिच्यावर ह्या नराधमांनी निदर्यीपणे बलात्कार केला. मला सगळं ऐकू यायचं, पण मी काहीच करू शकायचो नाही. म्हणून सांगतो, आता तू तरी गप्प बस; नाहीतर तुझीदेखील तशीच वाट लागेल."

मला सोहराबच्या बोलण्यातलं गांभीर्य समजत होतं; पण तरीही मी स्वत:ला जोरजोरात विव्हळण्यापासून रोखू शकत नव्हते.

"दहा वर्षं!... दहा वर्षं....!" हा माझा एकच धोशा कितीतरी वेळ चालू राहतो.

शेवटी जेव्हा माझी बडबड असह्य होऊन सोहराब माझ्यावर ओरडतो, "बस गं! गप्प बस! पुरे आता!" तेव्हा कुठं मी गप्प बसते... माझ्या अंधारलेल्या भविष्याबद्दल विचार करत, त्या अंधाऱ्या कोठडीमध्ये निपचित पडून राहते.

दरवाजाच्या फटीमधून काळी पट्टी आत टाकली जाते. मी निमूटपणे जाऊन ती पट्टी उचलून डोळ्यांवर चढवते. आता मी खूप पुढचा विचार करून स्वत:ला मानसिक त्रास देणं थांबवलं आहे – किमान तसा प्रयत्नतरी करत आहे. त्यापेक्षा आज मला चौकशी-कक्षामध्ये नेमकं काय विचारलं जाईल, ह्याचा विचार करू लागते.

मी आता एखाद्या पाळीव उंदराप्रमाणं झालेली आहे. ह्या लोकांनी माझ्यावर चालवलेल्या 'अभिनव' प्रयोगांमुळं माझी विचार करण्याची शक्ती गोठून गेली आहे. दरवाजातून पट्टी पडली की, मी कुठलाही विचार न करता, कुठल्याही भावनेनं न ग्रासता, अगदी प्रशिक्षित पाळीव उंदराप्रमाणं ती पट्टी डोळ्यांवर चढवते आणि निमूटपणे शिपायासोबत चालू पडते. हरामखोरांनो! तुमचा प्रयोग यशस्वी झाला! तुम्ही माझा कणा मोडून काढलातच! जा! द्या, तुम्हाला मला जे काही कागद द्यायचेत ते द्या! जिथं कुठं माझ्या सह्या घ्यायच्या असतील, त्या घ्या! तसंही, तुम्हाला माझ्याबद्दल एवढं सगळं माहीत आहे जे मलासुद्धा माहीत नाहीये, हो की नाही? मग द्या, मी कुठं सह्या ठोकायला पाहिजेत ते सांगा; जो काही कबुलीजबाब माझ्याकडून लिहून घ्यायचा आहे तो घ्या. मला काही फरक पडत नाही.

मी नेहमीप्रमाणे अडखळत चौकशी-कक्षामध्ये येते. आता ह्या क्षणी प्रश्नकर्त्याला मी कशी दिसत असेन? बिथरलेली? निराश? हताश? हो. तशीच दिसत असेन. तो माझ्या रूपाकडे पाहून नक्कीच आत्मसंतुष्टतेनं हसत असावा. त्याच्या 'कलाकुसरीचा' त्याला सार्थ अभिमान वाटत असावा.

तो मला हातानं धरून खुर्चीत बसवतो. त्याचा तो स्पर्श माझ्या अंगावर काटा आणतो. त्यानंतर लगेचच झालेल्या खुर्चीच्या स्पर्शानं तर मी अजूनच बिथरते. ह्या तुरुंगामधून जर कधी बाहेर पडलेच, तर अशा प्रकारच्या खुर्चीवर कधी ऐसपैस बसू शकेन, असं नाही वाटत मला.

आज माझा प्रश्नकर्ता म्हणून तो जाडा, घाण वासाचा माणूस आला आहे. टेबलावरचे काही कागद इथंतिथं करत, तो आपल्या ठरावीक पद्धतीनं चौकशीला सुरुवात करत मला विचारतो, "हंऽऽ, तर कुठे होतो आपण मागच्या वेळी?" आणि मग काहीतरी आठवल्याचा आविर्भाव करत उद्‌गारतो, "हं, लक्षात आलं. मी तुला असं विचारत होतो की, तुम्हाला परदेशातल्या कुठल्या सरकारविरोधी संस्थेचा पाठिंबा होता का?"

अरे? त्यानं आधी कधी मला हा प्रश्न विचारलेला आहे का? असेल तर मी त्या वेळी काय उत्तर दिलं होतं बरं? हो, की नाही. मला तर काहीच आठवत नाहीये. खरं उत्तर सांगायचं तर, नाही. ती कल्पनाच हास्यास्पद आहे. आम्हाला कुणाचंही आर्थिक पाठबळ वा इतर कुठल्या प्रकारचा पाठिंबा नव्हता. आमच्यापैकी कुणाला

जर बासिजींनं झोडपलं तर त्याची इस्पितळाची बिलं भरण्यासाठीही आमच्याकडे पैसे नसायचे. आम्ही सगळी तरुण मुलं एकत्र आलो ते एका समान ध्येयापायी; आमच्या देशाला चांगलं नेतृत्व लाभावं ह्या समान इच्छेपायी. आम्हाला कोण पैसा देणार?

"नाही. आम्हाला असल्या कोणत्याही संस्थेचा पाठिंबा नव्हता."

"काय म्हणतेस? खरंच? बऽऽरं! मग मला एवढं तर सांगशील की, अराश हजरतीचे लॉस एंजलिसमधल्या इराणी टीव्ही वाहिन्यांशी किंवा लंडनमधल्या रेडिओ स्टेशनांशी काही लागेबांधे होते का? तिथं त्याचे कोणी मित्र वगैरे?"

काय म्हणावं ह्या माणसाच्या विनोदबुद्धीला? अमेरिका किंवा ब्रिटनमध्ये जी इराणमधली माणसं आहेत, त्यांना आमच्याप्रमाणे देशासाठी काही ठोस सुधारक पावलं उचलण्याऐवजी, त्या देशांमध्ये बक्कळ पैसा कमवून त्यापैकी काही रक्कम ह्या वाहिन्या वा रेडिओ स्टेशनं चालवणाऱ्या संस्थांना देण्यात जास्त गम्य असतं. हे लोक स्वत:ला 'अस्सल पर्शियन' म्हणवून घेतात खरी; पण वास्तविक ते आमच्या सरकारचीच प्रतिकृती असतात. संधी मिळाली तर तेसुद्धा आम्हाला तुरुंगात डांबायला मागंपुढं पाहणार नाहीत आणि अशा माणसांचा हातभार असलेल्या वाहिन्या व रेडिओ स्टेशनांमध्ये आमच्यासारख्यांना काय रस असणार?

"नाही. आमच्यापैकी कोणी त्या वाहिन्या बघतसुद्धा नाही."

"कमाल आहे! बरं मला सांग, तुला किंवा अराशला कधी कोणी मुलाखतीसाठी किंवा कुठली माहिती मिळवण्यासाठी संपर्क केलाय का? तुम्ही कुठल्याही वर्तमानपत्राला माहिती पुरवत होतात का?"

मुलाखती? आमच्या? ह्या माणसाला वेड तर नाही ना लागलं? की, हा नशेत आहे? आमच्या कोण मुलाखती घेणार? निव्वळ पोरं आम्ही! आमच्या बोलण्यामध्ये कोणाला इतका रस असणार? आणि तसंही आमचा कोणी नेतासुद्धा नव्हता की, ज्याची मुलाखत घेतली जाईल. आम्ही सगळे एक गट होतो.

"नाही. तसं काही कधीच झालेलं नाही."

"बऽऽरं... पण समज तसं झालंच असतं, तर तुम्ही मुलाखत वा माहिती द्यायला तयार झाला असता का? काय वाटतं तुला?"

"नाही. माझ्याकडे काहीच बोलण्यासारखं नव्हतं. मग मी काय आणि कसली उत्तरं देणार होते?"

"हंऽऽ, ते पण झालंच. पण मग समज जर आम्ही तुला इथून मुक्त केलं आणि मग अशी कुठली संधी उद्भवली, तर तू काय करशील बरं?"

माझ्या डोळ्यांवर पट्टी होती म्हणून; नाहीतर, ह्या प्रश्नावर मी डोळे मोठ्ठाले करून, प्रश्नकर्त्याला अगदी साभिनय माझं उत्तर दाखवलं असतं! "छे! छे! तसं काही करण्यासारखं मला स्वप्नातसुद्धा वाटणार नाही."

साभिनय दाखवता आलं नाही, तरी मी प्रश्नकर्त्याला तेच उत्तर देते.

त्यावर तो गुरकावतो, "तेच चांगलं होईल. कारण तू जर तसं नाही वागलीस, तर मला पुन्हा एकदा तुझं इथं स्वागत करायला जरूर आवडेल आणि त्या वेळी तुझं जे स्वागत होईल ना, ते इतकं जबरदस्त असेल की, तू तोंडात बोट घालून पाहतच राहशील! समजतंय ना मी काय म्हणतोय ते?"

"हो."

"बरं. दुसरा प्रश्न असा की, तू तुझ्या ह्या मोर्चेबाजीसाठी वगैरे कधी कुणाकडून आर्थिक मदत घेतली होतीस का?"

खरंतर मी सरकारच्या बाजूनं असलेल्या माझ्या प्रियकराकडून – म्हणजेच, बेहनामकडून – आर्थिक मदत घेतली होतीः पण ह्या माणसाला तसं सांगणं शक्य नव्हतं. म्हणून मग मी बोलले, "नाही. आमचे तसे कुठले मोठे खर्च नसायचे की, आम्हाला कुणाच्या आर्थिक मदतीची गरज वाटावी."

वास्तविक आम्हाला तसे बरेच छोटे-मोठे खर्च असायचे. बस भाड्याने घेणं, मोर्च्यांसाठी फलक वगैरेसारखं साहित्य तयार करणं इत्यादी. ह्या खर्चांसाठी आम्ही आमच्याकडचे थोडेफार पैसे एकत्र करून वेळ मारून न्यायचो; पण तरीही आम्हाला आर्थिक पाठबळ कमीच पडायचं. बेहनाम आम्हाला आमच्या कार्यालयासाठी संगणक, फॅक्स मशीन इत्यादी उपकरणं आणून देण्याची मदत करायचा. ही त्याची माझ्या कार्याप्रति निष्ठा दाखवण्याची पद्धत होती. म्हणजे एका बाजूला तो सरकारच्या बाजूनं बोलायचा आणि दुसऱ्या बाजूला मला अशी मदत करायचा. असो पण एकूण आम्हाला खर्च असले, तरी ते फारसे अवाढव्य नसायचे. महाविद्यालयातली मुलं आम्ही! आम्हाला चर्चा करण्यासाठी पंचतारांकित हॉटेलांची गरज नसायची; कोपऱ्यावरच्या टपरीवरसुद्धा आम्ही तासन्‌तास चर्चा करत वेळ घालवू शकायचो.

प्रश्नकर्ता पुढे विचारतो, "अराशचं काय? तो कधी तुम्हाला पैसे पुरवायचा का? तुमच्या त्या खुळचट मोर्च्यांसाठी त्यानं कधी आपल्या वैयक्तिक कर्मचाऱ्यांना तुमच्या मदतीसाठी धाडलं होतं का?"

अरे बाप रे! आता आली का पंचाईत! मला हा अराशचा विषयच निघायला नको होता. कारण मला माहितेय, ह्या लोकांच्या लेखी तोच सगळ्यात महत्त्वाचा आणि (त्यांच्यासाठी) धोकादायक दुवा आहे. त्याचं धैर्य, त्याचं कार्यसमर्पण ह्या सगळ्याची ह्या लोकांना खरंतर भीती वाटते; पण तसं थेट न दाखवता, ते त्याला कोंडीत पकडायला बघत आहेत, जेणेकरून त्यांच्या मार्गातला तो काटा कायमचा दूर होईल. त्यांना माहितेय की, अराश माझ्यासारखा भित्रा नाहीये. त्याला बोलतं करायला त्यांना अपार कष्ट घ्यावे लागतील आणि कदाचित तरीही तो ब्र काढणार नाही.

मला माहितेय की, ह्या लोकांनी अराशला आपल्या मार्गातून हटवण्यासाठी त्याला अमेरिकेला स्थायिक होऊ द्यायची संधी दिली होती. एका प्रकारे तो अराशला विकत घेण्याचाच प्रयास होता. त्यानं अमेरिकेला जाऊन जरी आपला विरोध चालू ठेवायचं म्हटलं असतं, तरी सरकारला त्यामुळं काहीच त्रास झाला नसता. कारण देशाबाहेर राहून तुम्ही आपल्या देशाबद्दल काही का म्हणेनात – त्याचा काहीच उपयोग होत नाही.

पण अराश बधला नाही. त्यानं ती संधी धुडकावून लावली. त्यामुळंच कदाचित ह्या लोकांचा अराशवर जास्त राग असेल.

"मला नाही माहीत. तो आमच्याशी कधी त्याच्या वैयक्तिक कर्मचाऱ्यांबद्दल बोलला नाही. किंबहुना आमच्यात वैयक्तिक स्वरूपाच्या अशा कुठल्याच गप्पा व्हायच्या नाहीत."

"अच्छा! असं का? मग तुझं त्याच्या घरी जाणं हे 'वैयक्तिक' नव्हतं तर काय होतं?"

मी त्याच्या ह्या प्रश्नावर काहीच बोलत नाही ते बघून प्रश्नकर्ता माझ्या जवळ येतो आणि गुरकावत म्हणतो, "ते तर खूपच वैयक्तिक होतं, नाही का?"

अरे देवा! आता ह्या प्रश्नकर्त्याचे प्रश्न नेमके त्याच दिशेनं जायला लागलेत, जिथं त्यांनी वळायला नको होतं. मला ह्याला इथंच रोखलं पाहिजे. मी पुन्हा त्याच्यासमोर रडण्या-भेकण्याची तयारी करू लागते.

इतक्यात मला प्रश्नकर्ता माझ्या आजूबाजूनं घिरट्या घालू लागल्याचं जाणवतं. मला भीती वाटू लागते. नेमकं चाललंय तरी काय ह्याच्या मनात?

माझा असा विचार सुरू असतानाच, प्रश्नकर्ता अचानक माझ्या समोर येऊन थांबतो; माझ्या गुडघ्यांवर आपले बळकट हात ठेवतो आणि अचानक दोन्ही अंगठ्यांनी गुडघ्यांवरचं मांस पिरगळतो. वेदनेनं माझ्या डोक्यात कळ जाते; पण मी स्वत:वर प्रचंड ताबा ठेवून गप्प बसून राहते. कारण मला माहितेय की, मी जितकी ओरडेन, तितकंच ह्या नराधमाला प्रोत्साहन मिळेल. मी त्याच्या प्रयत्नांना बधत नाही म्हटल्यावर, प्रश्नकर्ता अजूनच चवताळतो. जनावरासारखं गुरकावत, तो माझ्या पाठी येऊन उभा राहतो आणि माझ्या मानेच्या दोन्ही बाजूंची कातडी आपल्या बोटांमध्ये घेऊन पिरगळतो! आता तर वेदनेनं माझा जीव जायचाच बाकी असतो; पण तरीही मी एक अवाक्षर काढत नाही. माझं हे नवीन रूप पाहून प्रश्नकर्ता अजून हैराण होतो. मग तो माझ्या कानाजवळ येऊन त्या सगळ्या असह्य बिचाऱ्या कैद्यांची नावं घेऊ लागतो, ज्यांना त्यानं आतापर्यंत 'सरळ केलेलं असतं'. त्यानंतर तो मला आपल्या अत्याचारांची एक अन् एक पद्धतीचं सचित्र वर्णन करून सांगू लागतो. इतक्या पाशवी पद्धती मी तोपर्यंत कधीच ऐकल्या नसतात. बरोबर आहे, त्यांपैकी

कित्येक लोकांनी प्रश्नकर्त्याच्या अत्याचारांना कंटाळून आत्महत्या केलेली असते. अंगावर सरसरून काटा येतो; पण तरीही मी गप्प राहते.

आता त्याचा हात माझ्या कमरेकडे सरकतो आणि परत एकदा तिकडची कातडी पिरगळली जाते. त्या वेदनेनं, त्या घाणेरड्या माणसाच्या गलिच्छ श्वासानं, त्याच्या सततच्या बोलण्यामुळं माझ्या कानात उडणाऱ्या त्याच्या थुंकीनं मला खूप मळमळू लागतं. पण तरीही मी निग्रहानं गप्प बसून राहते. त्याची आत्मस्तुती अजूनही सुरूच असते. अचानक एके क्षणी मला असं लक्षात येतं की, ह्या व्यक्तीला मी काही माहिती पुरवतेय किंवा नाही पुरवत आहे. ह्यामध्ये फारसं गम्य नाहीये. त्याला आस आहे ती फक्त माझ्या विनंत्यांची. मी त्याच्याकडे जितक्या कळवळ्यानं दयेची भीक मागते, तितकाच त्याचा अहंकार सुखावला जातो. मला जितका त्रास होईल, तितकाच त्याच्या मनाला थंडावा मिळतो. विकृत माणसाची लक्षणं सगळी! सदर गोष्टीचा विचार करताना मला पेरूच्या इंका समाजाच्या एका प्रथेची आठवण होते. हे इंका आपल्या कैद्यांना एकदाच मारून टाकत नाहीत. उलट, रोज त्यांचं एकेक हाड तोडून त्यांना अशा काही अवस्थेत आणून सोडतात, जिथं तेच स्वत: मृत्यूची भीक मागतील.

बराच वेळ प्रश्नकर्ता तोच चाळा चालू ठेवतो. त्याला त्यात 'गंमत' वाटू लागलेली असते. अखेर एका क्षणी माझा निग्रह तुटतो; मी जोरात किंचाळते आणि खुर्चीमधून झेपावते. पण प्रश्नकर्ता तयारीनिशी उभा असतो. तो माझी ढोपरं गच्च पकडून ठेवतो आणि माझ्या स्वत:ला सोडवून घेण्याच्या धडपडीला न जुमानता, मला पुन्हा ढकलून खुर्चीत बसवतो. मग माझा एक हात खुर्चीच्या मागे गच्च धरून ठेवून, पुन्हा त्याचं गलिच्छ तोंड माझ्या कानाजवळ आणून आपली टकळी चालू करतो.

असं बराच वेळ चालू राहिल्यावर, अचानक तो मला इतक्या जोरानं सोडून देतो की, मी खुर्चीवरून जमिनीवर कोलमडते. ओरडून-ओरडून मला खोकल्याची ढास लागते. गुडघे फुटतात. अंगावर ठिकठिकाणी खरचटतं आणि त्या क्षणी प्रथमच ही इच्छा प्रबळ होते की, मला इथून मुक्त व्हायचं नाहीये. मला इथंच मरून जायचंय. मला आता जगायचं नाहीये. हे असलं काही सहन करत मला मुळीच जगायचं नाहीये.

त्यानंतर प्रश्नकर्ता माझी आजची चौकशी संपल्याचं जाहीर करतो आणि शिपायाला मला माझ्या कोठडीत घेऊन जायला सांगतो.

कोठडीत आल्यावर मी विचार करत बसते की, मला ह्या क्षणी नेमकं काय वाटतंय? प्रश्नकर्त्यानं त्या इतर दुर्दैवी लोकांची जी नावं सांगितली, त्यांच्यावर झालेल्या अत्याचारांचं जे वर्णन केलं, त्या कशाबद्दलही विचार न करण्याचा मी

आटोकाट प्रयत्न करते. पण व्यर्थ. तेच विचार मनात सतत रुंजी घालत राहतात आणि त्यानंतर मनात सतत हेच येत राहतं की, मला असले भोग भोगावे लागण्यापूर्वी मृत्यू आलेला बरा. मला आत्ताच्या आत्ता मृत्यू हवाय. किंबहुना असं म्हणणं अधिक रास्त ठरेल की, मला माझं उर्वरित आयुष्य जगायचं नाहीये.

माझ्या डोक्यात हे निराश विचार घुमत असतानाच वरून सोहराब हाक मारतो आणि विचारतो, "काय, मजा आली का आज?" त्यावर मी त्याच्यावर इतक्या जोरात ओरडते की, मग तो काहीच बोलत नाही.

मला माझं अंग धुऊन काढायची इच्छा होते; पण कोठडीत थेंबभरही पाणी नसतं. खसखसून अंघोळ केल्याशिवाय त्या गलिच्छ माणसाचा दर्प माझी पाठ सोडणार नाही.

माझ्या मनात इतका पराकोटीचा संताप भरलेला आहे की, आता जर कोणी माझ्या समोर आलं. तर मी त्याचा खून करीन.

मला शौचाला जावंसं वाटतं. त्याची खूण म्हणून मी दरवाजाच्या फटीमधून हिरवा कागद बाहेर टाकते. त्यानंतर अर्ध्या तासानं माझ्यासाठी डोळ्यांवरची पट्टी आत टाकली जाते. पट्टी चढवून, मी सोबत नेण्यासाठी आलेल्या शिपायाबरोबर चालू पडते. अजूनही मनामध्ये संताप खदखदत असतोच. तो असह्य होतो तशी मी मध्येच किंचाळते, "तुम्ही सगळे हरामखोर आहात! इथली सगळी माणसं ना, माणसं नाही, जनावरं आहेत! हिंस्र पशू आहेत!" माझा हा उद्रेक ऐकून सोबतचा शिपाई क्षणभर काहीच बोलत नाही. मी माझ्या धिटाईबद्दल स्वत:ची पाठ थोपटणार, इतक्यात तो शिपाई मला इतक्या जोरानं धक्का देतो की, मी तिथल्या थंडगार जमिनीवर आडवीच होते. एवढ्यानं त्याचं समाधान होत नाही. तो मला लाथा-बुक्क्यांनी तुडवू लागतो; पण आता मीसुद्धा तयार झालेली असते. एका बाजूला त्याचा मार चालू असतो आणि दुसऱ्या बाजूला माझ्या तोंडाचा पट्टा! मी त्यांना शिव्यांची लाखोली वाहत राहते आणि तो मला मारत राहतो. अंग वेदनेनं ठणकत असतं; पण ह्या शिपायाला मी माझ्या शब्दांनी इतकं घायाळ करू शकले, ह्याच्या आनंदासमोर ती वेदना थिटी वाटू लागते.

आमचा आरडा-ओरडा ऐकून, शेवटी एक शिपाई- बाई धावून येते आणि मला तिथून कसंबसं बाहेर काढत उद्गारते, "गप्प बस की बाई! कशाला नसता शहाणपणा करायला जात आहेस?" ती मला लगबगीनं शौचकुपीकडे घेऊन जाते. तिथे पोहोचल्यावर मी डोळ्यांवरची पट्टी काढते आणि मनातल्या सगळ्या संतापाला, असह्यतेला वाट करून देत ढसढसा रडू लागते.

काय होतंय मला? हे लोक माझ्याशी असे का खेळतायत? मी स्वत:शी अशी का खेळत आहे?

हळूहळू रडण्याचा भर ओसरतो आणि मी अश्रू पुसू लागते. इतक्यात माझं लक्ष वेधलं जातं ते शौचकुपीच्या दरवाजावर लिहिलेल्या काही संदेशांकडं. विशेषत: त्यांतला एक संदेश मला खिळवून ठेवतो. कारण तो संदेश अराशनं माझ्यासाठी लिहून ठेवलेला असतो. म्हणजे अराश इथंच आहे. एव्हिन तुरुंगामध्ये! आणि त्याला हे माहितेय की, मीसुद्धा इथंच आहे! वास्तविक, दर दोन-चार दिवसांनी तुरुंगातले कर्मचारी इथल्या दरवाजावर कैद्यांनी खरडून ठेवलेले संदेश पुसून काढण्यासाठी रंगाचा नवा थर मारत असतात; पण ज्याअर्थी हा संदेश अजून पुसलेला नाहीये, त्या अर्थी अराशनं तो नुकताच कधीतरी लिहिलेला आहे. अर्थात अराश एव्हिनमध्ये असेल, असं मलासुद्धा कैकदा वाटलं होतं; पण आता त्याच्या इथल्या अस्तित्वाचा असा ठळक पुरावा मिळाल्यावर मला हसावं का रडावं, तेच उमजेना.

अराशनं खरंतर माझ्यासाठी असा थेट संदेश लिहिलेला नसतो; पण त्यानं संदेश म्हणून ज्या दोन काव्यपंक्ती खरडलेल्या असतात त्या पाहूनच माझी खात्री होते की, हे अराशचंच काम आहे. प्रियकराच्या विरहानं व्याकूळ झालेल्या प्रेमिकेसाठी असलेल्या एका कवितेमधल्या त्या दोन ओळींचा मथितार्थ पुढीलप्रमाणे होता :

'लवकरच तुझ्या मनाचं पाखरू दु:खाचं सावट झिडकारून आनंदानं गगनात भिरभिरू लागेल आणि मग कुणा भल्या माणसाचा हात तुझ्या रिकाम्या हाताला शोधत तुझ्याजवळ पोहोचेल.'

माझ्या ह्या परिस्थितीमध्ये, सदर कविता वाचून मला उपहासानं हसूच फुटतं. अराश मला नेमकं काय सांगू पाहतोय? जाऊ देत, मला त्याबद्दल विचारही करायचा नाहीये. आज मी ज्या पेचप्रसंगात अडकलेय, त्याचा अर्धा दोष माझ्या स्त्रीत्वाकडे जातो आणि अर्धा अराशकडे. मी माझ्याकडचा छोटा चमचा बाहेर काढते (जेवणासोबत आलेला एक चमचा मी शिताफीनं माझ्याजवळ लपवून ठेवला असतो; तो आज कामी येतो.) आणि त्यानं लिहिलेल्या संदेशाखाली लिहिते – 'माझ्या पाखराचे पंख मोडून पडले आहेत.' मग मी शांतपणे डोळ्यांवरची पट्टी चढवते आणि चमचा दडवून ठेवत, शिपाई- बाईसोबत माझ्या कोठडीत परत जाते.

आता मला माझ्या अवघ्या अंगाला ग्रासून राहिलेल्या जबरदस्त वेदनेची ठळकपणे जाणीव होऊ लागते. त्यात भर पडते ती हृदयाला आणि आत्म्याला पोखरत जाणाऱ्या वेदनेची. मन बधिर होतं. माझं पुढे काय होणार आहे, हेच समजत नाहीये.

नकळत मी अराशच्या संदेशाचा विचार करू लागते. काय सांगू पाहतोय तो मला त्या संदेशामधून? तो मला सुटकेची आस दाखवतोय का? तो मला इथून कसा मुक्त करू शकेल, ह्याबद्दल काही खूण देतोय का? पण तसं असेल तर मला

त्याच्या फालतू संदेशामध्ये काडीचाही रस नाहीये! मी इथे सगळंच गमावून बसले आहे - माझं बळ, माझा आत्मविश्वास, माझ्या इच्छा, आकांक्षा...सगळं! माझ्या सगळ्या पाखरांचे पंख मोडून गेले आहेत. आता त्यांना आणि मला, मृत्यूची वाट बघत इथं निपचित पडण्याशिवाय आणखी कुठलीच इच्छा नाहीये आणि पर्यायसुद्धा!

मागचं चौकशी-सत्र होऊन बरेच दिवस लोटले आहेत. मध्यंतरीच्या काळात मला एकदा अंघोळ करण्याची मुभा दिली गेली; एकदा कपडे धुण्याची मुभा दिली गेली. अंग घुसळल्यानंतर मला खूप बरं वाटतंय - निदान, वरकरणी तरी!

पण मनात काहीतरी बदललंय; बिघडलंय. माझा सगळा राग, सगळं नैराश्य गायब झालंय. आता माझ्या डोक्यात विचार सुरू असतात ते फक्त खुनाचे! झोपता-उठता, दिवसाउजेडी उघड्या डोळ्यांनी, तसंच रात्री झोपल्यावर मिटल्या डोळ्यांनी मी फक्त एकच स्वप्न पाहत असते - ते म्हणजे, माझ्या हातून होणाऱ्या प्रश्नकर्त्याच्या खुनाचं! प्रत्येक स्वप्नागणिक खुनाच्या पद्धती बदलत जातात, पण अंत एकच असतो – तो म्हणजे प्रश्नकर्ता माझ्यासमोर कोसळून पडतो. पण मग तो पुन्हा उठून बसतो आणि माझ्याकडे बघत आपलं ठेवणीतलं क्रूर हास्य करतो. मला माहितेय सिग्मंड फ्रॉइडच्या सिद्धान्तानुसार अशी स्वप्नं म्हणजे एखाद्या परिस्थितीबद्दल षंढपणा दर्शवणारी आहेत. पण मला जर खरोखरीच एखादा सुरा किंवा बंदूक देऊन प्रश्नकर्त्यासमोर पाठवलं ना, तर मी त्याचा खून करण्यात जराही षंढपणा करणार नाही, हे नक्की.

पण तरीही मनाच्या एका कोपऱ्यात, मला माझ्यात निपजणाऱ्या ह्या अतिरेकी प्रवृत्तींबद्दल दुःखसुद्धा वाटतंय. मनुष्यावर एवढे जुलूम झाले की त्याचं मन असंच भ्रष्ट होत जातं. माझ्या बाबतीत तेच झालंय. एका चांगल्या, सुसंस्कृत मुलीचं होतकरू खुन्यामध्ये रूपांतर झालंय.

गेले दोन दिवस मी कुराण वाचत आहे. त्यातल्या एका परिच्छेदामध्ये लिहिलेलं आहे की, 'तुमच्या आजूबाजूच्या सगळ्या स्त्रियांना सन्मानानं वागवा. स्त्रिया म्हणजे देवाचं दान आहेत. देवानं त्यांना तुमच्या मुलांची माता होण्यासाठी आणि तुम्हाला आयुष्यभर हर प्रकारचा आनंद देण्यासाठी पाठवलेलं आहे. त्यांचं जतन करा; त्यांच्यावर प्रेम करा; त्यांचा आदर करा.'

मला माझे इस्लामी हक्क बजावण्याची संधी हवी आहे; आत्ताच्या आत्ता!

माझ्या कोठडीच्या दरवाजावर टकटक होते. फटीमधून काळी पट्टी तर टाकली गेली नाहीये; मग कोण आलं असेल? भीतीनं माझे पाय थरथरू लागतात. इतक्यात, दरवाजा उघडला जातो आणि समोर प्रश्नकर्ता उभा असतो! त्याला पाहून

माझं काळीज तोंडात येतं! पण क्षणभरानं लक्षात येतं की, तो एकटा आलेला नाहीये. त्याच्यासोबत पांढरा कोट घातलेला, भल्या चेहऱ्याचा एक इसम आहे.

"नमस्कार ताई, कशा आहात तुम्ही आज? हे डॉक्टर आहेत. तुम्हाला तपासायला आले आहेत." प्रश्नकर्त्याचा तो कोमल स्वर मला इतकं अचंबित करतो की, मी तुरुंगात नसते तर पोट धरधरून हसत सुटले असते. इतक्यात, माझी नजर पुन्हा एकदा प्रश्नकर्त्याकडे वळते, तर तो डॉक्टरच्या मागे उभं राहून माझ्याकडे बघत कुत्सित हसत असतो. तो असं का हसतोय, हे मला क्षणात लक्षात येतं. त्याला ठाऊक आहे की, त्यानं माझ्यासोबत काय काय गैरवर्तन केलंय हे मी डॉक्टरला सांगू शकते; पण मी तसं करू धजणार नाही, कारण तसं करून काही उपयोग होणार नाही. इथं दर आठवड्याला कैद्यांची निर्दयीपणे कत्तल केली जाते. कत्तल होण्याआधी त्यांच्यावर निरनिराळ्या प्रकारचे, एकाहून एक क्रूर असे अत्याचार केले जातात. नाझी छावण्यांमध्ये डांबलेल्या लोकांना त्यांच्यावर होणाऱ्या अत्याचारांबद्दल कुणाकडे तक्रार करता आली का? नाही ना? तसंच इथंही आहे.

असो. डॉक्टर मला तपासू लागतात. "तुला काही त्रास होतोय का? कुठं दुखतंय का? काही आजारपण वगैरे?"

"नाही. मी बरी आहे."

माझं उत्तर ऐकून, प्रश्नकर्ता संतुष्टपणे स्मित करतो. डॉक्टरला ते सौजन्यपूर्ण वाटलं असलं, तरी मला त्या कपटी स्मितामागचा खरा अर्थ नेमका ठाऊक आहे. शारीरिक अत्याचारांपेक्षा हे असले मानसिक अत्याचार माणसाला जास्त खच्ची करतात.

मग डॉक्टर माझे डोळे, कान, घसा, नाडीची स्पंदने, सगळं तपासतात आणि आपल्या नोंदवहीमध्ये टिपणं काढून बाहेर जायला निघतात. निघताना प्रश्नकर्ता पुन्हा माझ्याकडे त्याचं ठेवणीतलं हास्य फेकत उद्गारतो, "धन्यवाद ताई, आम्हाला इतका वेळ दिल्याबद्दल तुमचे आभार."

दोघं बाहेर पडल्यावर मी सोहराबला विचारते, "तुला कधी कोणी डॉक्टर तपासायला आला आहे का रे?"

माझ्या ह्या प्रश्नावर सोहराब इतक्या जोरात हसतो की, मी दचकतेच! "होऽऽ पाठवला की. अजूनही पाठवतात कधी कधी. लक्षात ठेव डॉक्टरला असं कधीही सांगायचं नाही की, तुला कुठला त्रास होतोय. नाहीतर घोलमचं डोकं फिरेल हं."

"अरे, मग ते डॉक्टर पाठवण्याचं नाटक तरी का करतात?"

"त्यांना आपली काळजी आहे, असं भासवण्यासाठी. बस! बाकी काही नाही."

मला त्याच्या ह्या उत्तरानं हसू फुटतं आणि लवकरच, तोसुद्धा हसण्यात सामील होतो. काय चमत्कारिक दृश्य असेल नाही ते? एव्हिनमधल्या दशकभराच्या

वास्तव्यानंतर डोकं फिरलेला एक वेडा आणि आपल्यालाही असं वेड लागू नये ह्या खटाटोपात असलेली एक तरुण मुलगी, दोघे एका फडतूस विनोदावर हसत आपल्या अंधारलेल्या आयुष्यात कणभर उजाळा आणू पाहत आहेत.

मध्येच आपलं हसणं थांबवत सोहराब गंभीरपणे म्हणतो, "देव करो आणि तू इथं कधी आजारी न पडो!"

उत्तरादाखल मी त्याला विचारते, "तुला त्याचं नाव कसं माहीत रे? मला इतक्या दिवसांत कधीच नाही कळलं त्याचं नाव."

"अगं, इथे कायमस्वरूपी राहिलात ना, तर बऱ्याच गोष्टी आपसूकच समजतात तुम्हाला."

"कायमस्वरूपी राहता तेव्हा!" – बाप रे! नको रे बाबा! सोहराबने त्या एका वाक्यात हे उघड करून दाखवलं की, त्यानं आपली नियती स्वीकारलेली आहे. त्याला आता इथून बाहेर पडण्याची काडीची आशा नाहीये. पण मला आहे! मी हे मान्यच करू शकत नाही की, मी इथे कायमस्वरूपी राहण्यासाठी आणले गेले आहे. नाही, मला बाहेर जायचंय. मला माझ्या घरी जायचंय.

विषय बदलण्यासाठी मी सोहराबला विचारते, "तुला इथे कोणी भेटायला येतं की नाही? तुझ्या घरचे, मित्र वगैरे?"

"पूर्वी माझी आई आली होती. पहिल्या वर्षाच्या शेवटी तिला मला भेटण्याची परवानगी दिली गेली. माझी दुरवस्था पाहून तिचं काळीज इतकं तुटलं की, त्यानंतर आठवडाभरानं तिला हृदयाचा तीव्र झटका आला आणि त्यातच ती मरण पावली. त्यानंतर मी कोणालाही भेटायला नकार दिला. तो आजतागायत कायम आहे."

"तू खूप रडला असशील ना? तुला तिची खूप आठवण येत असेल ना?"

"नाही. मला एका अर्थी बरं वाटलं की, माझी ही पुढची दुर्दशा बघण्यासाठी ती जिवंत राहिली नाही."

"पण मला माझी आई अशी मरायला नको आहे..." - मी मध्येच रडवेल्या आवाजात म्हणते.

त्यावर सोहराब सौम्यपणे म्हणतो, "कुणालाच तशी इच्छा नसते गं."

बरोबर आहे त्याचं; कुणालाच आपली आई मरावी, असं वाटत नसतं. मला सोहराबबद्दल दया वाटू लागते; मनात एकाएकी त्याच्या प्रति ममत्व दाटून येतं.

मी त्याला विचारते, "तुला एक गोष्ट सांगू का? कदाचित त्यामुळे तुला चांगली झोप लागेल."

"गोष्ट? कसली गोष्ट? मला कुठली गोष्ट-बिष्ट ऐकायची नाहीये; कारण मला झोप यायला नकोच आहे. नाहीतर एक काम कर... तू मला एखादं गाणं ऐकव. मला गाणी ऐकायला फार आवडतात."

"पण मला अजिबात गाता येत नाही रे!"

"त्याने काही फरक नाही पडत. तुला जसं येतं तसं ऐकव."

"बरंऽऽ, कोणतं गाणं ऐकवू?"

"तुला ते नवीन गाणं माहितेय का? एक लहानगी मुलगी आपल्या बाहुलीसाठी गाते ते गाणं? ते ऐकव."

मला धक्काच बसतो. तो ज्या गाण्याबद्दल बोलतोय, ते पॉप ढंगाचं गाणं प्रदर्शित होऊन कितीतरी वर्षं लोटली आहेत. अर्थातच इथे येऊन खितपत पडण्याआधी बाहेरच्या जगात असताना त्यानं ते गाणं ऐकलं असावं. बाप रे! म्हणजे ह्याला इथे येऊन नेमकी किती वर्षं झालेली आहेत? त्याच्या लक्षातदेखील राहू नयेत, इतकी?

पण मला माझं आश्चर्य सोहराबसमोर उघड करून त्याला दुखवायचं नसतं. म्हणून मग मी काही न बोलता ते गाणं गाऊ लागते :

'माझी छोटुली बाहुली, झाली झोपायची वेळ;

इवल्या पापण्या मीट तुझ्या; झाली झोपायची वेळ'

मी गाऊ लागते खरी; पण चार-पाच ओळींनंतर मला त्या गाण्यामधल्या निरागसतेनं रडू कोसळतं. 'बालपण! किती सुंदर काळ असतो तो! ना काही चिंता, ना काही दु:ख... का मोठे होतो आपण? असल्या घाणेरड्या काळकोठड्यांमध्ये अडकून पडण्यासाठी?' ह्या विचारांनी मला रडू कोसळतं. तसा वरून आवाज येतो, 'रडू नकोस. काय झालं तुला रडायला? उगीच तहान लागेल आणि मग ती भागवण्यासाठी कोणी पाणी आणून देणार नाही. मग तुला तसंच कोरड्या घशानं बसावं लागेल.'

"मला इथं नाही राहायचंय! मला घरी जायचंय!"

"कोणालाच इथं मुक्काम ठोकण्याची हौस नसते; पण तू लवकरच इथून सुटशील. काळजी करू नकोस."

"तुला कसं माहीत? आणि तसंही, तुझ्या मापदंडानं मोजायचं तर 'लवकर'ची व्याख्या काय? दहा वर्षं की शंभर?"

मी असं बोलून जाते खरी, पण क्षणार्धात मला पश्चात्ताप होतो. माझं बोलणं सोहराबच्या मनावर ओरखडा काढून गेलंय का, हे समजायला मार्ग नसतो कारण सोहराब एकदम गप्प होतो. पुढं कितीतरी वेळ त्याच स्तब्ध शांततेत जातो. थोड्या वेळानं मला भीती वाटू लागते की, माझ्या मूर्खपणामुळं मी तो एकमेव आवाज गमावून बसलेय, ज्याच्यामुळे मी ह्या भयंकर जागेत ठार वेडी होण्यापासून बचावले होते.

अजून थोडा वेळ तशाच शांततेत गेल्यावर मला काळजीनं रडू कोसळणार, इतक्यात सोहराब अचानक मला विचारतो, "तू कुणाचा खून केला आहेस का?"

त्याचा प्रश्न ऐकून मी तीनताड उडतेच! ''खून? छे, छे! अजिबात नाही. असं का विचारतोयस? मी कुणाचा खून करू शकेन, असं वाटतं का तुला?''

त्यावर माझ्या प्रश्नाला बगल देत सोहराब हळू आवाजात म्हणतो, ''मी केलाय. माझ्या साहेबाचा. कित्येक वर्षांपूर्वी.''

सोहराबची कबुली ऐकून मला धक्काच बसतो. नाही; खरंतर धक्का म्हणण्यापेक्षा, आश्चर्य म्हणणं अधिक योग्य ठरेल. पण त्याहीपेक्षा मला त्याच्याबद्दल आत्मीयता वाटू लागते. हो; आत्मीयता. 'प्रश्नकर्त्याचा खून करता आला तर किती बरं होईल', असे विचार माझ्या मनात पिंगा घालू लागल्यापासून मला खुनी प्रवृत्तीच्या लोकांबद्दल विशेष आत्मीयता वाटू लागली आहे.

आपण आपल्या साहेबाचा खून केला आहे, असं सोहराबनं सांगितल्यावर माझ्या मनात ही इच्छा प्रबळ होऊ लागते की, त्यानं ज्याचा खून केला आहे तो एखाद्या तुरुंगातला प्रश्नकर्ता किंवा शिपाई असावा. पण एके क्षणी मला ही जाणीव धक्का देऊन जाते की, माझ्या मनातली सूडाची भावना इतकी तीव्र झाली आहे की, एका वेड्याच्या कबुलीद्वारे मी स्वतःच्या तामसी आकांक्षांना खतपाणी घालू लागले आहे. त्याबद्दल बीभत्स स्वप्नं रंगवू लागले आहे. छे! हे चांगलं नाही. कुठं गेले माझ्यावरचे संस्कार? अवघ्या काही दिवसांच्या अत्याचारांसमोर मान तुकवण्याइतके तकलादू संस्कार नव्हते झाले माझ्यावर. मग मी अशी का वागतेय? नाही. मी ह्याच्या गोष्टींकडे दुर्लक्ष केलं पाहिजे. त्याला अजून काही बोलण्यापासून परावृत्त केलं पाहिजे.

पण नाही! मी तसं करू शकत नाही. उलट, मी त्याला विचारते, ''म्हणून तुला इथं आणलं गेलं का?''

''नाही.''

तो ह्यापुढे काहीच सांगत नाहीसं बघून माझा धीर सुटतो आणि मी ओरडते, ''मला काही सांगायचं असेल, तर पूर्णपणे सांग. अर्धवट माहिती देऊ नकोस.''

''सांगू?''

''हो! सांगच!''

इतकं बोलूनही सोहराब पुन्हा गप्प बसतो. माझा पारा चढू लागतो. पण मी त्याला पुन्हा खडसावणार, इतक्यात सोहराब म्हणतो, ''बरं. मी तुला सगळं सांगेन. का माहितेय? कारण तू मला गाणं ऐकवलंस ना, म्हणून.''

आणि मग तो मला त्याची अख्खी जीवनगाथा उलगडून सांगतो. अगदी अथपासून इतिपर्यंत – कोणतेही आढेवेढे न घेता आणि कुठंही भावनाधीन न होतासुद्धा! मला एकदाही असं वाटत नाही की तो माझी दिशाभूल करण्यासाठी काहीबाही रंगवून सांगतोय. तो जे सांगतोय ते सगळं खरं आहे, हे मला माहीत

असतं. कारण तो कितीही वेडा असला, तरी खोटारडा नाही, हे मला आतापर्यंत लक्षात आलेलं असतं.

तो वेडा, माझा वेडा मित्र, माझा लाडका वेडा मित्र सोहराब आपल्या कहाणीची सुरुवात करतो— तो एके काळी चक्क शल्यविशारद (सर्जन) होता. तो 'इमाम खोमेनी' इस्पितळामध्ये नोकरी करायचा. तिथंच त्याची ओळख झाली लैलाशी. हो, तीच लैला जिच्या नावानं तो इथे एव्हिनमध्ये बसून दिवस-रात्र बोटं मोडत असतो. रूपगर्विता लैला त्याच्याकडे रुग्ण म्हणून आली होती आणि तिला बघताक्षणीच सोहराब तिच्या प्रेमात पागल झाला होता.

"तू चक्क तुझ्या रुग्णाच्या प्रेमात पडलास!"

"हो... का? हे ऐकून तुला माझी लाज वाटू लागलीय का?"

"नाही... तसं नाही, पण तू अगदी खट्याळ डॉक्टर होतास हंऽऽ!"

माझं हे बोलणं ऐकून सोहराब खो-खो हसत सुटतो. त्याच्या नेहमीच्या खवचट हास्यापेक्षा हे हास्य निराळं असतं - दिलखुलास, सच्चं! मला ते हास्य ऐकून खूप आनंद होतो आणि मीसुद्धा त्याच्यासोबत हसू लागते.

लैलाला भेटल्याच्या अवघ्या दोन महिन्यांनी सोहराब तिच्याशी लग्न करतो. त्यानं तिच्यावर जीव ओवाळून टाकलेला असतो आणि तिनं त्याच्यावर. त्याआधीच ती गर्भार राहिलेली असते. मग तर काय? सोहराबच्या आनंदाला पारावारच उरलेला नसतो.

"सगळा झटपट मामला म्हणायचा तुमचा."

"हेच तर आमचं खरं प्रेम होतं."

"हो, ते तर झालंच."

"आमचं सगळं छान चाललं होतं; अगदी स्वप्नवत! आम्ही एकमेकांच्या प्रेमात आकंठ बुडालेलो होतो. सगळं कसं अगदी दृष्ट लागण्यागत चाललेलं होतं..."

इतकं बोलून सोहराब काही वेळ गप्प राहतो. आता थांबू नकोस प्लीज! माझी उत्सुकता चाळवली गेली आहे. आता असा गप्प बसू नकोस. मला माहितेय की, हा इतका हळवा विषय आहे की, उगीच त्याला जास्त टोकलं तर तो अगदीच कोषात जायचा. जरा हळुवारपणेच घ्यायला पाहिजे.

पुढं बराच वेळ सोहराब तसाच गप्प बसून राहतो, तेव्हा मात्र मी न राहवून त्याला विचारते, "मग पुढे? पुढे काय झालं? मुलं-बाळं? ए, तुम्ही मधुचंद्रासाठी गेलात की नाही?"

"कसं जाणार? लैला गर्भार होती ना? तिला गर्भारपणाचा त्रास होत होता, त्यामुळे प्रवास वर्ज्य होता."

"ओ, अच्छा. अरेरे! बरं मग, पुढं काय झालं?"

"लवकरच मला व्यवसायामध्ये बढती मिळाली. आरोग्य क्षेत्रामधल्या एका बड्या असामीनं मला हेरलं आणि त्याच्या कंपनीमध्ये मला मोठ्या पगाराची नोकरी दिली.

"अरे वा! उत्तमच की! तू खरंच खूप चांगला डॉक्टर असला पाहिजेस."

माझे उद्गार ऐकून सोहराब पुन्हा गप्प बसतो. अरे देवा! आता काय झालं ह्याला? मी मनापासून बोलत होते; खोचकपणे नाही. पण ह्या वेळी त्याचा अबोला फार काळ टिकत नाही. थोड्याच वेळानं सोहराब उद्गारतो, "हो ना... चांगलाच डॉक्टर असेन मी. म्हणून तर ह्या स्वर्गात येऊन पडलो. एव्हिनसारखा स्वर्ग इतरत्र कुठे सापडायचा? सगळ्यात चांगल्या व्यक्तीच तर इथं येतात की!"

त्यावर आम्ही दोघे खो-खो हसत सुटतो. मी त्याला नाराज केलं नाही, ह्या विचारानं मला हायसं वाटू लागतं. सोहराब पुन्हा आपली कथा सांगू लागतो.

नव्या कंपनीमध्ये सोहराबचं काम अगदी आलबेल चालू असतं. इतक्यात एके दिवशी त्याला ह्या गोष्टीचा सुगावा लागतो की, त्याचा साहेब आपल्या वैयक्तिक लाभांसाठी, अफरातफर करून कंपनीचे पैसे स्वत:कडे वळवत होता. साहेब ज्या रकमा स्वत:साठी घेत होता त्या थोड्याथोडक्या नव्हे, चांगल्याच दणदणीत होत्या. हे सगळं समजल्यावर, सोहराबला अस्वस्थ वाटू लागलं. त्यानं एके दिवशी मनाचा हिय्या करून साहेबाला त्याच्या चोरीबद्दल विचारलंसुद्धा! साहेबानं त्याला असं सांगून उडवून लावलं की, त्याला हिशेब तपासण्यासाठी ठेवलेलं नाहीये आणि म्हणूनच त्यानं नसत्या भानगडीत नाक खुपसू नये. पण तरीही, सोहराबची अस्वस्थता काही कमी होईना. कुठल्याही प्रकारच्या भ्रष्टाचारानं व्यथित होणारा हा मनुष्य! साहेबाकडून इतका दम मिळूनसुद्धा सोहराब स्वस्थ बसू शकला नाही. त्याला ही गोष्ट सलत होती की, जो पैसा जनतेच्या आरोग्यासाठी वापरला गेला पाहिजे, तो आपला साहेब बिनदिक्कतपणे स्वत:च्या खिशात टाकत होता. सोहराबनं गुप्तपणे आपली शोधमोहीम चालू ठेवली आणि त्यामधून एकेक धक्कादायक सत्यं उलगडू लागली. कंपनीच्या खात्यामधून बराच पैसा एका अनामिक विदेशी खात्याकडे राजरोसपणे वळवला जात होता.

"पण ह्या सगळ्याचा लैलाशी काय संबंध? तू तिच्यावर इतका खार खाऊन का आहेस?" मी न राहवून मध्येच सोहराबला विचारते.

"मी त्यांच्यासाठी डोईजड बनतोय हे लक्षात आल्यावर, माझ्या साहेबांनी आणि त्याच्या विश्वस्तांनी खोटी कागदपत्रं तयार करून माझ्यावर असा ठपका ठेवला की, मी अंमली पदार्थांच्या व्यसनाधीन झालो आहे आणि म्हणूनच ह्यापुढं शल्यचिकित्सा करायला अपात्र आहे. त्या आरोपांच्या आधारावर त्यांनी मला नोकरीवरून हाकललं. पण मला माझा निर्दोषपणा सिद्ध करायचा होता – इतर

कोणी नाही तर किमान माझ्या पत्नीसमोर. म्हणूनच एके रात्री मी माझ्याबद्दलची सगळी कागदपत्रं गोळा करण्यासाठी कंपनीमध्ये घुसलो. न्यायालयामध्ये सगळी कागदपत्रं सादर करून मला माझं निर्दोषत्व सिद्ध करायचं होतं. पण तसं होणं नव्हतं. कंपनीच्या सुरक्षा-रक्षकांनी मला अटक केली आणि त्यानंतर काय झालं, हे सगळं तुझ्यासमोरच आहे.''

''पण लैलावरच्या तुझ्या रागाचं कारण मला अजूनही उमजलेलं नाहीये.''

''लैलानं न्यायालयामध्ये माझ्याविरुद्ध खोटी साक्ष दिली. तिनं शपथेवर सांगितलं की, तिनं मला अंमली पदार्थांचं सेवन करताना पकडलेलं होतं; मी तिला मारहाण करायचो आणि ह्या सगळ्याबद्दल बाहेर कुणाला सांगितलं, तर तिचा जीव घेईन असं तिला धमकवायचो!''

''काय? पण तिचं तर तुझ्यावर प्रेम होतं ना? मग... का? कसं...?''

''हं! मीसुद्धा त्याच भ्रमात होतो; पण जेव्हा मी तिला न्यायालयामध्ये शेवटचं बघितलं, तेव्हा ती माझ्या साहेबाच्या मांडीला मांडी लावून, त्याच्याशी हास्यविनोद करण्यात मग्न होती. ए, तुला मी कधी सांगितलं का की, लैलाच्या गालाला सुंदर खळी पडायची?''

''हो, सांगितलंस.'' (किमान हजार वेळा!) ''तू कधी मारलंस त्याला? तुझ्या साहेबाला?''

''खरंतर मी स्वत:ला मारण्याचा प्रयत्न केला होता, पण तो फसला. मग मला तेहरानमधल्या 'घास्त्र' ह्या वेड्यांच्या इस्पितळात दाखल करण्यात आलं. एके दुपारी मी तिथून पळ काढला आणि त्याच रात्री साहेबाच्या घरी जाऊन त्याचा खून केला. पण लैला काही माझ्या हाती लागली नाही.''

''त्याचा खून केल्यावर तुझा संताप थोडा तरी निवला का रे?'' (मला हे जाणून घेण्यात विशेष रस वाटत होता.)

''हो, थोडा निवला खरा; पण लैलासुद्धा हातात सापडली असती ना, तर जीवन सार्थकी लागल्यासारखं वाटलं असतं.''

''पण तू तर तिच्यावर जिवापाड प्रेम करायचास, हो ना? मग तू तिला इतक्या निदर्यीपणे कसा मारू शकला असतास? नसता मारू शकलास तू.''

''असतो, नक्कीच मारू शकलो असतो! तिनं माझं आयुष्य बरबाद केलं. जोपर्यंत ती जिवंत राहील तोपर्यंत अशीच अजून कुणा कुणाची आयुष्यं बरबाद करत राहील.''

हं... विचार करण्यासारखी गोष्ट आहे. एखाद्याचा खून करण्यासाठी कुठलं समर्थन योग्य ठरेल? मला नाही वाटत की, त्या रात्री सोहराबला लैला सापडली असती, तरी त्याला तिचा खून करण्याचा हक्क होता. पण मला मात्र त्या

तिरस्करणीय प्रश्नकर्त्याचा खून करण्याचा पूर्ण हक्क आहे. नाहीतरी जिवंत राहून तो असे काय दिवे लावणार आहे? लोकांना असाच छळत राहील. त्यापेक्षा तो लवकरात लवकर मरून गेलेला बरा.

पण अर्थात न्यायालयासमोर असं स्पष्टीकरण कितपत तग धरेल? नको. त्यापेक्षा मी असं म्हणेन की, ज्या व्यक्तीची उणीव त्याच्या सख्ख्या आईलासुद्धा जाणवणार नाही, अशा व्यक्तीचा खून करायला हरकत नाही. बस्, ठरलं तर! हेच समर्थन योग्य आहे.

१६

माझ्या आईच्या मनातल्या परिपूर्ण कुटुंबाचं चित्र रेखाटायचं झालं, तर त्यामध्ये दिसतील एक आई, एक वडील, त्यांच्या आजूबाजूला रेलून उभी राहिलेली सहा हसरी मुलं आणि त्यांच्या मागे, गुलाबाच्या फुलांनी मढलेली एक गोंडस कुटी. वडिलांच्या चेहऱ्यावर सक्त, पोक्त भाव असेल – जणू त्यांच्या खांद्यावर अख्ख्या विश्वाचा बोजा ठेवलेला असावा. पण तरीही त्यांचे डोळे मात्र मुलांप्रति वाटणाऱ्या अभिमानानं लुकलुकत असतील. आई मात्र उत्फुल्ल चेहऱ्यावरून ओसंडून जाणारा आनंद लपवण्याचा यत्किंचितही प्रयत्न न करता आपल्या सुंदर, निरागस बाळांकडे अनिमिष नेत्रांनी पाहत उभी असेल. खुद्द ती सहा मुलं एकमेकांच्या हातांत हात गुंफवून टवटवीत चेहऱ्यानं उभी असतील. त्या संपूर्ण कुटुंबावर स्वर्गातून सोनेरी किरणं बरसत असतील – जणू ह्या कुटुंबाला खुद्द परमेश्वरानंच अमर आनंदाचं वरदान दिलं असावं, अशा प्रकारे!

पण माझ्या आईला हेसुद्धा ठाऊक होतं की, तिचं हे स्वप्न आपोआप पूर्ण होणार नाही. त्यासाठी तिला अपार कष्ट घ्यावे लागतील; प्रचंड तडजोडी कराव्या लागतील आणि तिची ह्या सगळ्यासाठी तयारीसुद्धा होती. माझ्या बहीण भावंडांनी त्रास दिला आणि मी त्यांच्यावर चिडले, तरी आई मला नजरेनंच खुणा करून सांगायची, की ती सगळी माझ्यावर खूप प्रेम करतायत आणि मग मीही त्यांच्याकडे बघून रुंद हास्य करत असे. आम्ही कधी जंगलामध्ये वगैरे सहलीसाठी गेलो, तर आई आम्हाला हॉट चॉकलेट प्यायला देऊन, हातात हात गुंफून प्रेमळ गाणी म्हणण्याचा आग्रह करायची. माझ्या वडिलांना आम्हा सगळ्या मुलांच्या छोट्याछोट्या कृत्यांचं तोंडभरून स्तुती करायला लावायची आणि दररोज आम्हाला ह्या गोष्टीसाठी देवाचे आभार मानायला लावायची की, आम्ही ह्या सुंदर, खुशाल कुटुंबाचे घटक बनू शकलो.

हो... माझं कुटुंब होतंच तसं... सुंदर आणि खुशाल! आम्ही एकमेकांवर जिवापाड प्रेम करायचो. माझे वडील आम्हा सर्व मुलांचे निरातिशय लाड करायचे. प्रत्येक मुलाचं कौतुक करण्याची त्यांची पद्धतही त्या-त्या व्यक्तीसाठी म्हणून खास होती. जसं मला ते आपल्या कुशीत घेऊन माझ्या केसांमध्ये हात फिरवत राहायचे आणि मी त्यांच्या कानात गाणी गुणगुणत बसायचे!

पण अर्थातच सदैव प्रेमाच्या कोषात राहणारी अशी माणसं आणि कुटुंब, बाहेरच्या जगातील क्रूर सत्याकडे कानाडोळा करण्यात तरबेज बनतात. त्यांना त्यांच्याच सुरक्षित कोषात गुरफटून राहणं पसंत पडतं. माझ्या कुटुंबाच्या बाबतीतही तेच झालं.

माझे वडील, शहाच्या राजवटीच्या शेवटच्या काळात, सेनेमध्ये मोठे अधिकारी होते. त्यामुळे त्यांना अर्थातच इराणच्या राजकारणात चाललेल्या चित्रविचित्र (आणि प्रसंगी रक्तरंजित) स्थित्यंतरांबद्दल, सामान्य जनांच्या तुलनेत अधिक जाण होती. त्या काळच्या इराणच्या समाजामध्ये मुख्यत्वे चार गट सत्तेसाठी झगडत होते - कम्युनिस्ट, मतदानाचा हक्क गमावून बसलेले धर्माधिकारी, उदारमतवादी व लोकशाहीवादी संसदीय आणि काही पुराणमतवादी. ह्या चौघांपैकी कम्युनिस्ट आणि धर्माधिकारी हे सर्वाधिक निकराचे समजले जायचे. शहाला तर कम्युनिस्टांचा प्रचंड राग! राजघराण्याचे आणि अमेरिकेचे शत्रू म्हणून शहाला कम्युनिस्टांवर खार होता. (का नसणार? सी.आय.ए.नेच तर त्याला राजसिंहासनावर आरूढ केलं होतं ना!)

धर्माधिकाऱ्यांप्रती शहाचा असलेला राग अधिक वैयक्तिक स्वरूपाचा होता. इराणमध्ये कधीच धर्मसंस्था आणि राज्यसंस्थांच्या जबाबदाऱ्या आणि हक्कांमध्ये ठोस असं वाटप केलं गेलं नव्हतं. शहानं आपल्या राजवटीच्या सुरुवातीपासून ह्या दोन संस्थांमध्ये जी काही भिंत बांधायला घेतली तेवढीच.

कम्युनिस्टांचा द्वेष करणं ही निराळी बाब होती - बहुतांशी इस्लामिक इराण त्या नास्तिकांच्या समूहावर खार खाऊन होते पण धर्माधिकाऱ्यांचा उघड द्वेष आणि नालस्ती करणं व दिवसेंदिवस त्यांच्या हातातील सत्ता/जबाबदाऱ्या स्वत:कडे हिसकावून घेऊन त्यांचं सामाजिक महत्त्व खालावण्याचा प्रयत्न करणं म्हणजे शहानं इराणला जगातील इतर अर्ध-ऐहिक/निधर्मी देशांच्या पंक्तीत बसवण्याचा प्रयास करण्याचं द्योतक होतं. पूर्वी धर्माधिकारी हे इराणमधले सगळ्यात मोठे जमीनदार होते पण १९६०च्या दशकामध्ये भूभागा-संदर्भातल्या सुधारक कायद्यांद्वारे शहानं त्यांच्या हातची बरीचशी जमीन काढून घेतली. त्याच्या ह्या कृत्याचे अपेक्षित तितके सकारात्मक पडसाद उमटले नाहीत. कारण एकतर लोकांना हे समजत होतं की, त्यांच्या सुविधांसाठी मोकळी करून दिलेल्या जमिनीपैकी, तसूभरही जमीन शहाच्या धनदांडग्या पाठराख्यांच्या तिजोऱ्यांमधून आलेली नाही आणि दुसरं म्हणजे,

बहुतांशी इराणी जनता धार्मिक मुसलमान असल्यानं, त्यांना आपल्या धर्माधिकाऱ्यांचा हा अवमान रुचण्यासारखा नव्हता.

तसंही सुरुवातीपासूनच शहाला कधी जनतेचा पाठिंबा असा मिळालाच नाही. अमेरिकेच्या साहाय्यानं (लोकांच्या मर्जीची पर्वा न करता) सिंहासनावर बसलेल्या शहावर इराणी जनता खट्टूच होती. त्यात त्यानं धर्माधिकाऱ्यांच्या विरोधात आघाडी उघडल्यावर तर तो जनतेच्या नजरेत आणखीनच उतरला. संधीचा फायदा घेऊन शहराबाहेर राहणाऱ्या मुल्लांनी पहलवींच्या विरोधात लोकांचे कान भरायला सुरुवात केली. बहुतांशी इराणी जनता शहराबाहेर वसत असल्यानं, मुल्लांना आपल्या क्रोधाची पेरणी करायला बरीच डोकी सापडली. १९७९मध्ये रूहोल्लाह खोमेनीचं इराणमध्ये पुनरागमन झाल्यावर त्याला मिळालेल्या तुफान प्रतिसादानं दुनिया गोंधळून गेली असणार पण इराणच्या सामाजिक आणि राजकीय अंतरंगाची थोडीदेखील जाण असलेल्या व्यक्तीला त्या प्रसंगाचं आश्चर्य वाटणार नाही.

शहाला सिंहासनावर टिकून राहण्यासाठी लोकांचं प्रेम लाभेना, तेव्हा त्यानं आपल्या अतिशय गोपनीय अशा पोलिस यंत्रणेचा आणि 'सवाक' ह्या सुरक्षा यंत्रणेचा आधार घेतला. शहाचे हे प्रतिनिधी त्याच्या विरोधात वाटणाऱ्या कुठल्याही व्यक्तीला राजरोसपणे, अगदी भर रस्त्यावरून उचलून तुरुंगात डांबू लागले. शहाचा पाडाव झाल्यानंतर हाती लागलेल्या गुप्त कागदपत्रांवरून त्यानं जनतेवर ठेवलेल्या कडेकोट पाळतीच्या नानाविध तऱ्हा उघडकीस आल्या. कित्येक लोकांना खुलेआम तुरुंगात डांबण्यात आलं, कित्येकांना मारून टाकण्यात आलं, कित्येकांचा छळ झाला.... शहानं लागू केलेल्या छळांच्या प्रकारांबद्दल ऐकलं तर अंगावर सरसरून काटा यायचा! सवाकच्या क्रौर्याइतकं क्रौर्य तर मध्ययुगातल्या रक्तरंजित काळातही कुणी अनुभवलं नसेल. मानवी शरीरावर जितक्या यातना केल्या जाऊ शकतात, त्यातल्या सर्वाधिक यातना शहाच्या राजवटीत इराणच्या जनतेवरच केल्या गेल्या असणार असं माझं ठाम मत आहे.

पण ह्या सगळ्याबद्दल मला जे ज्ञान मिळालं ते आमच्या घराबाहेरच्या लोकांकडून. माझे वडील पहलवींवर ताशेरे ओढायचे पण बऱ्याच सौम्यपणे. ह्याचं कारण असं की, त्यांना आणि शहाला, दोघांनाही समाजात चाललेल्या अंदाधुंद कारभाराची पुरेशी माहिती नव्हती. अर्थात शहाला ती माहिती नव्हती कारण त्यानं त्याकडे सोईस्करपणे कानाडोळा केला होता पण माझ्या वडिलांच्या बाबतीत तो खरोखरीच त्यांच्या निव्वळ अज्ञानाचा भाग होता. मी हा कुठला बहाणा करतेय असं तर नाही ना वाटत तुम्हाला? कारण तसं नाहीये. मी जर असं म्हटलं की, सेनेतील आपल्या कारकिर्दीदरम्यान वडील आम्हाला ज्या काही बातम्या सत्य म्हणून सांगायचे, त्या त्यांच्या माहितीप्रमाणे खरोखरीच सत्य असायच्या. मला माहितेय की, जगभर अशी

मुलं-मुली सापडतील, जी हे कधीच मान्य करू शकत नाहीत की, आपले प्रेमळ पिता कित्येक लोकांच्या खुनासाठी वा मरणप्राय यातनांसाठी जबाबदार आहेत. आपल्या वडिलांप्रति असलेल्या प्रेम आणि निष्ठेनं आंधळी झालेली ही मुलं आपल्या पित्याबद्दलची ही सत्ये कधीच स्वीकारू शकत नाहीत. ह्या मुलांनी घडलेल्या सगळ्या घटनांची एकच बाजू ऐकलेली असते – त्यांच्या पित्यानं कथित केलेली बाजू; पण त्यापलीकडे जाऊन, ज्यांच्यावर अत्याचार झाले आहेत अशा ज्यू, अर्मेनियन वा ग्रीक इत्यादी लोकांची बाजू त्यांनी कधीच ऐकलेली नसते – आणि कदाचित त्यांना ती ऐकावीशीही वाटत नाही. माझ्या बाबतीतही अशी शंका उठणं साहजिक आहे; पण शहाची राजवट कोसळल्यानंतरही जिथं माझे वडील इराण सोडून पळून न जाता आपल्या देशातच राहिले, तिथेच त्यांच्या आणि माझ्या खरेपणाची ग्वाही मिळते.

खोमेनीच्या विजयानंतर अवघ्या दोन आठवड्यांनी, त्याच्या गटातील लोकांनी आपल्या शत्रूंची यादी बनवायला घेतली. बरीच लांबलचक यादी बनली ती आणि मग लवकरच सुरू झाली त्या शत्रूंची शिकार! पूर्वीचे शिकारी आता स्वत: भक्ष्य बनले होते. आता खोमेनीचे पाठीराखे आपल्या शत्रूंना त्यांच्या बिळांमधून हुसकावून काढू लागले; भर रस्त्यांवरून त्यांना उचलून तुरुंगात डांबू लागले; त्यांच्यावर नेमके तेच अत्याचार करू लागले. जे पूर्वी त्यांनीच निर्माण केले होते. पुढं-पुढं तर हे धर्मांध सैनिक गावोगाव फिरून, इराणचा एक एक कोपरा पिंजून काढून तिथल्या लहानमोठ्या पहलवी पुरस्कर्त्यांना खेचून बाहेर काढू लागले. पण तोपर्यंतही माझे वडील सुरक्षित राहिले होते. खरंतर त्यानंतर बासिजी आमच्या उपनगरामध्ये आले होते आणि शहासाठी काम केलेल्या प्रत्येक व्यक्तीची त्यांनी कसून चौकशी आरंभिली होती. त्या चौकश्यांमध्ये कुठल्या व्यक्तीवर किंचित जरी संशय आला, तर त्याला तुरुंगात टाकत होते; कुठली व्यक्ती फितूर आहे असं वाटलं, तर त्याच्या शेजाऱ्यापाजाऱ्यांकडे त्याची कसून चौकशी करत होते. पण इतकं होऊनही बासिजींना माझ्या वडिलांवर बोट उठवण्यासाठी एकही मुद्दा गवसला नाही. माझ्या वडिलांनी आपल्या देशाची इमानेइतबारे सेवा केली होती आणि त्याचा त्यांना अभिमान होता. मग ती सेवा कुणाच्या राजवटीत केली गेली, हे त्यांच्यासाठी महत्त्वाचं नव्हतं. बासिजींना त्यांचा पवित्रा पटला आणि त्यांनी त्यांना हात लावला नाही.

आणि तरीही कदाचित हेसुद्धा सत्य असू शकतं की, माझ्या वडिलांना ही कुणकुण लागली होती की, शहानं आपल्या विरोधात उठणाऱ्या आवाजाला गप्प करण्यासाठी काही गैरप्रकार चालवले होते. त्यांनी कधी काही ऐकलं असेल; कदाचित काही बघितलंही असेल. त्यांनी एकवेळ कम्युनिस्टांवर होणारे अत्याचार

सौम्यपणे घेतले असतील; पण धर्माधिकाऱ्यांवर होणारे अत्याचार बघून त्यांनाही अस्वस्थ वाटलंच असणार – कारण शेवटी त्यांनाही आपल्या धर्माबद्दल आस्था होतीच की! मी जरी आधी असं म्हटलं की, माझे आईवडील अप्रिय गोष्टींकडे कानाडोळा करू शकायचे, तरी त्या कानाडोळा करण्यामागे निव्वळ अज्ञान हे एकच कारण असायचं. बाकी ते काही कुठल्या पूर्वनियोजित इराद्यांनी कानाडोळा करायचे, असं मुळीच नाही. मी असं मुळीच म्हणणार नाही की, माझ्या वडिलांनी सवाककडे जाणूनबुजून कानाडोळा केला. मी एकदा दुसऱ्या महायुद्धातल्या काही जर्मन अधिकाऱ्यांसंदर्भात असं वाचलं होतं की, युद्धावरून आपल्या मायदेशी परतल्यावर त्यांच्या व्यक्तिमत्त्वात आमूलाग्र बदल झाले होते. त्यांनी निश्चितच असं काहीतरी भयानक बघितलं वा अनुभवलं होतं, ज्यामुळं त्यांची मानसिकता कमालीची बदलली. पण माझ्या वडिलांच्या बाबतीत मला हे असलं काही शक्य वाटत नाही. त्यांच्या अंतर्मुख स्वभावामुळंच ते आपल्या परिघाबाहेरच्या अनुभवांतून पारखे राहिले असतील. असो. सांगण्याचा मुद्दा इतकाच की, माझ्या आई-वडिलांना शहाच्या राजवटीत काय काय घडलं, ह्याचं परिपूर्ण आणि अस्खलित ज्ञान असेल, असं मला नक्कीच वाटत नाही.

माझ्या पालकांनी (आणि पहिली काही वर्षं, पर्यायाने आम्ही) नेहमीच समृद्ध आयुष्य जगलेलं होतं. म्हणूनच वडिलांनी जेव्हा सेना सोडून सामान्य आयुष्य पतकरलं आणि बाजारात विद्युत उपकरणांचं लहानसं दुकान थाटलं, तेव्हा आम्हाला ते नवीन, बऱ्यापैकी काटकसरीचं जीवन पचनी पाडायला अंमळ जडच गेलं. इराक्यांनी इराणवर हल्लाबोल केला, बॉम्ब टाकले आणि इतर शेकडो परिवारांप्रमाणे आमचंही कुटुंब धोक्यात आलं. अन्नधान्याची टंचाई, रेशनिंग, आजूबाजूला पसरत जाणारा गलिच्छपणा ह्या सगळ्याचा आम्हाला त्रास होऊ लागला. आमच्यात आणि इतर लोकांच्यात फरक इतकाच होता की, आम्हाला त्यांच्याप्रमाणे ह्यापूर्वी कुठलीच ददात पडलेली नव्हती. आम्ही शहाच्या मर्जीतली माणसं असल्यानं आम्हाला कधी औषधांच्या किंमती वाढल्या म्हणून ती घेता आली नाहीत असं झालं नाही किंवा इतर सार्वजनिक सोई-सुविधांपासून वंचित राहावं लागलं नाही. आम्हाला किमान एक सुस्थित भूतकाळ तरी होता; बहुतांशी लोकांना तोसुद्धा नव्हता. आणि म्हणूनच परिस्थिती बिकट होऊ लागल्यावर, माझे आई-वडील पूर्वीच्या सोनेरी दिवसांच्या आठवणी काढत काहीबाही कल्पना रंगवू लागले.

इथं मला जरा युद्धकाळातल्या ८०च्या दशकामधून, ९०च्या दशकाच्या मध्याकडे पुढं जाऊ द्या. मी आता पंधरा-सोळा वर्षांची झाले आहे. इराकचा हल्ला अंगावर झेलून, इस्लामी क्रांती आता इराणभर झेंडे रोवून आहे. माझ्या पालकांना

अशी आशा होती की, थोड्या वर्षांनी मुल्लांची सत्ता आपोआपच अस्तंगत होईल; पण मुल्लांनी सत्ता मिळवण्यासाठी तीस वर्षं वाट बघितली होती. आता ती त्यांच्या हाती आल्यावर, ते इतक्या सहजी सत्ता सोडणार होते थोडेच? आजकाल माझ्या वडिलांची सतत काहीतरी कुरकुर चालू असते; आई उसासे टाकत बसते. एके दिवशी संध्याकाळी आम्ही सगळे घराच्या दिवाणखान्यात बसून आपली कामं करत होतो. बाबा वर्तमानपत्र वाचत होते; आई कुठलंसं मासिक चाळत होती; लहान भाऊ गृहपाठ करत होता आणि समोर अगदी बारीक आवाजात टीव्ही चालू होता. इतक्यात आईचं लक्ष टीव्हीवर चाललेल्या कार्यक्रमाकडे वेधलं जातं. फेब्रुवारी १९७९ला झालेल्या इस्लामी क्रांतीचा वर्धापनदिन होता आणि त्या निमित्तानं सरकारनं टीव्हीवर पहलवी राजवटीला कसं उलटवलं गेलं. ह्याचं सचित्र वर्णन करण्याचा घाट घातला होता. आयातोल्लाहच्या पुनरागमनासाठी लाखो इराणी एकत्र आले होते. आयातोल्लाहांच्या नावाचा जयघोष सुरू होता. थोड्याच वेळात इस्लामी क्रांतीचे ते ज्येष्ठ-श्रेष्ठ पुढारी एका मंचावर उभे राहतात आणि समोरच्या गर्दीला अभिवादन करू लागतात. इतक्यात मध्येच हा कार्यक्रम तोडून, शहाच्या राजवटीत होणाऱ्या अत्याचारांना उजाळा देणारी चित्रफीत लावली जाते. सामान्य जनतेच्या मागे पळत जाणारे पोलिस; मुल्लांचा अवमान करणारे सवाकी; आपल्या नवऱ्याची, मुलांची काही खबरबात मिळावी ह्यासाठी एव्हिन तुरुंगाच्या दरवाजाशी तासन्‌तास ताटळत उभ्या राहणाऱ्या स्त्रिया.... चित्रांसोबत माहिती पुरवणारा आवाज आता प्रेक्षकांना शहाच्या गुंडांनी त्या काळी चालवलेल्या धुमाकुळीबद्दल पुन्हा एकदा आठवण करून देत असतो. बराच वेळ तत्सम पाल्हाळ लावून अखेर तो आवाज उद्घोषित करतो, “देवाची कृपा म्हणून आज आपण मोहम्मद रेझा शहा पहलवीसारख्या जुलमी सत्ताधीशाच्या तावडीतून मुक्त होऊन सन्मानाचं आयुष्य जगू शकत आहोत!”

तोपर्यंत खेदानं मान डोलवत आणि सुस्कारे टाकत तो कार्यक्रम बघणाऱ्या आईला आता सगळं असह्य होऊ लागतं आणि ती ‘गेले ते दिन गेले’च्या धर्तीवर पहलवींच्या राजवटीत आपण किती सुखी होतो, ह्याबद्दल बोलू लागते. मी तिचं बोलणं ऐकत असते, पण मला ते पूर्णपणे पटत नाही. माझे वडील, मध्येच टीव्हीकडे बघून कधी खांदे उडवतात, कधी नाक मुरडतात तर कधी कुत्सित हसतात. पण तेसुद्धा फारशी कुठली मौखिक प्रतिक्रिया देत नाहीत.

रात्री झोपण्याच्या वेळी जेव्हा आई माझ्या खोलीत येते, तेव्हा मी तिला पूर्वीच्या सोनेरी दिवसांबद्दल सांगायची विनंती करते. खरंतर आतापर्यंत मला ते सगळं पाठ झालेलं असतं; पण मला बघायचं असतं की, आईला खरोखरीच ते दिवस गेल्याचं किती दु:ख आहे? मला मान्य आहे की, हा माझा दुष्टपणा होता; पण त्या काळी मला तो विचार शिवला नाही. आई माझ्या पलंगाच्या पायथ्याशी बसून शून्यात नजर

लावून सगळ्या आठवणी सांगू लागते. बागांमधल्या सहली, सुग्रास अन्नाची रेलचेल, जंगलामधल्या सफारी... एक ना दोन! ती मला त्या वार्षिक जलशाची आठवण सांगते, जो शहा आपल्या सेनेच्या ज्येष्ठ अधिकारी व त्यांचा कुटुंबीयांसाठी आयोजित करायचा. उत्तर तेहरानमधल्या इम्पीरियल पॅलेसमध्ये होणारा हा जलसा म्हणजे आपल्या अधिकाऱ्यांच्या निष्ठेबद्दल आणि सेवेबद्दल शहानं दाखवलेल्या कृतज्ञतेचं द्योतक असायचं. मोठमोठाल्या वृक्षांच्या सावलीत भलीमोठी टेबलं मांडलेली असायची. त्यावर एकाहून एक सरस असे पदार्थ आणि पेयं मांडलेली असायची. देशातले सर्वोत्तम कलाकार आणि खेळाडू पाहुण्यांचं मनोरंजन करायचे. समाजापुढं आपलं भाग्य आणि आनंद मिरवायची मनस्वी हौस असलेल्या माझ्या आईसाठी हा जलसा म्हणजे पर्वणीच असायची. राजवाड्याच्या हिरवळीवर पसरलेल्या खुर्च्यांवर पहुडून आई आणि तिच्या मैत्रिणी एकमेकींची ख्यालीखुशाली विचारत (आणि स्वत:ची ख्यालीखुशाली मिरवत) बसल्याचं सुखद चित्र आजही माझ्या मनावर जसंच्या तसं कोरलं गेलेलं आहे. आई आम्हा मुलांना जवळ बोलावून (मुद्दाम) आपल्या मैत्रिणींना आमची स्तुती करायची संधी उपलब्ध करून द्यायची. मग जेव्हा त्या म्हणायच्या की, ''अय्या! ही झारा ना? कित्ती सुंदर दिसायला लागलीय!'' तेव्हा आई – अगदी विशिष्ट इराणी शिष्टाचारानुसार – उत्तर द्यायची, ''सुंदर? अहो कसलं काय? आणि असेल तर माफकच. कित्ती बारीक आहे हो ती. पण तुमच्या मरियमकडे बघा तर जरा. मोत्यासारखी उजळ कांती, काळेभोर केस... राजकुमारीच दिसतेय की!'' अर्थात आपल्या मुलीला सुंदर म्हटल्याबद्दल आईच्या मनात आनंदाच्या उकळ्याच फुटत असायच्या. त्यात विशेष भर पडायची ती तिच्या रुबाबदार नवऱ्याला रोनेच्या गणवेशात बघताना! आहाहा! कर्मनशाहपासून जाहेदानपर्यंत शोधूनही इतका देखणा पुरुष सापडला नसता!

''ओ झारा! तुला काय सांगू राणी? आपण सगळे त्या काळी सुखाच्या राशीवर अक्षरश: लोळत होतो. आपला राजा इतका दयाळू आणि उदार होता; त्याची पत्नीदेखील तितकीच मनमिळावू आणि प्रेमळ. त्यांचा तो देखणा जोडा पाहून आम्ही मनोमन देवाला हीच प्रार्थना करायचो की, ह्यांचं सुख असंच चिरकाल टिकू दे! त्यांच्या राज्यात सर्वत्र नुसता आनंदीआनंद होता.''

आईच्या ह्या वक्तव्यावर मी काही बोलत नाही; पण मला माहितेय की, शहाच्या राजवटीत सगळेच काही आमच्यासारखे आनंदी नव्हते. किंबहुना आमच्यासारखे काही मूठभर लोक सोडले तर इराणमधले बहुतांश लोक त्या काळी दु:खीच होते. तसं नसतं तर खोमेनीची क्रांती यशस्वी झालीच नसती ना! सुखी-समाधानी लोकांना खोमेनीच्या क्रांतीमध्ये काय रस वाटला असता बरं?

मात्र आता हे सगळं बोलून, भूतकाळाच्या कुशीत शिरून आनंदात विलीन

झालेल्या माझ्या आईचं मन मला दुखवायचं नव्हतं. म्हणून मी गप्प बसले आणि तिचं बोलणं संपण्याची वाट पाहत इथं-तिथं बघू लागले. आम्ही माझ्या खोलीत बसलो होतो. माझ्या तीनही मोठ्या बहिणींची लग्नं झाल्यानंतर ही संपूर्ण खोली आता माझ्या ताब्यात आली होती आणि म्हणूनच मी ती पूर्णपणे माझ्या पद्धतीनं सजवलेली होती. पुस्तकांच्या खणावरती काफ्काचं एक भलंमोठं चित्र टांगलेलं होतं. त्याच्या उजव्या बाजूला हेदायत ह्या सुप्रसिद्ध इराणी कादंबरीकाराचं तैलचित्र लावलेलं होतं. त्याच्या वर झोरोस्ट्रीयन निशाण्यांची चित्रं लावलेली होती. काफ्काच्या डाव्या बाजूला माझ्या सर्वांत लाडक्या पॉप-गायकाचं, अर्थात मायकल जॅक्सनचं, त्याचं जगप्रसिद्ध 'मूनवॉक' करतानाचं चित्र लावलेलं होतं. एका मैत्रिणीनं अमेरिकेवरून खास माझ्यासाठी आणलेलं ते चित्र माझं निरतिशय आवडतं होतं. समोरच्या भिंतीवर मोठ्ठाले खण आहेत आणि त्यांवर आईनं मी गोळा करत आलेल्या सगळ्या लहानमोठ्या शोभेच्या वस्तूंची आरास मांडलेली आहे – शिराझमधून आणलेला दारियस द ग्रेटचा पुतळा, एस्फाहनमधून आणलेल्या चिनीमातीच्या वस्तू, कॅस्पियन किनाऱ्यावरून आणलेली एक लहानशी लाकडी होडी.... मला असल्या गोष्टी जमा करायची अतिशय हौस आहे. आईला माझ्या ह्या छंदाचं खूप कौतुक आहे. मायकल जॅक्सनबद्दल मला असलेलं आकर्षण तिच्या समजुती- पलीकडचं असलं, तरी ती ते गमतीत घेते; पण काफ्काचं माझ्या खोलीतलं अस्तित्व आईची झोप उडवतं.

मध्येच पुन्हा माझं लक्ष आईकडे वेधलं जातं, तेव्हा ती अजूनही बोलतच असते. बिच्चारी आई! माझ्याशिवाय तिला आपलं मन रितं करण्यासाठी कोणी उरलेलंच नाहीये. माझ्या वडिलांना एक-दोन मिनिटांच्या वर कुणाचं पाल्हाळ ऐकून घेण्याची सवय नाही. त्यात जर विषय राजकीय असेल, तर एक-दोन तुटक पण ठाम वाक्यांत आपलं मत ऐकून समोरच्याला गप्प बसवण्याचा त्यांचा खाक्या. माझ्या बहिणी आपापल्या संसारात गुंतलेल्या. तरीही कधी वेळ मिळालाच तर त्या आईचं बोलणं ऐकत बसायच्या. पण तशी निमित्तं विरळच यायची. माझ्या भावांना तर आईशी 'गप्पा ठोकत बसायला' वेळच नसायचा. त्यामुळं मीच तिची सगळ्यांत लाडकी श्रोता होते.

पण अवघ्या सोळा वर्षांच्या वयामध्ये, मला आईचं हे अवास्तव बोलणं फार काळ ऐकत बसण्याइतपत धीर नव्हता. त्यामुळं एके क्षणी माझा संयम सुटला आणि मी तिला म्हणाले, "आई, तू चक्क स्वप्नात बडबडतेयस! असं काऽऽही नव्हतं. उगीच स्वत:च्या खोट्या समजुती करून घेतल्या आहेत तू."

"नाही गं राणी. खरंच असं होतं. असंच होतं."

"अगं पण..."

"मी सांगतेय ना झारा, असंच होतं."

माझ्यावर आपलं म्हणणं ठसवताना आईचा गहिवरलेला चेहरा पाहून मला पुढं काही बोलायचंच सुचेना. काय होणार माझ्यासारख्या मुलीचं, जिला असल्या कथांमध्ये विश्वास ठेवता येत नाही? आई आपल्या स्वप्नांच्या राज्यातून बाहेर पडायलाच तयार नाही; पण मला त्या राज्यात तिच्यासोबत विहार करायला जरी कितीही आवडलं असतं, तरी माझा स्वभाव मला तसं करू देत नाही. मी शक्य तितक्या हळुवारपणे आईला सांगते, "नाही आई. तसं नव्हतं."

आणि असंच वागून मी गद्दार ठरते. कारण शंका उठवल्या की, त्यातून आशा निर्माण होतात. एका नव्या, चांगल्या भविष्याच्या आशा.

मी माझ्या वयाच्या इतर मुलांशी जेव्हा कधी ह्या गोष्टीवर चर्चा केली आहे की, मुल्लांची सत्ता जाऊन राजेशाही परत आली. तर सगळं चांगलं होईल का; तेव्हा ह्या प्रश्नाचं मला एकदाही सकारात्मक उत्तर मिळालेलं नाहीये. एका सत्ताधीशाच्या जागी दुसरा सत्ताधीश आणून काय चांगलं होणार, असा सगळ्यांचाच प्रश्न असतो.

माझ्या आईच्या रम्य आठवणी ऐकण्याचं नाटक करताना मी जे कसब पणाला लावते, तेच कसब वापरून मी त्या प्रश्नांना बगल देत राहते, जे ती दोघं मला माझ्या राजकीय हालचालींबद्दल विचारत राहतात. मी जुजबी माहिती पुरवते आणि बरंच काही दडवून ठेवते. कारण मला माहीत असतं की, त्यांना माझ्या कृत्यांबद्दल वाजवीपेक्षा जास्त समजलं, तर ते माझी काळजी करत बसतील आणि त्याहीपेक्षा मला अशी भीती आहे की, ते त्या काळजीपोटी मला माझ्या राजकीय चळवळी बंद करायला लावतील. अर्थात त्यांनी मला कितीही समजावलं, तरी मी काही ऐकणार नाही आणि त्यांचं ऐकलं नाही की, माझ्यातली अपराधी भावना मला सलत राहील. मग मी स्वतःला असं समजावून गप्प राहते की, एखाद्या चांगल्या कामासाठी अपराधी वाटून घेण्याची गरज नसते.

१७

मी माझ्या कोठडीमध्ये तिथल्या मळकट गोधडीवर बसून एका अशा विचाराच्या जंजाळात गुंतले आहे की, आता मला त्याचा जाच होऊ लागला आहे.

तो विचार असा की, मला इथे डांबण्यात आलंय ते माझ्या राजकीय कृत्यं अथवा विचारांसाठी नव्हे तर, मी ज्या व्यक्तींना माझा आदर्श मानत आले त्यांसाठी!

महाविद्यालयाचा तो पहिला दिवस मला आजही जसाच्या तसा आठवतोय. महाविद्यालयाचं ते सर्वस्वी नवीन विश्व कसं असेल, मला झेपेल की नाही, ह्या भीतीमध्ये पण तितक्याच उत्सुकतेनं मी तिथे माझं पहिलं पाऊल टाकलं होतं. मनामध्ये स्वप्नांची गर्दी उसळलेली होती... मी खूप मन लावून अभ्यास करीन, सगळ्या विषयांमध्ये पहिला क्रमांक पटकावीन, मग माझे सगळे वर्गमित्र आणि प्राध्यापक माझ्याबद्दल कौतुकमिश्रित चर्चा करू लागतील. 'तुम्ही त्या मुलीला ओळखता का? अहो तीच ती हुशार मुलगी - झारा गहरमानी. मी सांगतो तुम्हाला, ती एक ना एक दिवस आपल्या महाविद्यालयाचं नाव उज्ज्वल करणार बघा!'

पहिल्या काही दिवसांतच माझ्या मनातली भीड चेपली जाते. मला नव्या मैत्रिणी सापडतात. त्यांच्यासोबत मैदानातल्या गर्द वृक्षांखाली खिदळताना, प्राध्यापक समोर आले की, चेहऱ्यावर गंभीर भाव आणण्यात मला निराळीच गंमत भासू लागते. त्यानंतरचं परिवर्तन होतं ते पेहरावामध्ये. 'प्राध्यापकांना असं वाटायला नको की, मी कुठल्यातरी मागासलेल्या खेड्यातून आले आहे.' म्हणून मग मी डोक्यावरचा रुमाल थोडा अजून वर सरकवून घालू लागले. माझा रुमालसुद्धा ठरावीक शैलीपेक्षा हटकून होता - गडद रंगाचा, निळ्या-लाल ठिपक्यांनी भरलेला. माझ्या चालीमध्येसुद्धा आता एक विशिष्ट प्रकारचा आत्मविश्वास आणि ऐट आलेली आहे. रस्त्यावरून जाताना कुणी बासिजी दिसले, तर मी मुद्दामहून त्यांच्याकडे असा काही तिरस्काराचा कटाक्ष टाकते, जणू त्यांना समजायला की, मी त्यांना किती तुच्छ लेखते ते!

ह्या सगळ्या बदलांनी मी सर्वांत जास्त कुणावर छाप पाडायचा प्रयत्न करत असेन तर तो अराशवर! सरकारच्या बाजूनं असलेल्या कुटुंबातील मुलांसाठी अराश म्हणजे कर्दनकाळ भासतो; पण मला तर तो आमच्या महाविद्यालयाचा गॅरी कूपर वाटतो. प्रेमळ स्वभावाचा पण तरी कंबरेला बंदूक अडकवलेला आणि प्रसंगी शत्रूशी दोन हात करायला मागंपुढं न बघणारा असा तरुण! इराणी वीरांशी तुलना करायची झाली, तर अराश म्हणजे रुस्तमसारखा धैर्यशील; दारियसप्रमाणे इतर कमकुवत राज्यकर्त्यांना तुच्छ लेखण्याची हिंमत ठेवणारा; ओमर खय्यामप्रमाणे जुनकट रूढी-परंपरांवर मुक्तकंठानं टीकास्त्र सोडणारा आणि हाफेझप्रमाणे लोभसवाणं व्यक्तिमत्त्व असलेला!

मी त्याच्यावर जीव ओवाळून टाकलाय!

बरेच दिवस त्याला दुरून न्याहाळत समाधान मानल्यानंतर, एक दिवस मी मनाचा हिय्या करून त्याच्याशी बोलायला जाते. तो आपल्या मित्र-मैत्रिणींसोबत कसलीशी चर्चा करत उभा असतो. मी त्याच्या जवळ जाऊन, माझी राजकीय मतं आणि विचार त्याच्याशी मिळतेजुळते आहेत असं दर्शवणारं काहीतरी बडबडते. अराशच्या सोबत असलेल्या मुली माझ्याकडे जळजळीत कटाक्ष टाकतात; त्याचे मित्र माझ्यावर कसलासा विनोद करण्याच्या तयारीत दिसतात आणि स्वत: अराश माझ्याकडे मिस्कीलपणे बघत राहतो. त्यानंतर काही दिवसांनी, मी महाविद्यालयात आयोजिलेल्या एका राजकीय बैठकीसाठी जाते; तर तिथं मला अराश भेटतो. तो माझ्या पुढच्याच आसनावर बसलेला असतो. माझी चाहूल लागल्यावर तो मागे वळून पाहत, छानसं स्मित करतो. उत्तरादाखल मी चेहऱ्यावर अतिशय करारी भाव आणत, सदर बैठकीमधली माझी गुंतवणूक किती गंभीर आहे, हे त्याला दाखवण्याचा प्रयत्न करते; पण माझी ती मुद्रा बघून तो खो-खो हसू लागतो आणि मग मात्र मी अतिशय खट्टू होते.

कालांतरानं मी आणि अराश आमच्या राजकीय मतं व विचारांची आदानप्रदान करू लागतो; त्यातूनच आमची मैत्री फुलत जाते. मी त्याला आमच्या सरकारला असलेल्या माझ्या कडव्या विरोधाबद्दल सांगते. सदर परिस्थिती बदलण्यासाठी माझ्या डोक्यात काय काय कल्पना आहेत, त्याबद्दल सांगते. त्यावर तो उद्गारतो "बाप रे! बऱ्याच मोठ्या योजना आखल्या आहेत की तू! चांगलं आहे. पण समाजामध्ये इतक्या झटपट बदल घडत नसतात गं. वेळ लागतो. खूपच वेळ लागतो. आज काही दोन-चार बदल होतील; मग पुढच्या चार-पाच वर्षांनी आणखी काही दोन-चार बदल घडतील.... असंच चालतं हे सगळं. तुला फारच घाई झालेली दिसतेय. जरा धीराने घे पोरी, धीराने घे."

मग मी धीराने घेऊ लागते. सरकारबद्दल असलेला माझा कडवा विरोध आता

तितकासा कडवा राहिलेला नाहीये, असं माझ्या मित्र-परिवाराला आणि नातलगांना सांगू लागते. "आम्हाला बदल घडवायचे आहेत पण दमानं. आम्ही हुतात्मे नाही. फक्त आपल्या देशामध्ये काही सकारात्मक बदल करता येतात का, हे पडताळणारे आशावादी युवक आहोत" असं सांगू लागते.

पण हा माझा संयम फक्त राजकीय बाबतीतच तग धरून असतो हं. अराशला बघितल्यावर माझा सगळा संयम, सगळा धीर गळून पडतो आणि भुंग्यानं फुलाभोवती घालावा, तसा मी त्याच्याभोवती पिंगा घालू लागते. मी अराशवर प्रेम करू लागते. पण हे त्या प्रकारचं प्रेम नसतं, जिथं मला त्याच्यासोबत लग्न करून संसार थाटावासा वाटेल, त्याच्या मुलांची आई व्हावंसं वाटेल. मला तो आवडतो ते त्याच्या गुणांसाठी, त्याच्या व्यक्तिमत्त्वासाठी. माझं त्याच्यावरचं प्रेम भक्तिस्वरूप आहे; मला तो माझा हीरो वाटतो.

पण गोम अशी आहे की, कदाचित अराश इतका देखणा नसता, तर मी त्याच्या गुणांच्या आणि व्यक्तिमत्त्वाच्या तितक्याच तन्मयतेनं प्रेमात पडले असते का, ह्याबद्दल मला दाट शंका वाटते. तसंच जर तो इतरांच्या दु:खाप्रति इतका हळवा नसता, तरीही मी त्याच्या व्यक्तिमत्त्वाच्या किंवा कार्याच्या प्रेमात पडले नसते. एका अर्थी मी त्याच्यात माझा आदर्श पिता पाहत होते. एक असा देखणा सुहृद मनुष्य, ज्याच्यावर मी एक स्त्री म्हणून प्रेमसुद्धा करू शकते आणि कठीण प्रसंगी त्याच्या खांद्यावर विसावून निश्चिंतसुद्धा होऊ शकते.

आताशा ह्या कोंदट कोठडीमध्ये ह्या असल्या आठवणी जरा जास्तच येऊ लागल्या आहेत माझ्या डोक्यात. कधीकधी त्यांचा अतिरेक होतो आणि मग ज्या अराशला मी हीरो मानते, त्याचा उगीच तिरस्कार वाटू लागतो. त्याची ती नारेबाजी, सुंदर इराणबद्दल रंगवलेली स्वप्नं... ह्या सगळ्याचा संताप वाटू लागतो. पण मग पुन्हा काही वेळानं मी पूर्ववत होते; त्याच्याबद्दल विचार करू लागते. अराशला इतक्या वेळा अटक झालेली आहे की, निश्चितच आतापर्यंत त्यानं भरपूर छळ सहन केलेला आहे. पण तरीही, तुरुंगातून सुटून आल्यावर तो प्रत्येक वेळी नव्या जोमानं कामाला लागतो. काही नाही तरी मला त्याच्या ह्या चिकाटीचं कौतुक करायलाच हवं.

माझ्या डोक्यातल्या विचारांचं वादळ आता निराळ्या दिशेनं भरकटू लागतं. मला जाणवू लागलेलं आहे की, मी रुतत चाललेय; माझ्याभोवती टाकलेला विळखा आता अजून घट्ट होऊ लागला आहे. माझ्यावर अत्याचार करून हे लोक मला नमवू पाहत आहेत आणि आता माझा धीर सुटू लागला आहे. म्हणजेच मी नमू लागले आहे आणि ह्या लोकांना घाबरूसुद्धा लागले आहे. कुठल्यातरी चमत्कारानं इथून कधी मुक्त झालेच तर पुन्हा मोर्च्यांमध्ये भाग घेण्याची, पुढारीगिरी करायची

क्षमता माझ्यात नाहीये. ते सगळं अराशसारखे वीरच करू जाणे; मी त्यासाठी फार सामान्य आहे.

आजकाल मी स्वत:शी असंच काहीबाही बोलत राहते. मला बहुधा आता वेड लागणार आहे. चांगलं आहे; वेड लागलं की कुठल्याही भीतीशिवाय मनातली गरळ बाहेरतरी काढता येईल. कदाचित मग मीसुद्धा सोहराबप्रमाणे सतत कुणाच्यातरी नावाचा शंख करीत राहीन.

सोहराबची आठवण आल्यावर मी आवाज चढवून त्याला विचारते, ''सोहराब, तुला लैलाबद्दल बोलायची इच्छा आहे का?''

पण तो काहीच उत्तर देत नाही. बहुधा तो त्याच्या कवचात गेलेला दिसतोय. तो असं बऱ्याचदा कवचात जातो. मग कित्येक तास सगळं गुमसुम असतं. तरीही मी आशाळभूतपणे त्याच्या उत्तराची वाट बघत राहते. मला त्याचा आवाज ऐकायचाय... पण नाही. आज नशीब माझ्या बाजूनं नसतं.

मी दु:खी होते; गालांवर ओघळणारे हतबल अश्रू पुसत पुन्हा आपल्या गोधडीवर बसून राहते. मला आता बाहेरच्या शिपायांना विनंती करावीशी वाटू लागते की, ''जा तुमच्या म्होरक्याला सांगा, की मी खूप हतबल आणि दुर्बल झालेय. माझ्याकडून तुम्हाला काहीच धोका नाहीये. तुम्हाला जे पाहिजे ते करायला मी तयार आहे. फक्त माझ्याशी चांगलं वागा. माझ्यावर अत्याचार करू नका. मी ते नाही सहन करू शकणार.''

थोरामोठ्यांनी असं बऱ्याचदा म्हटलं आहे की, अतीव पीडा माणसाच्या व्यक्तिमत्त्वाला एक निराळंच तेज बहाल करते. असेलही. पण माझ्या वैयक्तिक अनुभवातून मी त्या सगळ्या लोकांना सांगू इच्छिते की, अतीव वेदना तुम्हाला भ्रष्टदेखील करते. तुम्ही जर मुळातच खूप विद्वान, धैर्यवान वा आगळ्या व्यक्तिमत्त्वाचे असाल, तर ठीक आहे; पण तसं नसेल तर अतीव पीडा भोगून काही तुमच्यात हे गुण पाझरत नाहीत. उलट, तुमच्यात जे काही तोळाभर धैर्य वगैरे आहे, तेसुद्धा जप्त करून टाकते.

तुमच्या शिरच्छेदाचा हुकूम निघालेला असतो. तुम्हाला जल्लादासमोर नेलं जातं. जल्लाद तुम्हाला त्याच्यासमोर मान तुकवायला सांगतो. तुम्ही जीव मुठीत घेऊन तसं करता आणि इतक्यात जल्लादाच्या हातातल्या करवतीचं पातं चकाकतं... तसं तुम्ही जिवाच्या आकांताने ओरडू लागता, ''नको! मला सोडून द्या! माझ्यावर कृपा करा! मला सोडून द्या.'' खरंतर तुम्हाला आपल्या मरणाला आत्मसन्मानानं सामोरं जाण्याची इच्छा असते; पण अतीव पीडा आणि भय तुमच्यातल्या आत्मसन्मानाच्या ठिकऱ्या उडवतं.

१८

आमचं कुटुंब म्हणजे 'उदारमतवादी' ह्या व्याख्येच्या कक्षेत येईल असं. म्हणजे फक्त माझे आई-वडील, भावंडं आणि मी नव्हे; माझे काका, चुलत भावंडं, मावश्या... सगळेच उदारमतवादी आहेत. आम्हा सगळ्यांनाच पुरातन धार्मिक मतप्रणाल्या पटत नाहीत. पूर्वीच्याच संकल्पना योग्य होत्या, असं आम्हाला वाटत नाही. आमच्या लेखी प्रत्येक मनुष्य जन्मत:च आपलं स्वतंत्र व्यक्तिमत्त्व व स्वातंत्र्य सोबत घेऊन येतो आणि त्याचा आपण आदर करायला हवा. मुला-मुलींनी लग्नाआधी एकमेकांना मिठ्या मारणं, चुंबनं घेणं ह्यांत आम्हाला काहीच गैर वाटत नाही. एवढंच काय तर सदर आलिंगनं वा चुंबनांनंतर जर त्या दोघांनी एकमेकांशी लग्न केलं नाही, तरी आम्हाला त्यात काही गैर वाटत नाही. तसंच प्रत्येकाला आपल्या आवडीनुसार पोशाख करण्याचं स्वातंत्र्य आहे – किमान ते तसं असावं. प्रत्येकाला आपल्या मनाप्रमाणे वाचन करण्याचं स्वातंत्र्य असावं. आमच्या कुटुंबाला 'सेन्सॉरशिप' हा प्रकार कधीच पटलेला नाहीये. तसंच आम्ही अशा मताचे आहोत की, राज्य आणि धार्मिक संस्था ह्यांच्यामध्ये वियोगावस्था असावी. मुल्ला व पाद्र्यांनी मस्जिद व चर्चमध्ये आपले नियम राबवावे आणि आम जनता त्यांच्या मस्जिद व चर्चमध्ये दाखल झाल्यावर त्यांनी ते नियम पाळावे, अशी अपेक्षा जरूर करावी; पण एकदा का ती जनता त्या मस्जिद वा चर्चमधून बाहेर पडली की, मुल्ला व पाद्र्यांनी त्यांना राज्याचे (निधर्मी) नियम पाळू द्यावे, असं आमचं ठाम मत आहे.

ह्याशिवाय आमच्या कुटुंबाला एकमुखानं मान्य असलेल्या गोष्टी म्हणजे समाजकल्याण, सहिष्णुता, अगदी माफक प्रमाणातली भांडवलशाहीसुद्धा.

अर्थात बहुतांश मध्यमवर्गीय इराणी कुटुंबं अशीच मतं बाळगतात. फरक इतकाच की, (आमच्यासारखे) काही लोक त्याबद्दल उघडपणे बोलायला कचरत नाहीत

आणि इतर लोक चार भिंतींच्या आत आपली मतं जपत जगणं पसंत करतात.

पण असेही काही लोक आहेत ज्यांच्या मनावर मुल्लांच्या शिकवण्याचा नको इतका गहिरा परिणाम झालेला आहे. माझी चुलतबहीण एली, ही त्यांपैकीच एक. वयानं अवघी चौदा वर्षांची एली, तिच्या पोक्त विचारांमुळं मला चाळिशीची वाटत राहते.

मी बेहनामची प्रेयसी असताना एलीनं मला सावध केलं होतं : झारा, तुमचं लग्न होण्याआधी बेहनामशी संभोग करू नकोस. नाहीतर तू नक्कीच नरकात जाशील.

एकदा एली आमच्या घरी आली असताना तिनं बघितलं की, मी घरामध्ये बुरखा न पांघरता, जीन्स आणि पोट उघडं ठेवणारा शर्ट घालून वावरत होते. ते पाहून एली बिथरली आणि मला म्हणाली, "झारा! अगं, थोडीतरी शरम बाळग. देव आतपर्यंत पाहू शकतो."

चौदा वर्षांच्या मुलीकडून असले उपदेशाचे डोस मिळणं माझ्यासाठी गंमतीशीरही होतं आणि चीड आणणारंसुद्धा! पण एलीला त्या दोन्ही प्रतिक्रियांचं भान नसायचं. ती फक्त अवघ्या विश्वाला चांगलं (किंबहुना शुद्ध) बनवायच्या निर्मळ हेतूनं असं वागायची आणि सदर शुद्धीकरणाचा इतर कुठला मार्ग तिला माहीतच नव्हता! कारण शाळेमधल्या तिच्या शिक्षिका, मस्जिदीतल्या तिच्या शिक्षिका, रेडिओ व टीव्हीच्या माध्यमातून ज्ञान पाजळणारे ह्या सगळ्यांच्या शिकवण्यांतून तिला एवढंच समजायचं की, देवाचा शब्द मोडला की जग अशुद्ध होतं आणि म्हणूनच देवाच्या शब्दाबाहेर वाटणारं कृत्य दिसलं की त्याबद्दल तत्काळ आवाज उठवा.

माझी लहानगी, निरागस बहीण तेच करायची. कालांतरानं एलीचा विरोधाचा सूर इतका तीव्र आणि कट्टर होऊ लागला की, घरचे सगळे तिच्या वाक्‌बाणांना पाबरून, एलीसमोर तिचे नियम पाळण्याचे कसोशीनं प्रयत्न करू लागले. अशा भीतीपोटी नव्हे की, आमच्या 'गैरकृत्यांसाठी' एली आम्हाला बासिजींच्या तावडीत देईल. आमची प्रेमळ एली असला कुठला विचार करू शकणार नाही, ह्याची आम्हाला खात्री होती; पण एखाद्या पोक्त आजीबाईप्रमाणे सतत चालू असलेल्या तिच्या चुकचुकण्याला आणि खड्या बोलांना कंटाळून, आम्ही तिच्या मर्जीनुसार वागू लागलो. एलीच्या आई-वडिलांनी तर तिच्यासमोर हात टेकले होते. घरातली शांतता टिकून राहावी ह्यासाठी ते एलीचा एकही शब्द खाली पडू द्यायचे नाहीत.

माझ्या बाबतीत म्हणाल तर, एलीच्या नाराजीला न जुमानता मी घरामध्ये डोक्यावर रुमाल न घालता वावरायचे; पण तरीही, इतर गोष्टींत मात्र मला एलीसमोर मान तुकवावीच लागली. एली समोर असताना, मी शक्य तितकं अंग झाकलं जाईल असे कपडे घालू लागले. सरकारवर टीकास्त्र झाडण्यापासून स्वतःला परावृत्त करू लागले. एलीसाठी देवासमान असणारा कुणी डुढ्ढाचार्य, धर्मांध आयातोल्लाह टीव्हीवर भाषण देताना बघितला की, एरवी माझ्या तोंडून हमखास

निघणाऱ्या अपशब्दांना मोठ्या कसोशीनं गिळून टाकू लागले.

एली आमच्या घरी आली की, मी कितीतरी वेळ तिला निरखत राहायचे. एखाद्या पोक्त स्त्रीप्रमाणे गंभीर चेहऱ्यानं कुराण वाचत बसलेल्या किंवा माझ्या आईला लगबगीनं स्वयंपाकघरात मदत करणाऱ्या त्या लहानग्या मुलीकडे बघून मला धडकीच भरायची. कुराण वाचताना प्रतीत होणारा तिचा अगाध विश्वास व आईला मदत करताना तिच्या लहानग्या मूर्तीमधून डोकावू पाहणारी पोक्त स्त्री ह्या दोन्ही गोष्टींनी मी व्यथित व्हायचे. म्हणजे मला तिच्या देवभोळेपणाबद्दल समस्या नव्हती; पण ती ज्या झपाट्यानं इतक्या लहान वयात एखाद्या संसारी बाईप्रमाणं वागू लागली होती, ते बघून मी निश्चितच हादरले होते. आईला स्वयंपाकात मदत करताना एली ज्या शिताफीनं एका हातानं भाज्या चिरत दुसऱ्या हातानं डोईवरचा रुमाल घट्ट पकडून ठेवायची, ते पाहून मला तिच्याबद्दल कौतुकही वाटायचं आणि भीतीसुद्धा! आमच्या घरी डोक्यावरच्या रुमालाबद्दल फारशी सक्ती नसायची; ती सक्ती फक्त अगदी कट्टर घरांमध्ये असायची. त्यामुळं मला एलीचं वागणं अधिक विचित्र वाटायचं.

एलीबद्दल मला अजूनही काही गोष्टी प्रकर्षानं खटकायच्या. जसं एखाद्या तरुण मुलीला प्रेमप्रकरण असल्याबद्दल ठार मारल्याची वगैरे बातमी टीव्हीवर दाखवली की, आम्ही सगळे आपोआपच हळहळायचो; पण सदर विषयाबद्दल एली जरी आमच्यासोबत हळहळ व्यक्त करायची, तरी तिला असल्या शिक्षांमध्ये काही गैर वाटायचं नाही. आमच्या सरकारच्या शिक्षा व पुराव्यांच्या पद्धती खरंतर अतिशय विदारक होत्या; पण एलीला त्यांमध्ये काहीच खटकायचं नाही. उदाहरणार्थ, एखाद्या मुलीनं आपल्यावर बलात्कार झाल्याचा दावा केला, तर तो सिद्ध करण्यासाठी तिच्या कुठल्यातरी पुरुष नातेवाइकाची पुष्टी असणं गरजेचं असायचं. कमाल म्हणजे ह्यामध्येही एलीला काहीही गैर वाटायचं नाही.

पण ह्या सगळ्याचा अर्थ असा नव्हे की, एली दगडाच्या काळजाची होती. उलट ती अतिशय कोमल हृदयाची मुलगी होती. पंख तुटलेल्या पक्ष्यांना बघून तिचं मन द्रवायचं; कचराकुंडीतल्या घाणीवर जगणाऱ्या कुत्र्यांना पाहून तिला हळहळ वाटायची. कित्येकदा ती माझ्या खोलीत येऊन, प्रेमानं माझ्या डोक्यावर हात फिरवत बसायची, माझा हात हातात घेऊन चार 'समजुतीच्या गोष्टी' सांगत बसायची; पण जर मी कधी हिंमत करून एलीला तिच्या संकल्पनांबद्दल टोकू लागले, तर ती मला अगदी शांत पण ठाम स्वरात समजवायची. ''झारा, धार्मिक ज्येष्ठांना आपणा सामान्य माणसांपेक्षा जास्त बुद्धी असते. म्हणूनच त्यांच्यावर टीका करण्यापेक्षा त्यांचं ऐकण्यातच हुशारी असते.''

कुटुंबातल्या गुंतागुंतीच्या प्रकरणांबद्दल तिची मतं विचारली आणि त्या गोष्टी

तिच्या धार्मिक विश्वासांच्या विरोधात असल्या की, एलीची चांगलीच कुचंबणा व्हायची. उदाहरणार्थ, एलीच्या एका मावशीला बऱ्याच झगड्यानंतर तिच्या छळवाद्या नवऱ्यापासून घटस्फोट मिळाला; पण त्यामध्ये तिला तिच्या लहानग्या मुलांच्या ताब्यावर पाणी सोडावं लागलं. त्याबद्दल अर्थातच व्यथित असलेल्या त्या मावशीनं जेव्हा एलीला 'तिच्या माणसांनी' दिलेल्या ह्या निकालातल्या न्यायाबद्दल खडा सवाल केला, तेव्हा आधी कितीतरी वेळ एलीला काय बोलावं हेच सुचेना. आपल्या मुलांच्या स्पर्शासाठी व्याकूळ झालेल्या, डोळे खोल गेलेल्या आपल्या मावशीच्या स्थितीबद्दल एलीला वाईट तर वाटत होतं; पण आपण ज्या संस्थेला मनापासून पुजतो, त्यांच्या निर्णयाच्या विरोधात जाणं तिला चांगलंच जड जात होतं. मला हे बघायची उत्सुकता लागली होती की, आता एली ह्या गुंत्यामधून कशी वाट काढेल. तिनं बराच विचार केला आणि मग अखेर बोलली : "मी वयानं जरा मोठी होईपर्यंत ह्या विषयाबद्दल काही ठामपणे बोलू शकत नाही; पण मी माझ्या शिक्षिकांचं मत विचारेन आणि त्या जे सांगतील ते तुला येऊन सांगेन. ठीक आहे?"

शिक्षिका! शिक्षिका!

फक्त आपल्या शिक्षकांच्या निवडीवरून आपण आपल्या आयुष्याचा मार्ग आखू शकतो का? किंबहुना तसं करावं का? नाही! निश्चितच चांगले शिक्षक आपलं आयुष्य समृद्ध करू शकतात. पण चांगल्या शिक्षकांची व्याख्या काय? एली ज्यांच्या परिणामाखाली होती त्या शिक्षिका अर्थातच कट्टर आणि धर्मांध असणार. चांगला शिक्षक तो असतो, जो एखाद्या प्रश्नाचं सर्वांत चांगलं उत्तर देण्यासाठी तुमच्याकडून वेळ मागून घेईल; सदर प्रश्नाबद्दल विविधांगानं विचार करेल आणि मगच तुम्हाला ते उत्तर देईल.

जसा माझा लाडका कवी ओमर खय्याम! त्यानं आपलं संपूर्ण आयुष्य निश्चिततेच्या शोधात घालवलं आणि अखेर त्याला लक्षात आलं की, हा शोधच व्यर्थ होता आणि त्यामुळं उलट आपण आयुष्याचा पुरेपूर आनंद लुटण्यात कमी पडतो.

प्रिय ओमर, माझी अशी मनस्वी इच्छा आहे की, आयुष्याचा पुरेपूर आनंद लुटण्याची कला आता आमच्या इराणी लोकांना अवगत होऊ दे. प्रेमिकांना चोरट्या प्रणयाराधनांऐवजी मुक्तपणे आपल्या सुंदर नात्याचा उत्सव साजरा करता येऊ दे. लहान मुलांना ताऱ्यांच्या छत्रीखाली पहुडून दुसरा दिवस काय आनंद घेऊन येईल, ह्याची स्वप्नं बघता येऊ दे. एलीला डोक्यावरचा रुमाल भिरकावून देऊन, अंगावर उन्हं झेलत तारुण्याची मजा चाखू दे.

आहाहा! पाहा, स्वप्न पाहत रहा झारा! पण किती सुंदर स्वप्न आहे ना हे!

११

दरवाजाबाहेर हिरवा कागद टाकून बराच वेळ लोटलाय. मग हा शिपाई माझ्या कोठडीचं दार का उघडत नाहीये? शौचालयात जाण्यासाठीचा इशारा म्हणून मी रोज निरनिराळ्या वेळेला तो हिरवा कागद बाहेर टाकत असते – बाकी काही नाही, जरा दिनक्रमात बदल व्हावा म्हणून; वेगवेगळ्या वेळेला एव्हिनमध्ये कसं वातावरण असतं हे बघण्यासाठी. पण एरवी चटकन दार उघडणारा हा शिपाई आज इतका विलंब का लावतोय?

आजच्या रात्रीत ही चौथी वेळ आहे, जेव्हा मला शौचालयाला खेटा घालण्यासारखं वाटत आहे. मूत्राशय फुटून जाईल इतक्या जोराची लघवी लागलीय आणि इथे हा माणूस दारच उघडत नाहीये. आज मला इतक्या वेळा लघवी का लागतेय? मूत्रपिंडामध्ये काही बिघाड तर झाला नसेल? मला कुठल्या मोठ्या आजारानं तर ग्रासलं नसेल? ह्या बिनडोक शिपायांना माझी व्यथा समजत नाहीये का? मी काय ह्यांच्या खिशातली किल्ली चोरून एव्हिनमधून धूम ठोकेन, असं वाटतंय का ह्यांना? छे! तसले काही उपद्व्याप करण्याचं त्राणच नाही उरलंय माझ्यात. मला फक्त लघवीला जायचंय.

तुंबलेलं पोट गच्च पकडून मी कोठडीमध्ये अस्वस्थपणे फेऱ्या घालू लागते. ह्या लोकांनी आता लवकर दार नाही उघडलं ना, तर मला शेवटी कोठडीतच सगळा कारभार उरकावा लागेल. कदाचित त्यांचीही तीच इच्छा दिसतेय; जेणेकरून त्यांना माझ्यावर हसण्यासाठी आणखी एक बहाणा मिळेल. पण तसंही माझ्यावर हसण्यासाठी ह्या शिपायांना आता बहाण्याची तरी काय गरज उरलीय? माझी शरम, प्रतिष्ठा, आत्मसन्मान ह्या सगळ्या गोष्टी तर कधीच गळून पडल्या आहेत. एव्हिनसारख्या नरकात पडून इथल्या नराधमांच्या हातून इतक्या यातना भोगल्यावर असल्या किरकोळ गोष्टी लगेच गळून पडतात. त्या बदल्यात स्वातंत्र्य मिळणार असेल तर

मनुष्य आपली प्रतिष्ठा वगैरे पणाला लावायला एका पायावर तयार होतो. मीसुद्धा तेच केलंय.

मला आता असह्य होऊ लागलंय. लघवी दाबून ठेवण्याच्या मेहनतीनं घाम फुटू लागलाय. मी शक्य तितक्या जोरात हाक मारून पाहते, "प्लीज... प्लीज मला लघवीला जाऊ द्या!" पण कुणीच लक्ष देत नाही. शक्य असेल तिथपर्यंत, मला माझी कोठडी घाण होऊ द्यायची नाहीये; पण आतातर तो विचारसुद्धा क्षुल्लक वाटू लागला आहे. काय फरक पडतो कोठडी घाण झाली तर? आता इथं कुठला असा सुगंध पसरलाय की, मला दुर्गंधीची भीती वाटतेय? इथं माझं पोट फुटायची पाळी आलीय आणि मी कोठडीची फरशी ओली होऊ नये, ह्याची काळजी करूच कशी शकते?

प्रत्येक क्षणागणिक कोठडीत लघवी करून टाकण्याची इच्छा प्रबळ होत चाललीय; पण मी ह्या एकाच कारणासाठी अजून स्वत:ला रोखून आहे की, लघवी झाल्यानंतर जरी शरीराला अतिशय बरं वाटलं, तरी नंतर लघवीच्या दर्पात कोठडीमध्ये बसून माझ्या मनाला ह्या विचारानं निरंतर यातना होतील की, ही बाजीसुद्धा त्याच लोकांनी जिंकली. तसंच इतक्या दिवसांच्या सहवासानंतर मी ह्या कोठडीला माझं घर समजू लागले आहे. कितीही बंदिस्त आणि कळकट्ट असलं, तरी ह्याच त्या चार भिंती आणि हेच ते छप्पर आहे, ज्याच्या आडोशामध्ये मी बाहेर फिरणाऱ्या सैतानांच्या तावडीतून सुरक्षित असते. अशा ह्या माझ्या घराला, माझ्या निवाऱ्याला अपवित्र करणं मला पटत नाही. शक्य असतं तर मी माझ्या ह्या लहानशा घराला किती छान सजवलं असतं. एखादी फुलदाणी ठेवली असती. इथल्या फरशा रोज साबणाच्या पाण्यानं पासल्या असत्या. भिंतीवर काफ्काचं चित्र लावलं असतं. नाही, नको. इथे काफ्काचं चित्र लावलं तर वादळच येईल. पण मग इतर कुठल्या कमी वादग्रस्त व्यक्तिमत्त्वाचं चित्र लावलं असतं. अर्थात हे सगळं प्रत्यक्षात करणं अशक्य आहे, पण मग किमान मला माझ्या घराची स्वच्छता तरी राखता येऊ दे!

मी एक अतिशय सामान्य विचारांची मध्यम वर्गीय मुलगी आहे. त्यानुसार चांगल्या आयुष्याच्या माझ्या कल्पना आणि व्याख्यासुद्धा तितक्याच साध्या आणि मध्यम वर्गीय आहेत. मला एक छानसा नवरा हवा आहे, दोन-चार मुलं हवी आहेत; एक टुमदार घर हवं आहे; फूड-प्रोसेसर, टोस्टर आणि रोटिसेरीनं सजलेलं अद्ययावत स्वयंपाकघर हवं आहे. माझ्या स्वयंपाकघराबद्दल तर मी कितीतरी स्वप्नं पाहिलेली आहेत. आधी नमूद केलेल्या वस्तूंशिवाय, मला माझ्या स्वयंपाकघरात एक भला मोठा ओव्हन हवा आहे. तोच तो जो बाहेरून पांढराशुभ्र असतो आणि ज्यावरच्या असंख्य लाल दिव्यांवरून आपल्याला समजतं की, आतलं अन्न कितपत शिजलंय. मग मला काचेच्या लहान आणि मोठ्या ताटल्या पाहिजे आहेत; सुबक

ग्लास पाहिजे आहेत; मिठाई वाढण्यासाठी काचेचे छोटे बाउल पाहिजे आहेत; तवे, कढया, कलथे... सगळं सगळं पाहिजे आहे. गंमत म्हणजे माझ्या मनात असल्या इच्छा असणं हे तसं विचित्रच म्हणायला हवं; कारण मला स्वयंपाकातला ओ की ठो येत नाही. पण तरीही मी त्या दिवसाची स्वप्नं बघत राहते, जेव्हा माझ्याकडे असं एक सुंदर घर असेल, ज्याच्या भोवताली फुलांनी बहरलेला बगिचा असेल; त्या बगिच्यावर माझी लहान मुलं दुडदुडत असतील; घरातलं स्वयंपाकघर अगदी माझ्या स्वप्नातल्यानुसार सजलेलं असेल; मी स्वयंपाकशास्त्रात अगदी पारंगत झालेले असेन आणि दिवसभर काम करून थकूनभागून घरी आलेल्या माझ्या रुबाबदार आणि कर्तबगार नवऱ्याला एकाहून एक सरस पक्वान्नं करून वाढत असेन. अजूनपर्यंत तरी त्या नवऱ्याच्या जागी मी बेहनामचाच चेहरा पाहत होते. त्यानं आमचं नातं चांगलं ठेवण्यासाठी अजून थोडासा प्रयत्न केला असता ना, तर आज कदाचित माझं हे स्वप्न प्रत्यक्षात उतरलेलं दिसलंही असतं.

पण जसजसा वेळ जातोय, तसतसा माझ्या घराला स्वच्छ ठेवायचा निर्धार गळून पडण्याची लक्षणं दाखवतोय. दाताला दात लावून, घट्ट पोट धरून, मी कोठडीच्या थंडगार फरशीवर कुडकुडत पडून राहते. 'अजून दहा सेकंदांत हा दरवाजा उघडला नाही, तर मी इथेच लघवी करून टाकेन', असं स्वत:शी घोकत मी तळमळत राहते.

ती दहा सेकंदं झटक्यात निघून जातात आणि मग अजूनही कितीतरी सेकंदं, मिनिटं जातात... नेमका किती वेळ जातो मला माहीत नाही, पण अखेर दरवाजावरची कडी उघडल्याचा आवाज येतो; तशी मी ताडकन उठते. मला न्यायला आलेल्या शिपायाकडे बघून मला त्याचा खून करावासा वाटू लागतो. असं वाटतं की, त्याच्या चेहऱ्यावर आपल्या तीक्ष्ण नखांनी मोठ्ठाले ओरखडे काढून त्याला रक्तबंबाळ करावं. जिभेवर थैमान घालू लागलेल्या शिव्यांना मी मोठ्या प्रयासानं आत ढकलते, कारण न जाणो माझ्या तोंडून एखादा अपशब्द गेलाच, तर तो शिपाई मला पुन्हा कोठडीत ढकलून टाकायचा.

''तुला दिवसातून किती वेळा शौचालयात जावं लागतं गं? ही चौथी वेळ आहे. आता उद्यापर्यंत पुन्हा जाता येणार नाही, सांगून ठेवतोय.''

''माफ करा. पण मला बरं वाटत नाहीये, म्हणून कदाचित असं झालं असेल...''

''चूक सर्वस्वी तुझी आहे. आम्ही तुला इथं यायचं आमंत्रण दिलं नव्हतं. तू तुझ्या कृत्यांमुळे स्वत:च इथलं आमंत्रण ओढवून घेतलंस.''

शिपायाच्या ह्या टिप्पणीवर मी काहीच बोलत नाही. शौचालयात गेल्यावर मी झटकन दरवाजा लावून पहिले माझ्या लघवीला वाट करून देते. जिवात जीव येतो.

तेव्हा कुठं माझं लक्ष बंद असलेल्या दरवाजामागे लिहिलेल्या संदेशाकडे जातं. अराशनं लिहिलेला संदेश असतो. आधी मी त्या लिखाणाचा मथितार्थ समजून घेण्याचा प्रयत्न न करता, त्यावर फक्त मनसोक्त डोळे फिरवून घेते. थोड्या वेळानं, मी तो संदेश नीट उमजून वाचते. अराशनं लिहिलेलं असतं – 'काळजी करू नकोस. 'बी'चे प्रयत्न चालू आहेत.'

इथे 'बी' हे मुळाक्षर 'बेहनाम' ह्या अर्थानं वापरलंय, हे मला लक्षात येतं; पण त्या संदेशाचा अर्थ मनात झिरपायला अंमळ वेळच लागतो. अखेर तो जेव्हा झिरपतो, तेव्हा मी भावनोद्वेगानं ढसढसा रडू लागते. माझा अख्खा चेहरा अश्रूंनी भिजून जातो. पण मला त्याची पर्वा नसते. छातीवरून मणा मणांचं ओझं उचललं गेल्यावर जसं वाटेल, तसंच मला त्या क्षणी वाटत असतं.

शेवटी बऱ्याच वेळानं, मी डोळ्यांवरची पट्टी चढवून शौचालयातून बाहेर पडते. माझा ओलेता चेहरा बघून की काय, शिपायाला माझी दया येते आणि अगदी अनपेक्षित रीत्या, तो माझ्या खांद्यावर हलकेच हात ठेवत बोलतो, "तुला पुन्हा लघवीला जावंसं वाटलं तर मला सांग. मी नेईन तुला. काळजी करू नकोस."

"धन्यवाद! खरंच, खूप मेहेरबानी होईल."

कोठडीमध्ये पोहोचेपर्यंत मी कसेबसे माझे अश्रू रोखून धरते; पण मग कोठडीत शिरल्यावर माझ्या मनातला भावनांचा उद्रेक बाहेर पडल्यावाचून राहत नाही. बेहनाम माझ्यासाठी प्रयत्न करतोय? चला, चांगलं आहे! पण इतकाच प्रयत्न त्यानं आधी केला असता, तर कदाचित मी इथपर्यंत पोहोचलेच नसते. राहून राहून, माझ्या मनातल्या संमिश्र भावना उचल खात राहतात आणि अश्रूंच्या लाटा डोळ्यांमार्फत बाहेर उचंबळत राहतात.

अखेर बऱ्याच वेळानं माझं रडणं थांबतं आणि मी कोठडीतल्या मळकट गोधडीवर बसून राहते. कसलं ध्यान दिसत असेन ना मी? भादरलेलं डोकं, अश्रूंनी थबथबलेला चेहरा...! आता ह्या क्षणी जर बेहनामनं मला बघितलं, तर निश्चितच त्याला 'आपली ही प्रेयसी जगासमोर न येता आतच राहिलेली बरी'. असंच वाटेल. प्रेयसी? बेहनाम अजूनही माझा प्रेयसी म्हणूनच विचार करत असेल का? बिच्चारा! काय पण प्रेयसी मिळालीय त्याला! एव्हिन तुरुंगामध्ये आल्यानंतर माझ्यातलं सगळं सौंदर्य, नाजूकपणा आणि इतर सगळे स्त्रीसुलभ गुण कुठेतरी लुप्त झाले आहेत.

असो. पण मला आता असा प्रश्न पडलाय की, बेहनाम माझ्यासाठी नक्की काय करू शकणार आहे? किंबहुना तो खरंच मला इथून बाहेर काढण्यासाठी काही करत असेल का? बेहनामच्या बऱ्याच महत्त्वाच्या व्यक्तींशी ओळखी आहेत - अगदी मैत्रीसुद्धा आहे पण मी मुद्दामच स्वतःच्या आशा पल्लवित करून घेत

नाहीये; कारण मला माहितेय की, बेहनामसाठी आपलं चांगलं नाव आणि इभ्रत पराकोटीची महत्त्वाची आहे. सरकारनं जिला आपला शत्रू म्हणून तुरुंगात डांबलंय; अशा व्यक्तीला (मग ती त्याची प्रेयसी असली तरी) मदत करायला बेहनाम सहजी तयार होणार नाही. अशा व्यक्तीची मदत करून बेहनाम आपल्या फळफळत्या उद्योगाला सुरुंग लावून घेण्याचा मूर्खपणा करणार नाही. आणि त्यात भरीस भर म्हणजे बेहनामची आई! तिला मी कधीच पसंत पडले नाही. तिच्या लेखी मी तिच्या पुत्ररत्नासाठी वाजवीपेक्षा जास्त गरम डोक्याची आहे. मला ना शिवणकाम येतं, ना स्वयंपाकपाणी. थोडक्यात, तिच्या लेखी मला असल्या कुठल्याच कला येत नाहीत, ज्यांद्वारे मुली आपल्या नवऱ्यांना खूश ठेवू शकतात. मला तर फक्त भलेमोठे ग्रंथ वाचून त्यांतल्या संकल्पनांवर तासन्तास चर्चा करता येतात. बेहनामच्या आईला माझ्या सांसारिक स्वप्नांबद्दल काही माहीतच नाहीये. आमच्यात कधी त्या दृष्टीनं संभाषणच होऊ शकलं नाही. म्हणूनच त्यांच्या लेखी मी त्यांच्या मुलासाठी सर्वस्वी अयोग्य मुलगी आहे. जाऊ देत! मला काय घेणंदेणं म्हणा? मी बेहनामसाठी अयोग्य असेन. तर त्यानं आणावी शोधून दुसरी कुणी सुयोग्य, घरेलू मुलगी!

पण मला एक समजत नाहीये, अराशनं मला बेहनामबद्दल संदेश का दिलाय? त्याला तर बेहनाम मुळीच आवडत नाही. किंबहुना दोघांनाही एकमेकांबद्दल प्रचंड तिरस्कार आहे. अराश मूळचा तेहरानचा नसल्यामुळं बेहनाम त्याला 'गावठाण' असं संबोधत असे. एकदा तर ह्या मुद्द्यावरून दोघांमध्ये जबरदस्त हातापायीसुद्धा झाली होती. नेमका काय विषय होता ते मला आता लक्षात नाही; पण अराश सरकारबद्दल काहीतरी जहाल बोलला आणि बेहनामनं त्यावर त्याला गावठी विचारानं बोलत असल्याचं सुनावलं पण त्या दोघांच्यात विस्तव जात नसला तरी गंमत म्हणजे, बेहनामला अराशबद्दल भीतियुक्त आदरही होता. अराश त्याच्यापेक्षा खूपच धैर्यवान आहे; तो आपलं आयुष्य जितकं पणाला लावतो, तेवढं आपण कधीच करू शकणार नाही, ह्याची बेहनामला जाण आहे.

ओ! पण आजही जर बेहनामला माझी गरज वाटत असेल, तर मी एका पायावर त्याच्याकडे परत जायला तयार आहे. त्यानं जर असं कबूल केलं की, त्याला मी अजूनही हवीहवीशी वाटते, तर मी मुळीच आढेवेढे घेणार नाही. अगदी त्याला पाहिजे तशी आदर्श पत्नी बनेन. बुरखा पांघरीन; त्याखाली बेहनामच्या इभ्रतीला शोभतील असे लूई वूइतॉंचे कपडे घालीन; झिरझिरीत अंतर्वस्त्रं घालीन; त्याच्या मुलांना जन्म देईन; त्याच्यासोबत मोठमोठ्या जलशांना जाऊन माझं अहोभाग्य मिरवीन; आमची मुलं कशी घडघड कुराण वाचू लागली आहेत, ह्याबद्दल बेहनामच्या मित्रांच्या बायकांसमोर ऐट दाखवीन... सगळं सगळं करीन. फक्त त्यानं मला इथून बाहेर काढून देत. मग मी आयुष्यात पुन्हा कधी राजकारणाचा 'र'सुद्धा उच्चारणार

नाही! हे सगळं करण्यात माझ्या इच्छा, आकांक्षा, आत्मसन्मान इत्यादी फुटकळ गोष्टींना सुरुंग लागला तर लागू देत. मला त्याची पर्वा नाही.

अजून एक दिवस चौकशीशिवाय जातो. खरंतर चौकशी म्हटलं की, मला कापरं भरतं. मग आता जेव्हा मला चौकशीसाठी नेत नाहीयेत, तेव्हा मला अस्वस्थ का वाटतंय? मलातर आनंद वाटायला हवा. पण कसं आहे ना, माझी सगळी गात्रं आता थकत चालली आहेत. 'पुढे काय होणार', ह्या रहस्याची उकल करत बसण्याची त्यांच्यात ताकद उरलेली नाहीये. जे व्हायचं असेल ते होऊ देत, असेच त्यांचे मूक आर्जव असते. म्हणूनच दिवसेंदिवस जेव्हा काहीच घडत नाही, तेव्हा त्याची उत्सुक्ता इतकी ताणली जाते की, त्याचा त्रास होऊ लागतो.

मी कोठडीभर नजर फिरवत बसते. दरवाजापासून छतापर्यंत... एका भिंतीपासून दुसऱ्या भिंतीपर्यंत.... माझ्या डोळ्यांना काहीतरी बघायचंय.... काहीही... एखादं झुरळ, मुंगी, डास... काहीही चालेल. किमान त्या किड्याच्या हालचालींमध्ये तरी मला माझं मन गुंतवून ठेवता येईल. तुम्हाला माझ्या ह्या विचाराची गंमत वाटतेय का? पण नाही, हे खरं आहे. 'रिकामं मन, सैतानाचं घर' हे तर एक झालंच. पण त्याहीपेक्षा मनाला काही चाळा नसला, तर ते आपल्यावर रागावू लागतं; आतून सांगू लागतं की, जा, काहीतरी उद्योग शोध. झालंय काय तुला? अशी मख्खासारखी बसून राहू नकोस.

मला पाहिजे तसा कुठलाही किडा माझ्या कोठडीत दर्शन द्यायला येत नाही. अखेर त्याची वाट पाहून कंटाळलेलं माझं मन आपल्या जुन्या विरंगुळ्याकडे वळतं – प्रश्नकर्त्याचा खून करण्याच्या शंभर तऱ्हा! खरंतर मी ह्यापूर्वी स्वत:ला असं बऱ्याचदा बजावलेलं आहे की, मी असल्या गैर कल्पनांना मनात थारा देऊ नये; पण माझं मन एखाद्या खट्याळ मुलासारखं नेमकी नको तीच गोष्ट करायला सरसावतं.

आज माझ्या मनश्चक्षूंसमोर तरळत चाललेलं दृश्य असं – प्रश्नकर्ता आपल्या नेहमीच्या मग्रूरपणे कोठडीत येतो. माझ्याकडे तुच्छपणे बघत कोठडीमध्ये घिरट्या घालू लागतो. त्याला असं वाटतं की, मी त्याचा वावर बघून घाबरलेय; पण त्या मूर्खाला हे माहीत नाहीये की, मी पाठीमागे एक भलामोठा हातोडा दडवून ठेवलेला आहे. त्याला तो हातोडा दिसू नये ह्याची मी पूर्ण दक्षता घेतलेली आहे. मी चलाखीनं माझ्या चेहऱ्यावर भीतीचे भाव आणते; अंग थरथरू देते. ते पाहून प्रश्नकर्त्याला अजूनच जोर चढतो. 'ही मुलगी आता पूर्णपणे आपल्या कह्यात आहे', अशा मिजाशीत तो माझ्याजवळ येतो... आणि... आणि त्याला काही समजण्याच्या आत, मी त्याच्या टाळक्यात तो हातोडा घालते. एकदा, दोनदा, तीनदा... त्याचा मेंदू कलिंगडासारखा फुटतो. मेंदूचे तुकडे इतस्तत: भिरकावले जातात. तो जिथं कोसळून पडलेला आहे, त्याखालचं रक्ताचं थारोळं मोठं होत जातं...

आहाहा! किती सुंदर दृश्य आहे. मनाला शांती मिळाली.

पण असा विचार माझ्या मनात येताच मी खडबडून जागी होते. 'नाही झारा, नाही. आत्ताच्या आत्ता थांबव हा घाणेरडा चाळा! बस झालं! नाहीतर तुलासुद्धा ह्यांच्यासारखं जनावर बनायला वेळ लागणार नाही.'

मी नुकतीच अंघोळ करून बाहेर पडले आहे. गेल्या तीन आठवड्यांतली ही माझी तिसरी अंघोळ आहे. भादरलेल्या डोक्यावर खाजवून-खाजवून तिथे जखमा झाल्या होत्या, त्या उघड्या जखमांवर पाण्याचा सपकारा पडल्यावर मी किंचाळून उठले होते.

आता मी पुन्हा कोठडीत पोहोचले आहे आणि हाताच्या ओंजळीत चेहरा लपवून हाच विचार करते आहे की, मी पुन्हा कधी पूर्वीसारखी सुंदर दिसू शकणार आहे का? मी किती सुंदर होते, किती गोड दिसायचे! पुन्हा कधी मी तितकी छान दिसेन तरी का? तुम्हाला जर असं वाटत असेल की, मी माझ्या चांगल्या रूपाबद्दल नको इतकी उथळ होते, तर तसं नाहीये. मला छान दिसायला आवडायचं. पण त्यामुळे मी स्वत:ला इतरांपेक्षा वरचढ वगैरे समजायचे नाही. फक्त उपजत स्त्रीसुलभ गुणांमुळे मला आरशात बघितल्यावर समोर दिसणारं चांगलं रूप सुखावून जायचं. मला फक्त तेवढंच सुख परत हवं आहे, बस्!

आज हा सोहराब तरी कुठे गेलाय? वरून काहीच आवाज येत नाहीये. त्याला चौकशीसाठी तर नेलं नसेल? दहा वर्षं इथंच खितपत पडलेल्या, बाहेरच्या जगाशी काडीचाही संपर्क नसलेल्या माणसाची चौकशी करून ह्यांना काय मिळणार आहे? उगीच त्याचा छळ करण्यासाठीच त्याला नेत असणार. नका हो, माझ्या लाडक्या वेड्याला असं छळू नका.

आता मला सोहराबची अनुपस्थिती असह्य होऊ लागते. कुठं गेला असेल तो? त्याच्यावर काय अत्याचार चालले असतील? मी देवाकडे सोहराबसाठी प्रार्थना करू लागते. 'देवा, माझ्या सोहराबला सुखरूप ठेवा. त्याला माझ्याकडे परत पाठवा. त्याचा छळ थांबवा.'

प्रार्थना, प्रार्थना, प्रार्थना! स्वर्गामध्ये असं कुठलं दालन आहे काय, जिथं सगळ्या माणसांच्या प्रार्थना जाऊन पडतात?... आणि मग त्यांवर धूळ जमत राहते... दीनवाण्या होऊन केलेल्या, देवाच्याही विस्मरणात गेलेल्या त्या प्रार्थना, निव्वळ शब्दांची गाठोडी बनून उरतात.

२०

तुमचा जन्म जर पश्चिम इराणमधल्या कर्मनशाह प्रांतात झाला असेल, तर तुम्ही इराणी तर असताच; पण एका निराळ्या धाटणीचे. कर्मनशाह आणि त्याच्या शेजारी असलेल्या कुर्दिस्तान आणि पश्चिम अझेरबाइजान ह्या प्रांतांमध्ये मिळून, इराणमधले एकूण पाच दशलक्ष कुर्दी लोक राहतात. विचित्र आणि तापदायक समजलेले कुर्दी लोक इराणच्या ह्या कोपऱ्यामध्ये भरून राहिले आहेत, ह्याचा कुर्दी नसलेल्या इराण्यांना चांगलाच आनंद होतो. माझे आई आणि वडील दोघेही कर्मनशाहमध्ये जन्मलेले कुर्दी आहेत. त्यामुळे मीसुद्धा अर्थातच कुर्दी आहे आणि आयुष्यभर, विचित्र आणि तापदायक म्हणवून घेतच जगत आलेली आहे.

मध्य-पूर्वेतल्या इराणच्या प्रांतामधला सर्वांत जुना वंश म्हणजे कुर्दी. चार हजार वर्षांपासून ते इराणमध्ये स्थित आहेत. कुर्दी जमात इस्लामधर्म मानणारी असली, तरी इतर इस्लामी गट कुर्दी इस्लामियांना रानटी आणि अधोगामी समजतात. भरीस भर म्हणजे, कुर्दी मुसलमान हे सुन्नी असतात. त्यामुळे इराणची बहुतांश शिया जनता त्यांच्याकडे संशयाच्याच नजरेनं पाहते.

मी पूर्णतः कुर्दी संस्कारांमध्ये वाढलेली आहे. माझ्या आजीनं (वडिलांच्या आईनं) मला कुर्दी भाषा शिकवली; ह्या आगळ्यावेगळ्या समाजाच्या पुरातन संस्कृतीबद्दल, पद्धतींबद्दल शिकवलं. कुर्दी समाजाच्या बऱ्याच चाली-रीती वा पद्धती खरंतर अंधश्रद्धेकडे झुकणाऱ्या होत्या. उदाहरणार्थ, एखाद्याच्या केसांमधून हात फिरवून त्याचं भविष्य सांगणं; नकोशा पाहुण्यांनी परत येऊ नये म्हणून त्यांच्या बुटांमध्ये मीठ टाकून ठेवणं; सात हा आकडा शुभ असतो म्हणून सात दिवस चालणारे लग्न-सोहळे करणं इत्यादी. पण तरीही माझ्या मनात त्या सगळ्याबद्दल प्रेम निपजलं असल्यामुळे मला त्या चाली-रीती खटकायच्या नाहीत.

लहानपणी मला माझ्या ह्या आजीचा भरपूर सहवास लाभला. वर्षातले सहा

महिने ती आमच्यासोबत तेहरानला राहायची आणि उरलेले सहा महिने कर्मनशाहमधल्या माझ्या काकाच्या कुटुंबासोबत राहायची. पण तेव्हासुद्धा आम्ही तिला बऱ्याचदा भेटायला जायचो. तिच्या सगळ्या नातवंडांपैकी मीच एक अशी होते, जिला आजीच्या सुरस कथा-कहाण्यांमध्ये रस असायचा. त्यामुळं आमच्यातलं नातं अधिक घट्ट झालं होतं. निरनिराळ्या भाषांबद्दल उपजतच असलेल्या माझ्या कुतूहलामुळं, मला लहानपणापासूनच आजीच्या कथांमध्ये आणि ती शिकवत असलेल्या कुर्दी भाषेमध्ये विशेष रस वाटायचा. एका शब्दाला निरनिराळ्या भाषेमधले पर्यायी शब्द शोधून काढण्याची गंमत मला आजीच्या सहवासात अजूनच आनंद देऊ लागली. त्यामुळं अर्थातच आमच्यातला संवाद वाढू लागला, बहरू लागला.

लग्नानंतर अवघ्या काही वर्षांतच आजीवर वैधव्य कोसळलं होतं आणि 'मुलांना पित्याचं किंवा पित्यासमान व्यक्तीचं छत्र असायलाच पाहिजे', ह्या इराणी समाजाच्या नियमानुसार आजीच्या सगळ्या मुलांना त्यांच्या काकाकडे पाठवून दिलं गेलं होतं. बिच्चारी आजी! किती एकटी पडली असेल ती त्या वेळी! अर्थातच तिला आपल्या मुलांची खूप आठवण यायची आणि मग त्यांना भेटण्यासाठी आजी सहा-सहा तास प्रवास करून जायची. तिनं त्याबद्दल कधी तक्रार केली नाही; पण निश्चितच ही गोष्ट सोपी नव्हती.

पुढं आजीनं आम्हा नातवंडांवर जो प्रेमाचा आणि कौतुकाचा वर्षाव केला, ते बघून मला नेहमी असंच वाटत आलंय की, तिला आपल्या स्वत:च्या मुलांवर जो प्रेम आणि कौतुकाचा वर्षाव करता आला नाही, त्याची सगळी उणीव तिनं आमच्यामार्फत भरून काढली. मीतर लाडावलेलीच मुलगी होते. माझी आई खरंतर आमचे इतके लाड करायची, पण तरीही मला आजीचेही लाड हवेहवेसे वाटायचे आणि म्हणूनच मी शक्य तितकं तिच्या सहवासात राहायचा प्रयत्न करायचे. आजीसोबत बाजारात जा, शेजारीपाजारी जा, तिच्या कुर्दी मैत्रिणींच्या लहानशा दुकांनामध्ये जाऊन बस... आजी जिथं जाईल, तिथं मी शेपटासारखी तिच्या मागे जायचे. काही वर्षांनी मी नकळतच आजीप्रमाणे पोशाख करू लागले; तिच्यासारखेच केस मोकळे सोडू लागले; माझे हावभाव, बोलण्याची पद्धत, हसण्याची पद्धत, सगळं तिच्यासारखं बनत गेलं. अर्थात ह्यात आमच्या जनुकांमधल्या साम्याचाही हात आहे. पण आजीच्या सततच्या सहवासामुळंसुद्धा मी तिच्यासारखी वागू-बोलू लागले, हे तितकंच खरं.

कुर्दी जमात ही तशी कमनशिबीच म्हटली पाहिजे. कित्येक शतकं झाली, तरी अजूनही त्यांना एखाद्या भूभागावर 'हा आमचा प्रदेश' असा शिक्का मारता आलेला नाहीये. कुर्दी जमात नेहमी आपल्या धनाढ्य चुलत्यांच्या मेहेरबानीवर – प्रसंगी अपमान झेलत, तर प्रसंगी मृत्यूच्या तोंडाशी भिरकावलं जात – जगत आलेली

आहे. तुर्की, इराक, सिरिया वगैरे प्रदेशांमध्ये कुर्दी लोकांचे गट स्थायिक झालेले दिसतात; पण त्या सगळ्या ठिकाणी त्यांना अल्पसंख्याक म्हणून तुच्छ वागणूकच मिळत आलेली आहे. त्या ठिकाणची सरकारं त्यांना बोजाच समजत आली आहेत. सततच्या हेटाळणीला कंटाळलेल्या कुर्दांना गेल्या कैक शतकांपासून आपल्या स्वत:च्या प्रदेशाची आस आहे. स्वभावानं शूर व कामसू पण मुळातच लढवय्या वृत्ती नसलेल्या ह्या जमातीला अजूनतरी आपलं हे स्वप्न पूर्ण करता आलेलं नाहीये. गरज पडली तर कुर्दी माणसं न थांबता आठवडाभर लढा देऊ शकतील; पण रणनीती म्हणजे काय, लढाई जिंकण्यासाठी कुठल्या खेळी खेळाव्या लागतात, आपल्या शत्रूला नेस्तनाबूत करण्यासाठी किती कठोर व्हावं लागतं, ह्या सगळ्याची त्यांना जाण नसल्यामुळंच कदाचित, कुर्दी लोकं डोंगरप्रदेशांमध्ये वा आश्रयदात्या प्रदेशांमध्ये कंपू करून दिवस काढत आहेत.

तुर्की वा इराकमधल्या कुर्दांबद्दल मी अधिकारानं भाष्य करू शकणार नाही; पण माझ्या वडिलांसारखे, इराणमध्ये वाढलेले कुर्दी, ह्यांनी आपल्याला आश्रय देणाऱ्या देशाचं हित जोपासण्यातच आनंद मानला आहे, हे मी जाणते. स्वत:च्या प्रदेशाची आस धरण्यापेक्षा आपल्याला जिथं आसरा मिळालाय, त्या देशाचं स्वातंत्र्य सांभाळणंच त्यांनी श्रेयस मानलं आहे. माझ्या वडिलांचंच उदाहरण घ्या ना – पूर्वी ते शहाच्या राजवटीत सैन्यातले अधिकारी होते; तिथं त्यांनी शहाच्या हुकमांनुसार आपली बुद्धी व शौर्य पणाला लावलं. मग शहाचा पाडाव झाल्यावर, वडिलांनी उद्योग थाटून, मुल्लांच्या राजवटीशी आपलं आयुष्य जुळवून घेतलं. आपल्या कुटुंबाचं हित जोपासलं जावं ह्या एकाच ध्येयानं माझ्या वडिलांनी नसती बंडं न पुकारता, आहे त्या परिस्थितीशी जुळवून घेण्याचं तंत्र अवगत केलं. माझे वडील ना परहितदक्ष आहेत आणि ना आदर्शवादी. ते अतिशय व्यवहारी विचारांचे गृहस्थ आहेत. फक्त एका प्रसंगी त्यांनी डोक्याऐवजी हृदयानं निर्णय घेतला होता. तो म्हणजे शहाच्या पाडावानंतर इराण सोडून जाण्याची संधी असतानाही त्यांनी आपल्या देशामध्येच राहणं पसंत केलं. पण त्यांचा हा निष्ठावंत स्वभाव आणि एकूणच बाकीचे गुणसुद्धा त्यांच्या कुर्दी रक्तातूनच निपजले होते.

मीसुद्धा बरीचशी माझ्या वडिलांप्रमाणेच आहे. मी आदर्शवादी नाही. हो, मला निश्चितच माझे हक्क हवे असतात; पण ते मागण्याची माझी पद्धत अगदी वास्तववादी असते. मोर्च्यांमध्ये सामील झाल्यावर मी 'आदर्श राष्ट्र किंवा मौत!' असले काही नारे न लावता फक्त एवढंच मागत असते की, 'मला माझे गुलाबी बूट घालण्याची परवानगी दिली जावी!' माझं असं ठाम मत आहे की, मुल्लांनी जर हे असले छोटे-छोटे आनंद मारण्याचा चाळा थांबवला, तर जनता त्यांच्या विरोधात न जाता, उलट त्यांना सहकार्य करेल.

माझं इस्लामशी काहीही भांडण नाही. कुराणमध्ये जे लिहिलंय, त्या कशावरही माझा आक्षेप नाही. माझा तात्त्विक वाद आहे तो त्या सगळ्या मुल्लांशी, ज्यांना प्रेमिकांनी आपलं प्रेम उघडपणे साजरं करण्यावर बंदी घातली आहे; ज्यांनी पुरुष नाहक उत्तेजित होतात म्हणून मुलींना आपल्या आवडीचे पोशाख घालण्याची बंदी घातली आहे. मला असं वाटतं की, स्त्रिया आपल्या हावभावांद्वारे, पोशाखाद्वारे वा साध्या अस्तित्वाद्वारे उद्दीपित करू शकणाऱ्या त्या सगळ्या नैसर्गिक प्रतिक्रियांची मुल्लांना भीती वाटते. निसर्गानंच जे निर्माण केलं आहे, त्याची मुल्लांना इतकी भीती का वाटते हे तेच जाणे! पण वाटते खरी! आणि म्हणूनच ते त्या भीतीचा स्रोतच बंदिस्त करू पाहतात.

असो. तर माझे वडील म्हणजे आपला कुर्दीपणाचा व्यवहारी वापर करणारे; पण माझी आई मात्र जे आहे त्यातून उत्कृष्ट कसं मिळवायचं, ह्याचं उपजत ज्ञान आणि जाण असलेली, अगदी अस्सल कुर्दी!

पाश्चिमात्य स्त्रियांचा असा ग्रह असतो की, इराणी बायका अगदी गुलामासारखं आयुष्य जगतात. त्यांचा तो विचार अगदीच चुकीचा नाही. इराणमधल्या विचित्र नियमांमुळं इथल्या स्त्रियांचं आयुष्य एकूण बरंच दुःखी-कष्टी झालेलं आहे. पण माझ्या आईच्या पिढीतल्या स्त्रिया ज्या काळामध्ये वाढल्या (तेव्हा कुराणातल्या नियमांचा गोषवारा काढून नियम बनत असत). त्या काळात स्त्रियांच्या बाह्य रूपावर वा हालचालींवर जरी पहारा ठेवला जात असला, तरी त्यांची मनं, विचार व हृदयं आमच्यापेक्षा कैक पटीनं मुक्त विहार करू शकत होती.

माझ्या आईच्या लेखी, खरं स्वातंत्र्य म्हणजे खरं प्रेम आणि परस्परांमधलं प्रेम वाढवण्यासाठी ती बऱ्याचदा आपल्या शांत, समजूतदार प्रवृत्तीचा आधार घेऊन घराबाहेरची भांडणंसुद्धा सोडवायला जायची. किंबहुना आईचं हे कसब इतकं परिचित होतं की, घरात भांडणं झाली की शेजारीपाजारी तिलाच न्याय-निवाडा करण्यासाठी पाचारण करत. मग ती आपल्या संयमी आणि समजूतदार पद्धतीनं भांडणं सोडवून परस्परांतलं प्रेम वाढवण्याचा कसोशीनं प्रयत्न करते.

तेहरानमधल्या आमच्या एका शेजाऱ्यानं दोन लग्नं केली होती आणि दोन्ही बायका आणि त्यांची मिळून अशी दहा मुलं एकाच घरात राहायची. अर्थातच त्या दोघींमध्ये विस्तव जात नसे. सकाळी उठल्यापासून रात्री झोपेपर्यंत त्या दोघी स्त्रिया सतत एकमेकींच्या कुरापती काढून भांडत बसत. वास्तविक इस्लाममधल्या शरिया कायद्यानं जरी पुरुषाला बहुपत्नीत्व मान्य केलं असलं, तरी सध्याच्या मुस्लीम समाजामध्ये बहुपत्नीत्वावर ताशेरेच ओढलेले दिसतात. तर आपल्या ह्या बायकांच्या भांडणांना वैतागून तो माणूस आईची मदत मागायला आल्यावर, ती पुढचे कित्येक दिवस त्यांच्या घरी जाऊन, दोन्ही बायकांचं म्हणणं ऐकून घेऊन, त्यांची डोकी शांत

करून, त्यांना तोडगे सांगत राहिली; त्यांचं कुटुंब सुखानं एकत्र नांदू शकेल, ह्यासाठी अविरत प्रयत्न करीत राहिली.

आईच्या ह्या 'शांतीदूतगिरी'बद्दल पूर्वी मी तिची खूप टिंगल करायचे; पण मोठी होत गेल्यावर मला त्यामधून झळकणारी आईची स्निग्ध पण तरीही सक्षम अशी ताकद दिसू लागली. आपल्याला जर काही खटकत असेल, काही रुचत नसेल, तर त्याबद्दल कुरकुर करत राहण्याऐवजी काही ठोस पावलं उचलून ती चूक सुधारावी, असं तिचं नेहमीच सांगणं असतं. पण स्वत:च्या घराबाहेर जाऊन अशा चुका सुधारायला खूप आत्मिक ताकद लागते आणि ती ताकद माझ्या आईमध्ये आहे, ह्याचा आज मला निरतिशय अभिमान वाटतो.

हळूहळू मीसुद्धा आईच्या तालमीमध्ये तयार होत गेले आणि त्यासाठी एक मोठं निमित्त ठरली ती अझम नावाची आमच्या शेजारची एक लहान मुलगी. अतिशय गरीब घरामध्ये, दहा मुलांच्यात वाढणारी ही लहानगी मोठी होत गेली ती इतरांच्या शिव्या आणि टपल्या खातच. तिच्यातला आत्मविश्वास पूर्णत: लुप्त झालेला होता. तिचे वडील अर्मान आघा, अझमला इतकं घालून पाडून बोलत की, ती बिचारी पोर अगदीच मिटून गेली होती. त्यात भरीस भर म्हणजे त्याच काळात इराकनं इराणवर हल्ला चढवला आणि आजूबाजूला झालेला विध्वंस पाहून अझम अजूनच थिजून गेली. आतातर ती काही बोलेनाशीच झाली.

त्या लहान मुलीला मदत करण्याची आईची मनापासून इच्छा असली, तरी केवळ आपल्या बोलण्यामार्फत लोकांची दु:खं हलकी करण्याची कला अवगत असलेल्या माझ्या आईला, अझमला नेमकी कशी मदत करावी, हेच समजेना. मग तिनं मला हाताशी घेतलं. ती कधी आम्हा दोघींना कपडेखरेदीला घेऊन जायची आणि माझ्यासाठी एक झगा निवडला की, दुसऱ्या झग्यावर हात ठेवून अझमला सांगायची, "आणि हा तुझ्यासाठी. चालेल ना?" किंवा आम्ही जेवायला बसलो आणि अझम एखादा पदार्थ खात नाहीये असं बघितलं तर म्हणायची, "अझम, तुला गाजरं आवडतात हे माहितेय मला; पण आज नसतील खायची तर हरकत नाही. ठेवून दे तशीच." असं करत करत अझमला आपल्याशी संवाद साधण्याचा आग्रह न करता, आईला बऱ्याच प्रयत्नांनंतर तिला माणसात आणण्यात यश मिळालं आणि मीसुद्धा त्यातून बरंच काही शिकले.

अशा माझ्या ह्या शांतताप्रिय आईला, मी रस्त्यांवर आरडाओरडा करत माझा विरोध दर्शवल्यावर किती यातना झाल्या असतील, ह्याची जाणीव मला आता होतेय. 'आपल्यावर झालेल्या अन्यायाला शांततेच्या मार्गानं शह द्या', असं मत असलेल्या माझ्या आईला माझं ते वागणं निश्चितच अतिशय असभ्य, अधार्मिक आणि असंस्कृत वाटलं असणार.

थोडी मोठी झाल्यावर जेव्हा मला हे समजू लागलं की, अझमचे वडील तिच्याशी किती दुष्टपणे वागतात, तेव्हा मला त्यांच्या तोंडावर चार शिव्या हासडाव्याशा वाटल्या होत्या; पण ते अतिशय असंस्कृतपणाचं लक्षण ठरेल म्हणून आईनं मला तसं करण्याची परवानगी दिली नव्हती. तसंच मी जेव्हा मुल्लांवर उघडपणे ताशेरे ओढायचे, तेव्हा आई माझ्याकडे ज्या कष्टी नजरेनं बघायची, त्यामधून तिची हीच व्यथा प्रतीत व्हायची की, ज्या मुलीवर आपण भरभरून प्रेम करतो, तिच्यात नेमके तेच (अव)गुण आहेत जे इतरांच्यात दिसल्यावर आपण त्यांचा मनापासून तिरस्कार करतो.

आईच्या लेखी माझे राजकीय उद्योग म्हणजे मी मिरवत असलेली एकप्रकारची आत्मप्रौढीच होती; माझ्या वैचारिक सौंदर्याचं मांडलेलं प्रदर्शनच होतं. माझ्या दृष्टीनं हे खरं नाही. पण एक मात्र खरं की, माझ्या आणि आईच्या पद्धतींमध्ये निवाडा करायचा म्हटला, तर बहुतांश लोक माझ्या आईचीच पद्धती निवडतील, ह्यात मला शंका नाही.

२१

"तुला माहितेय तू आता कशी वाटते आहेस? सतत कशा ना कशाबद्दल कुरकुरत राहणाऱ्या एखाद्या खडूस आजीबाईसारखी!" सोहराब मला वरून टोकत बोलतो. माझा हा लाडका वेडा परत आल्यावर मला खूप आनंद झाला. त्याला कुठं नेण्यात आलं होतं, तिथे त्याच्यावर काय अत्याचार झाले, ह्याबद्दल मी त्याला अजूनही विचारलेलं नाहीये. तो जी उत्तरं देईल, ती ऐकण्याची हिंमत माझ्यात येईपर्यंत मी त्याला काही विचारणार नाहीये.

पण तो मला आता जे म्हणतोय त्यात तथ्य आहे. मी खरंच खूप कटकट करतीये– माझ्या शुष्क पडलेल्या त्वचेबद्दल, रक्ताळलेल्या टाळूबद्दल, थकलेल्या गात्रांबद्दल...

"असल्या जागेत खितपत पडल्यावर कोण कुरकुर नाही करणार? मी तर आता नखंसुद्धा चावत बसले होते."

"चांगलं आहे की! त्यामुळे जरा वेळ तरी जातो."

"काहीही बडबडू नकोस हं!"

"अरे, खरंच सांगतोय. पण नखं चावण्यापर्यंतच ठीक आहे. त्यापुढं जाऊ नकोस."

"त्यापुढं म्हणजे?"

"म्हणजे स्वत:ला इजा करून घेणं वगैरे. बरेच कैदी स्वत:ला ओरबाडून काढत बसतात किंवा भिंतीवर डोकं आपटून स्वत:चं रक्त न्याहाळत बसतात. तू तसं काही करू नकोस प्लीज. आणि हो, सगळी नखं एकाच वेळी खाऊन संपवू नकोस. पुढच्या काही दिवसांसाठीही शिल्लक ठेव."

"हॅ, हॅ, हॅ... ही काय विनोद करायची वेळ आहे?"

"तुला वाटतं मी विनोद करतोय? नाही. तसं नाहीये. मी खरं काय तेच

सांगतोय आणि मला हेसुद्धा माहितेय की, तू कशी दिसत असशील. तुझी त्वचा आणि तू, दोघीही कुरूप दिसत असाल. ना चांगलं पाणी, ना चांगलं अन्न, ना उजेड, ना प्राणवायू आणि ना पुरेशी झोप. कसा तुमचा टवटवीतपणा टिकून राहील? तू त्या रस्त्यावरच्या भिकाऱ्यांसारखी दिसत असशील, कृश आणि खंगलेली.''

खरंतर मला सोहराबच्या बोलण्यावर राग यायला हवा; पण तसं होत नाही. एकतर पुन्हा त्याचा आवाज ऐकायला मिळतोय. हीच माझ्यासाठी खूप मोठी गोष्ट आहे आणि दुसरं म्हणजे मी आता स्वत:च्या रूपाची चिंता करणं सोडून दिलंय. तसंही तो जे म्हणतोय, त्यात काय चूक आहे म्हणा? तरीही त्याची गंमत करण्याच्या इराद्यानं मी सोहराबला टोकते, ''मी कशी का दिसत असेना, पण तू कसा दिसतोयस सांग बरं? पूर्वीसारखाच राजबिंडा दिसत असशील, नाही का?''

''पूर्वीसारखा काय? मी पूर्वीपेक्षाही देखणा दिसू लागलोय! तुरुंगाच्या शिळ्या अन्नामुळं माझ्या चेहऱ्यावर आगळं तेज झळकू लागलंय!''

''सोहराब, मला जरा शौचालयात जाऊन यावंसं वाटतंय. मी परत आल्यावर तू माझ्याशी बोलशील ना?''

''कदाचित.''

''नाही. नक्की सांग. हो की नाही?''

''तुला काय वाटलं, तू माझ्यावर दादागिरी करशील आणि मी ऐकून घेईन?''

''मी दादागिरी करत नाहीये. मला फक्त परत आल्यावर तुझ्याशी बोलायला आवडेल, म्हणून विचारतेय.''

''विचार करीन.''

अखेर सोहराबचा नाद सोडून, मी शौचालयाकडे जाऊ लागते. तिथं जाईपर्यंत मात्र माझ्या डोक्यात सोहराबचेच विचार रुंजी घालत राहतात. आम्ही एकमेकांचे नवरा-बायकोच शोभतो. आम्ही सतत फालतू कारणांवरून भांडणं करत असतो; एकमेकांशी पाहिजे तेव्हा बोलतो, नाहीतर अजिबात बोलत नाही; दुसरा काय करतोय ह्याचं पहिल्याला सतत कुतूहल लागलेलं असतं; दुसऱ्याचा आवाज ऐकू आला नाही की, पहिल्याची चलबिचल होते. थोडक्यात, 'तुझं माझं जमेना आणि तुझ्यावाचून करमेना', अशातली गत झालीय आमची. मलातर सतत असंच वाटत राहतं की, सोहराबनं फक्त माझ्याशी बोलत राहावं. एका अर्थी बरं आहे की, त्याच्या आजूबाजूला कोणी राहत नाही. त्यानं जर मला डावलून इतर कुणाशी गप्पा मारल्या असत्या ना, तर मी असूयेनं वेडीपिशी झाले असते. बायकांना जसं आपल्या नवऱ्याविषयी (मग तो किती का वेडाबिद्रा असेना) प्रेम आणि माया वाटते, तसंच मलाही सोहराबबद्दल वाटत राहतं. कदाचित मी सोहराबच्या प्रेमात पडले आहे.

त्याला कुणी मारू नये, छळू नये, त्याला माझ्यापासून दूर नेलं जाऊ नये, ह्यासाठी मी सतत मनोमन प्रार्थना करत असते. तो जर माझ्यापासून दूर झाला तर मी इथं कोणाच्या आधारे जिवंत राहणार?

शौचालयात पोहोचल्यावर लक्षात येतं की, आज अराशनं काहीच संदेश लिहून ठेवलेला नाहीये. हे नराधम त्याचा काय छळ करत असतील, ह्याबद्दल विचार करण्यापासून मी स्वत:ला निग्रहानं परावृत्त करते. माझ्यासारख्या मिळमिळीत व्यक्तिमत्त्वापेक्षा अराशसारख्या कणखर व्यक्तिमत्त्वाला तोडण्यात ह्या लोकांना जास्त मजा येत असेल. म्हणून ते त्याला जास्त त्रास देत असतील, असा माझा होरा (किंबहुना भीती) आहे.

'जाऊ देत, अराशचा विचारच करायला नको', असं स्वत:शी घोकत मी पाणी पिण्यासाठी नळापाशी जाते. सोहराबनं मला सांगितलंय की, इथल्या नळाचं पाणी चांगलं असतं. असल्या बाबतीत मी सोहराबचं ऐकते. त्याला एव्हिनबद्दल, इथल्या कारभाराबद्दल इत्थंभूत माहिती असते. कुठल्या शिपायाचा कार्यवेळ किती वाजता सुरू होतो, किती वाजता संपतो; त्यांपैकी कुठला शिपाई कामसू आहे, कुठला आळशी आहे; कोण संतापी आहे, कोण प्रेमळ आहे.... सगळं सोहराबला ठाऊक असतं. त्याला प्रत्येक कैद्याची जीवन कहाणीसुद्धा ठाऊक असते. एकाची कहाणी दुसऱ्याला सांगत सोहराब स्वत:ची आणि इतरांची 'करमणूक' करत राहतो.

सोहराब आणि अराशचे विचार मनात आल्यावर मला क्षणभर असं वाटून जातं की, सोहराबऐवजी अराश माझ्या वरच्या कोठडीत असता, तर किती बरं झालं असतं. तो माझ्या खऱ्या रूपाशी परिचित आहे; त्यानं माझं फक्त हे रडकं रूप बघितलंय असं नाही. अशा व्यक्तीशी गप्पा मारायला किती बरं वाटलं असतं जी मला आरपार ओळखते – तुकड्या-तुकड्यांत नाही. अराश जवळ असल्याचा अजून एक फायदा असा झाला असता की, त्याच्या धीराच्या शब्दांनी माझ्या जिवात जीव आला असता. पण कदाचित मी एकांगी विचार तर करत नाहीये ना? कदाचित अराशसुद्धा माझ्याच इतका घाबरलेला असेल तर? तर तो मला काय धीर देणार बरं? आणि मी सोहराबप्रति इतक्या पटकन कृतघ्न कशी होऊ शकले? छे! फारच स्वार्थी विचार झाला हा! नाही. मी असा विचार करणं चूक आहे.

मी शौचालयातून बाहेर पडते आणि पुन्हा आपल्या कोठडीकडे जाऊ लागते. मध्येच मला न्यायला आलेली शिपाई- बाई मला विचारते, "तुझं वय काय असेल गं?"

मी चमकून तिच्याकडे बघते. अर्थात डोळ्यांवरच्या पट्टीमुळे मला तिचा चेहरा दिसत नाही; पण तिच्या आवाजावरून मी तिची ओळख पटवण्याचा प्रयत्न करू लागते. ही ती बाई नक्कीच नाही, जी मला मारत असताना मध्ये पडली होती. ही

बाई साधारण चाळिशीची वाटते, प्रेमळ वाटते. तिनं ज्या प्रकारे माझं वय विचारलं, त्यात मला सवयीच्या झालेल्या तुच्छतेऐवजी आपुलकीचा स्वर गवसला. पण ही मला माझं वय का विचारतेय? मी काय ऐंशीची म्हातारी दिसू लागलेय की काय? चेहऱ्यावरून माझ्या वयाचा अंदाज येऊ नये?

मनातले विचार मागे सारून मी तिला उत्तर देते – "वीस."

आता ती मला जरा जास्तच खेटून चालू लागते. मला ही जवळीक आवडत नाहीये.

"सिगारेट हवीय का?"

"नाही. मी सिगारेट ओढत नाही."

"मग दुसरं काही? तुला ज्यानं चांगलं वाटेल असं काही? एखादा सुगंधी साबण वगैरे?"

"नाही. नको."

"मग काय पाहिजेय तुला? नि:संकोचपणे सांग."

"तुम्ही.... तुम्ही माझ्या आईला फोन करू शकता?"

"तुझ्या आईला? अंऽऽऽ... नाही गं... माफ कर... ते नाही करू शकत मी. दुसरं काहीही माग."

"मला दुसरं काहीही नकोय हो. प्लीज... प्लीज माझ्या आईला एकदा फोन करा. मी तुमच्या पाया पडते. कराल का?"

"नाही. खरंच, ते नाही जमणार. पण मी एक गोष्ट करू शकते, ज्यामुळे तुला तुझ्या आईचा विसर पडेल. तिची आठवण सतावणार नाही."

"नाही नाही! मला असली कुठलीही गोष्ट नकोय. मला जाऊ द्या. मला माझ्या कोठडीपर्यंत पोहोचवून द्या."

"असा घाईघाईनं निर्णय घेऊ नकोस. आज रात्रभर शांतपणे विचार कर आणि उद्या काय ते मला सांग."

"नाही! उद्यासुद्धा माझं उत्तर तेच राहील! मला तुमच्याकडून काही नकोय!"

"असं बोलू नये. उद्या ठरवू या काय ते, ठीक आहे?" असं म्हणून शिपाई बाई मला कोठडीत पोहोचवते आणि निघून जाते. मी कोठडीत बसून तिच्या विचित्र वागण्याचा विचार करू लागते. ती असं का म्हणत असेल? खरंच माझ्या काळजीपोटी बोलत असेल की, प्रश्नकर्त्यांनी तिला मला सापळ्यात अडकवण्यासाठी धाडलं असेल? इथं कुणाला माझ्याबद्दल तसूभर तरी काळजी असणं शक्य आहे का? मी ह्याबद्दल सोहराबशी चर्चा करण्याचं ठरवते.

"सोहराब, तू आहेस का वर?"

"नाही, मी बागेत फिरायला गेलोय! हाऽहाऽहाऽ!"

मी त्याच्या पांचट विनोदाकडे दुर्लक्ष करत सोहराबला त्या शिपाई बाईबद्दल सांगते आणि तिचा काय उद्देश असावा, असं त्याला विचारते.

"तू तिच्याकडची सिगारेट घेतलीस का?"

"नाही. मी सिगारेट ओढतच नाही. पण मला ह्या गोष्टीचं आश्चर्य वाटतंय की, ती ज्या गोष्टी मला देऊ करत होती – सिगारेट, सुगंधी साबण – त्या इथं एव्हिनमध्ये मिळतात तरी कशा? आणि भले मिळत असतील, तरी त्या वस्तू घेण्यासाठी माझ्याजवळ पैसे कुठे आहेत?"

"तिला तुझ्याकडून पैसे नको आहेत."

"मग? मग काय हवंय?"

"तुझं शरीर! तिला तुझी शय्यासोबत हवीय."

सोहराब हे ज्या स्थितप्रज्ञपणे बोलतो, ते ऐकून मी गार पडते.

"काहीतरीच काय बोलतोयस तू?"

"खरं तेच बोलतोय."

"अरे, पण माझ्यात आकर्षक वाटावं असं काही उरलंय तरी का? मी किती कुरूप दिसू लागली असेन!" (मला वाटलं तितकी मी माझ्या रूपाबद्दल निरासक्त झालेली नाहीये!)

"तुला काय माहीत की, ती बाई तुझ्यापेक्षा सुंदर आहे की नाही? कदाचित ती इतकी कुरूप असेल की, तिच्या नजरेत तू अप्सरा असशील!"

"म्हणून ती मला इथं तिथं स्पर्श करत होती का?"

"तिनं तुला स्पर्श केला?"

"अंऽऽ, म्हणजे फारकाही नाही. फक्त थोडा खांदा दाब, हातावर हात ठेव इतकंच."

"खूप लहान आहेस तू अजून झारा. तुला अजून बरंच जग पाहायचंय. तू तिच्याकडून काही मागितलं तर नाहीस ना?"

"अंऽऽ, एकच मागितलं. म्हणजे... तिनंच मला विचारलं की, मला काही हवं आहे का... म्हणून... मी तिला सांगितलं की, तिला जर माझ्या आईला फोन करता आला तर..."

"बेअक्कल मुलगी आहेस तू! मूर्ख कुठली! तुझ्यासारख्या बिनडोक मुलीला रस्त्यावर मोकाट सोडताच कामा नये. तू इथं डांबलेली आहेस तेच बरं आहे."

सोहराबचा हा उद्रेक मला गांगरून सोडतो. पण त्याच्या कठोर शब्दांमागे दडलेली काळजी त्याही अवस्थेत माझ्या ध्यानातून सुटत नाही. मी चाचरत त्याला समजवायला जाते, "अरे, पण तिनं स्वत:हून मला तसं विचारलं, म्हणून मी..."

"मी काय सांगतोय ते नीट ऐक झारा. ह्या लोकांकडून कधीही काहीही मागू नकोस. त्यांनी कितीही आमिषं दाखवली, तरी मागू नकोस. त्यांना उलट उत्तरं देऊ नकोस, पण काही बोलूसुद्धा नकोस. ते तुला सतत आमिषं दाखवत राहतील. त्यांना हेच पाहिजे की, तू त्यांच्याकडून काहीतरी मागावं. एकदा का तू त्यांची मिंधी झालीस की, त्यांनी तुला वापरायला घेतलंच म्हणून समज! तू त्यांच्या हातची कठपुतळी बनशील. त्यांना मनात येईल तेव्हा ते इथं येऊन तुझ्यावर यथेच्छ बलात्कार करतील. कधी एकटं, कधी जोडीनं, तर कधी झुंडीनं! समजतंय का तुला मी काय म्हणतोय ते?"

सोहराब देत असलेली धक्कादायक माहिती पचनी पडायला मला खूपच जड जातं. मी क्षीण आवाजात त्याला उत्तर देते, "हो...हो मला समजतंय!" पण माणसं इतक्या हीन पातळीवर जाऊन खेळ खेळू शकतात, ह्या गोष्टीचा मला भयंकर धक्का बसलेला आहे. मला ती शिपाई बाई चांगली असायला हवी होती. तिनं माझ्या इच्छा पूर्ण करायला हव्या होत्या; पण तसं न होता, तिनं माझ्याशी डाव खेळायला बघितला; मला फसवण्याचा प्रयत्न केला; माझा विश्वासघात केला.

विचारांच्या ह्या गर्तेमधून मी बाहेर येते, तेव्हा इतकी थकलेली असते की, सरळ गोधडीवर आडवी होते. मला खरं खूप रडायचं असतं, पण अश्रूंनी माझ्याशी वैर पतकरलेलं असतं. माझ्या डोळ्यांतनं ते पाझरायला तयारच होईना. शेवटी कुठल्या प्रकारची प्रतिक्रिया द्यावी हे न समजून, मी सोहराबला म्हणते, "थँक्यू सोहराब. तुझे खरंच मनापासून आभार. तू मला वाचवलंस."

ह्यावर तो खुदकन हसतो आणि मग अचानक विव्हळू लागतो, "लैला! मी तुझा खून करणारे लैला! हरामखोर बाई! मी तुझा खात्मा करणार आहे!"

सकाळचा प्रहर आहे. पहिला नमाज नुकताच संपुष्टात आलेला आहे. कोठडीमधल्या थंडीनं अंग आखडून गेलेलं आहे. माझ्या (आणि इतरांच्या) घामानं चिंब झालेलं झिरझिरीत पांघरूण मला फारशी ऊब देऊ शकत नाहीये. तरीही मी ते पांघरूण अंगाभोवती लपेटून थंडीला दूर पळवण्याचा केविलवाणा प्रयत्न करत आहे. बाहेरून त्या लंगड्या शिपायाच्या घासत जाणाऱ्या पायांचा आवाज येतो. तो मध्येच थांबून कुणालातरी काहीतरी सांगतो. काय ते मला अर्थातच समजत नाही पण तेवढाही खुसफुसण्याचा आवाज ऐकून एकटेपणाची भावना थोडी बोथट होते. त्यानंतर कुणाचातरी रडण्याचा आवाज ऐकू येतो. हा आवाज इथं सततच ऐकू येत असतो. सुरुवातीला मला त्या रडणाऱ्या व्यक्तीबद्दल खूप कणव दाटून यायची; पण काही दिवस सातत्यानं तोच एकसुरी आवाज ऐकू आल्यावर असं वाटू लागलं की, आम्हा कैद्यांचा मानसिक छळ करण्यासाठी शिपायांनी रचलेला हा अजून एक

डाव तर नसेल? कुणास ठाऊक? इथं काहीही होऊ शकतं. पण आताशा मी त्या आवाजाकडे दुर्लक्ष करायला शिकले आहे.

थोड्या वेळानं कुठलातरी दरवाजा उघडल्याचा आणि मग मिटल्याचा आवाज येतो. इथं राहून माझे कान इतके तीक्ष्ण झाले आहेत की, मी नुसता आवाज ऐकून हे सांगू शकते की, दरवाजा उघडला जातोय की बंद केला जातोय; वरच्या मजल्यावरचा दरवाजा उघडला जातोय की खालच्या मजल्यावरचा. इतकंच काय तर दरवाजाच्या आवाजावरून मी हेसुद्धा सांगू शकते की, त्या दरवाजातून कधी आत-बाहेर केलेलं आहे का. चला, एव्हिनमध्ये राहण्याचा एक चांगला फायदा झाला – माझी कर्णशक्ती अगदी खंबीर बनली.

वरच्या मजल्याच्या बोळामधून ढकलगाडी (ट्रॉली) नेली जात आहे. म्हणजे सोहराबच्याच मजल्यावर की! नंतर जर त्याला त्याबद्दल विचारलं, तर तो नक्की हेच म्हणेल, 'मग! माझ्यासाठी गरमागरम चहा आणि लुसलुशीत केक आणले होते त्यांनी.' विचारलं पाहिजे सोहराबला त्याबद्दल; तेवढीच आमची दोन घटका करमणूक. हतबल परिस्थितीमध्येही गमतीचे चार क्षण कसे मिळवायचे, ह्याची एव्हिन महाविद्यालयात येऊन मिळालेली अजून एक मौलिक शिकवण!

आता माझं मन पुन्हा स्वप्नांच्या हिंदोळ्यावर झुलू लागलं आहे. नाही, नाही – मी इथून मुक्त व्हायची स्वप्नं पाहणं कधीच सोडून दिलंय. जे कुणी असं म्हणालं होतं की, एव्हिन म्हणजे एक अभेद्य किल्ला आहे, त्यानं अगदी योग्य म्हटलेलं आहे. मी माझ्या मनाशी ही खूणगाठच बांधून टाकलीय की, मला इथून कधी बाहेर पडणं अशक्य आहे.

म्हणून मग मी मनाला असं काही प्रशिक्षण देऊ लागले आहे की, थोड्या वेळापुरता का होईना पण मी स्वतःला माझ्या वेदनांपासून बधिर करते आणि जर मला इथून बाहेर पडणं शक्य असतं, तर तसं करण्याची नानाविध दृश्यं माझ्या मनःपटलावर खेळनू लागते. म्हणजे असं की तेवढ्या काळापुरतं माझं सततचं डोकं खाजवणं थांबतं; मला लघवीला जावंसं वाटत नाही आणि मनाच्या पडद्यावर निरनिराळी दृश्यं तरळू लागतात. आज त्या पडद्यावर चालू झालेल्या चित्रामध्ये असं दिसतं की, मी कोठडीमध्ये पडून आहे आणि इतक्यात बाहेर बंदुकीच्या गोळ्या झाडल्याचा आवाज येतो. मी दचकून उठून दरवाजाकडे जाते आणि कान टवकारून ऐकू लागते. तेव्हा लक्षात येतं की, कुणीतरी मला इथून सोडवायला यायची धडपड करत आहे आणि त्यानं माझ्याकडे पोहोचू नये म्हणून एव्हिनचे शिपाई त्याच्यावर गोळ्या झाडत आहेत. पण ती व्यक्ती शूर निघते आणि माझ्या दरवाजापर्यंत पोहोचतेच. कोण आहे हा शूरवीर मनुष्य, असा मी विचार करत असतानाच अराशचा आवाज येतो. अराश! म्हणजे, अराश आलाय मला इथून सोडवायला!

त्याही अवस्थेत माझ्या मनाचं कारंजं थुईथुई नाचू लागतं. अराश एका लाथेनं दरवाजा उघडतो आणि मला आपल्या भक्कम बाहूंमध्ये लपेटून बाहेर नेऊ लागतो. इतक्यात मला सोहराबची आठवण होते. मी अराशला तसं सांगितल्यावर तो म्हणतो, ''काळजी करू नकोस, त्यालाही इथून बाहेर काढण्याची तयारी केलीय मी. पण आधी तू बाहेर पड.'' मग मी अराशसोबत बाहेर पळू लागते. आम्ही रस्त्यावर येतो (आहाहा! ती मोकळीक, तो सूर्यप्रकाश!) आणि मागे वळून पाहते तर तो जाड्या प्रश्नकर्ता आमच्या मागे धावत येत असतो. मी घाबरून अराशला बिलगते आणि तेवढ्यात काय जादू होते कुणास ठाऊक? पण अचानक बॉम्ब फुटल्याचा आवाज येतो आणि प्रश्नकर्त्याच्या अंगाच्या चिंधड्या उडालेल्या दिसतात. त्या क्रूरकर्म्याच्या शरीराच्या ठिकऱ्या झालेल्या पाहून मला असुरी आनंद वाटतो आणि त्या उन्मादातच मी अराशच्या हातात हात घालून विमान पकडायला धावू लागते... आणि इथं माझं विचारचक्र थांबतं. एका क्षणात मी भानावर येते. तेव्हा माझ्या त्या दिवास्वप्नातल्या खाचाखोचा लक्षात येऊन हसायलाच येतं.

स्वत:च्या मूर्खपणावर हसत बसले असतानाच दरवाजाखालून माझं जेवण सरकवलं जातं – पाव आणि ओलिव्ह फळं. मी आधाशासारखी त्या ताटलीवर झडप घालते आणि बकाबका खाऊ लागते. अन्न पोटात गेल्यावर मला तरतरी येते, पण त्याचा उलटाच परिणाम होतो – बधिर झालेल्या मेंदूच्या अज्ञात कोपऱ्यात दडलेला भीतीचा नाग आता फणा काढून उभा राहतो. आता माझ्यासमोर काय वाढून ठेवलं असेल? आता हे नराधम माझ्यावर कोणते अत्याचार करतील? माझ्यात आता अजून काहीही सहन करण्याचं त्राण उरलेलं नाहीये.

सोहराबनं एकदा मला असं सांगितलेलं की, एव्हिनमध्ये एक अशी विशिष्ट जागा आहे जिचा उल्लेख केल्यावर सगळ्यात निगरगट्ट कैद्यांनाही घाम फुटतो. अर्थातच ह्या जागेबद्दल उघडपणे बोललं जात नाही. पण ऐकीव माहितीनुसार, सदर जागेची स्थापना सवाक्यांनी केली होती. १९७९ साली आयातोल्लाहच्या क्रांतीचं समर्थन करणाऱ्या काही विद्यार्थ्यांनी एव्हिनमध्ये घुसून सवाक्यांनी त्या भीतिदायक चौकशी-कक्षात ठेवलेली बहुतांश हत्यारं आणि उपकरणं मोडून टाकली. ती सगळी हत्यारं इतकी भयावह होती की, आजही त्यांच्याबद्दल बोलण्याची कुणाची हिंमत होत नाही. मात्र असं म्हणतात की, जरी ही हत्यारं मोडीत काढण्यात आली असली, तरी सवाक्यांचा पाडाव करून सत्ताधीश बनलेल्या लोकांनी, ती हत्यारं वापरू शकणाऱ्या क्रूरकर्म्यांना आपल्याकडे नोकरीला लावलं आणि आता तेच लोक आमच्यासारख्या दुर्दैवी कैद्यांवर अत्याचार करण्याच्या कामावर रुजू होते.

अशी माणसं आणि विचार असलेल्या जागांमध्ये कोणाला दयेचा पाझर फुटणार हो? तशी कुठली आशा करणं मूर्खपणाचंच लक्षण ठरेल. मला जर कधी

त्या विशिष्ट जागी नेणार असल्याचं समजलं ना, तर मी सगळा प्राण पणाला लावून ह्या लोकांची मनधरणी करेन. त्यानंसुद्धा ते बधले नाहीत तर त्यांना ज्या व्यक्तीचं नाव माझ्याकडून वदवून घ्यायची इच्छा असेल. त्या व्यक्तीचं नाव घेऊन टाकीन आणि तेवढ्यावरही ते खूश होणार नसतील आणि त्यांना माझा प्राणच हवा असेल, तर मी एका पायावर डोक्यात गोळी खायला तयार होईन....एकवेळ ती मौत पतकरली; पण एकेक अवयवाची दुर्दशा भोगत तीळतीळ मरणं मला खरंच सहन होणार नाही. मी तितकी शूर नाही. मी अगदी कमकुवत आहे. अगदी सामान्य आहे आणि अतिशय घाबरटसुद्धा!

पहाट फुटून थोडाच वेळ झालेला आहे.

इतक्यात दरवाजाच्या फटीमधून माझ्यासाठी काळी पट्टी टाकली जाते. अरेच्च्या! आजतागायत मला कधीच इतक्या लवकर चौकशीसाठी नेलं गेलेलं नाहीये.

मी पट्टी चढवते आणि सोहराबला हळू आवाजात सांगते, ''मी बाहेर जातेय.'' तो काहीच उत्तर देत नाही; पण तो जागा आहे हे मला त्याच्या हालचालींवरून जाणवतं.

तेवढ्यात एक शिपाई आत येतो आणि मला बुरखा घालतो. मला त्याचा राग येतो. त्या सगळ्या प्रसंगाची आठवण येते, जेव्हा मला बेहनामच्या हट्टाखातर तो नावडता बुरखा पांघरायला लागला होता. पण एक समजत नाहीये – आज मला एव्हिनमध्ये हा बुरखा का घातला जातोय? आज काही 'खास प्रसंग' आहे का? की, मग कुणी मोठ्या वयाचा किंवा धार्मिक रूढी-परंपरा पाळणारा माणूस माझी चौकशी करणार आहे?

मी त्या शिपायाला हे विचारू पाहते की, मला नेमकं कुठं नेण्यात येत आहे. पण अपेक्षेनुसार त्याच्याकडून काहीच उत्तर मिळत नाही. आम्ही चालत राहतो... थोड्या वेळानं जाणवू लागतं की, हा रस्ता नवीन आहे; ह्यापूर्वी मला कधीच इथून नेण्यात आलेलं नाहीये. माझे हे विचार चालू असतानाच एका लिफ्टचं दार उघडल्याचा आवाज येतो आणि मग तो मला आत ढकलत पुन्हा ते दार बंद करून कुठल्याशा मजल्याचं बटण दाबतो. लिफ्ट चालू लागते. कुठल्यातरी खालच्या मजल्याकडे जाऊ लागते. लिफ्टचा खडखडाट मला घाबरवू लागतो. नरकामध्ये जात असल्याचा भास होऊ लागतो. मी पुन्हा एकदा त्या शिपायाला विचारू पाहते की, मला कुठं नेलं जात आहे; पण तो मला सज्जड दम भरून गप्प बसवतो. शेवटी बऱ्याच वेळानं लिफ्ट थांबते. एव्हिन तुरुंग मोठा असला, तरी दहा मजले उंच निश्चितच नाहीये. ज्या अर्थी आम्ही खूप खोलवर खाली आलो आहोत, म्हणजे नेमके 'त्या' भयानक ठिकाणी तर आलेलो नाही ना?

तो विचार मनात येताच माझ्या पायांतलं त्राणच निघून जातं. नक्कीच आज माझा ह्या पृथ्वीतलावरचा शेवटचा दिवस असणार. आता मला एकदा टीव्हीवर पाहिलेला तो कार्यक्रम आठवतो, ज्यामध्ये कुणाला फाशी द्यायची असेल तर ती सकाळच्या ह्याच प्रहरी दिली जाते आणि स्त्रीला फाशी देताना तिला बुरखा पांघरला जातो. अरे देवा! म्हणजे मी...मला... आज... नाही! नाही!

"चल, चल! थांबू नकोस! पाय तुटलेत का तुझे? चल चाल पुढे."

शिपायाच्या ह्या गुरकावणीनं मी भानावर येते आणि चालायचा प्रयत्न करू लागते. पण एकेक पाऊल टाकताना मणामणांचं ओझं उचलल्यासारखं वाटत असतं. भिंतीचा आधार घेत चालत असताना एके ठिकाणी हाताला खाच जाणवते, तेव्हा मी ती घट्ट पकडून जागीच खिळून राहते. शिपाई माझ्यावर खेकसतो "चल! चल म्हणतो ना मी!" पण मी त्याच्या ओरडण्याला बधत नाही. ते पाहून शिपायाचा पारा चढतो आणि तो आधी माझ्या खांद्यावर आणि मग चेहऱ्यावर सपासप हात चालवू लागतो.

"मला असं करण्याची इच्छा नव्हती; पण तू मला असं करायला भाग पाडलंस, मूर्ख मुली!" असं म्हणत तो मला पुढे खेचत नेतो. जरा वेळानं आम्ही एका दरवाजासमोर येऊन उभं राहिल्याचं जाणवतं. शिपाई तो दरवाजा उघडतो आणि तोंडावर अचानक झेपावलेल्या वाऱ्यानं आणि उजेडानं मी बावचळून जाते.

ह्याचाच अर्थ आम्ही तुरुंगाच्या बाहेर आलोय! पण कुठं? हा रहदारीचा रस्ता नाहीये. चक्क पक्ष्यांच्या किलकिलाटाचा आवाज ऐकू येतोय. थंडगार, बोचरी हवा जाणवतेय. म्हणजे आम्ही बहुतेक एव्हिनच्या मागच्या बाजूला असलेल्या डोंगरांच्या दिशेनं बाहेर पडलोय. पण इथं का आणलंय मला?

मी असा विचार करत असतानाच तिथं एक गाडी येऊन थांबल्याचा आवाज येतो.

"आत हो", असं गुरकावत शिपाई मला गाडीत ढकलतो. मी धडपडत मागच्या आसनावर जाऊन बसते, तेव्हा लक्षात येतं की, शेजारी कुणीतरी बसलेलं आहे. कुणी स्त्रीच आहे ती, पण ती एक शब्दही बोलत नाही.

शिपाई पुढच्या आसनावर जाऊन बसल्यावर, वाहनचालक गाडी सुरू करतो. मध्येच तो घाईघाईनं कुणाशीतरी बोलू लागतो पण ज्या अर्थी माझ्या शेजारची बाई आणि शिपाई दोघेही काही उत्तर देत नाहीत, ह्याचा अर्थ तो चालक मोबाइल फोनवर बोलत असावा. मला त्याच्या आवाजाची चीड येऊ लागते, पण त्याबद्दल काहीही करायला मी अर्थातच असमर्थ असते. मग मी माझं लक्ष विचलित करायला अंक मोजू लागते, मनातल्या मनात गाणी गुणगुणायचा प्रयत्न करू लागते...

अखेर बऱ्याच वेळानं गाडी एके जागी येऊन थांबते. अजूनही बाहेर रहदारीचा

आवाज येत नाहीये. म्हणजे आम्ही नेमकं आलोय तरी कुठं? एव्हिनचा परिसर इतका तर मोठा नाहीये की, इतका वेळ गाडी फिरवत इथून तिथं जाता यावं? की, मग तसंच आहे? देव जाणे!

गाडी थांबल्यावर माझ्या शेजारची शिपाई बाई माझा बुरखा ठाकठीक करू लागते. माझ्या केसांची थोटकं दिसू नयेत, म्हणून डोक्यावरचा रुमाल घट्ट ओढून घेते. माझ्यावर अशी हुकूमत चालवण्यात तिला जो आनंद होतोय, तो तिच्या लगबगीवरून स्पष्ट जाणवत आहे. माझ्यासारख्या धर्मभ्रष्ट कैद्यांना धडा शिकवायला मिळतोय, ह्यातच तिच्या जीवनाचं सार्थक आहे, हे समजायला मला वेळ लागत नाही.

२२

इराकविरुद्ध चालू झालेलं युद्ध संपेपर्यंत, तेहरानमधली माझ्या वयाची मुलं एयर-रेड्स अर्थात विमानहल्ल्यांबद्दल सावधान करणाऱ्या भोंग्याला सरावून गेलो होतो. सुरुवातीला भोंगा ऐकून भीतीनं पळापळ करणारी आम्ही मुलं आता खांदे उडवून पुन्हा आमच्या खेळांत दंग होऊ लागलो होतो. कधी खरोखरीच क्षेपणास्त्र पडलंच तर "एऽऽ! त्याचा निशाणा चुकला! आम्ही अजूनही जिवंत आहोत!", असा जल्लोष करू लागलो होतो (!). खरंतर मला माझ्या इतर शूर सवंगड्यांप्रमाणे भोंगा वाजल्यावरही खेळत राहणं आवडलं असतं; पण मी घरी पोहोचेपर्यंत आई भीतीनं वेडीपिशी होईल हे ठाऊक असल्यानं भोंगा वाजला की, मी थोड्या वेळातच आम्हाला दिलेल्या छावणीमध्ये लपायला जात असे. विमानहल्ल्यांपासून सुरक्षित राहण्यासाठी सरकारनं आम्हा तेहरान वासियांना लांबच्या लांब बोगदे करून दिले होते. ह्याच आमच्या छावण्या. भोंगा वाजला की, एरवी बोगद्यामध्ये सुखदुःखाच्या गोष्टी करत बसलेल्या बायकांमध्ये एकच गलका उडे! आपल्या सगळ्या पोरांना हुडकून काढून, त्यांना छावणीत परत आणेपर्यंत त्यांच्या जिवात जीव नसे. बोगद्यामधलं आयुष्य म्हणजे एक निराळंच जग होतं. आम्हा लहान मुलांसाठी ओळीनं गाद्या घातलेल्या असायच्या. त्यांवर आम्हाला दामटवत झोपवताना, आमच्या आया दंगा करणाऱ्या मोठ्या मुलांवर खेकसत राहायच्या. त्यांनी नजरेआड होऊ नये ह्यासाठी डोळ्यांत तेल घालून लक्ष ठेवायच्या. मोठ्या वयाचे पुरुष बऱ्याचदा प्रार्थना करण्यात मग्न असायचे. खिदळत राहणाऱ्या पोरांच्या आणि खेकसत राहणाऱ्या स्त्रियांच्या गलक्यामध्ये ह्या पुरुषांची प्रार्थना कशी काय पूर्ण व्हायची, ह्याबद्दल मला आजही कुतूहल आहे.

छावणीत येताना मी माझ्यासोबत माझा आवडता पायजमा, रंगीत खडू आणि

चित्रांचं पुस्तक आणायला विसरले नव्हते. त्यामुळं माझा बराचसा वेळ रुस्तम, दारियस, सोहराब इत्यादींची चित्रं काढण्यात जात असे.

मात्र छावणीच्या सुरक्षित कवचाबाहेरचं तेहरान फारच भीषण होत चाललं होतं. कित्येक लोकांची सुंदर घरं – त्यांनी निगुतीनं राखलेल्या बागा आणि खुद्द कित्येक लोकसुद्धा – आगीच्या लोळांमध्ये भस्म होत होती. रस्त्यांमध्ये पडणाऱ्या मृतदेहांचा खच आवरण्यासाठी सैनिकांची धावपळ सुरू होती. रक्ताळलेल्या अवस्थेत विव्हळणाऱ्या जखमींसाठी ॲम्ब्युलन्स कमी पडत होत्या. सगळीकडे हाहाकार माजला होता; पण मी मात्र छावणीमध्ये सुरक्षित राहिले होते.

त्यानंतर बारा वर्षांनी इराणमध्ये पुन्हा अशी परिस्थिती उद्भवली, जेव्हा माझ्यासमोर दोन पर्याय उभे ठाकले – एकतर मी निमूट घरात बसून होणाऱ्या गोष्टींवर मूक (आणि दुबळा) आक्षेप दर्शवत राहावं किंवा मग सरळ रस्त्यावर जाऊन सदर अन्यायांचा जोरकसपणे धिक्कार करावा. ह्या वेळी मी माझ्या मनाप्रमाणे निर्णय घेतला. आता मी पाच-सहा वर्षांची लहान मुलगी न राहता महाविद्यालयाच्या दुसऱ्या वर्षात शिकणारी सुजाण तरुणी बनले होते. बारा वर्षांपूर्वी माझ्या बालमनाला खरंतर जे करावंसं वाटत होतं (पण तसं दर्शवता आलं नव्हतं), तेच मी आता करायचं ठरवलं आणि अन्यायाच्या विरुद्ध आरोळ्या ठोकत रस्त्यावर उतरले.

वास्तविक त्या मोर्च्याचा उद्देश खूप सोपा आणि स्थानिक होता. सरकारच्या मतप्रणाल्यांविरुद्ध असलेला इतिहास शिकवल्याचा ठपका ठेवून आमच्या एका प्राध्यापकांना अटक करण्यात आली होती. त्यांच्या ह्या अन्यायी अटकेबद्दल विरोध दर्शवण्यासाठी आम्ही मोर्चा काढला होता. आमच्या ह्या मोर्च्याला स्थानिक जनतेकडून आणि काही निडर वर्तमानपत्रांकडूनही चांगलाच पाठिंबा मिळाला होता.

मला आणि माझ्या मोर्चेबांधवांना असं वाटलं की, आम्हाला मिळालेला जनतेचा पाठिंबा पाहून सरकार घाबरलं. आपण चुकलो आहोत हे मान्य करण्याची, सरकारची आमच्या डोळ्यांत डोळे घालून सांगण्याची हिंमत नाही म्हणून – नाहीतर खरंतर त्यांना तसंच करावंसं वाटत असेल, असं आमचं ठाम मत झालं. आमच्या मोर्च्याला स्वत:हूनच, वेळेआधी यशस्वी घोषित करण्याच्या उन्मादामध्ये आम्ही असं गृहीत धरलं की, आमची तोंडं बंद करण्यासाठी लागणारा दम आता सरकारमध्ये उरलेला नाहीये. पण अर्थात त्यानंतर लवकरच असा साक्षात्कार झाला की, तसं नसून त्या वेळी सरकार फक्त हा अदमास बांधत होतं की, आमची तोंडं बंद करण्यासाठी त्यांना नेमका किती जोर लावावा लागेल.

सरकारच्या इराद्यांचा अंदाज येईपर्यंत मी आणि माझ्या आजूबाजूची तरुण मुलं, आमच्या नव्या शत्रूवर हसण्यात मग्न झालो होतो. आमचे नवे शत्रू म्हणजे पोलिस, सरकारनं नेमलेले सुरक्षारक्षक, बासिजीमधली मूर्ख, बिनडोक आणि धर्मांध तरुण

पोरं, मुल्ला आणि एकूणच सगळी सरकारी माणसं पण ज्या वेळी आम्ही त्यांच्यावर तोंडसुख घेण्यात आणि त्यांची टर उडवण्यात मग्न होतो, तेव्हा आम्हा कुणालाच असं कधी वाटलं नाही की, आम्हाला ह्याची खूप मोठी किंमत मोजावी लागेल.

तारुण्यसुलभ आत्मविश्वासानं भारावलेल्या आम्हा मुलांना तर असं वाटत होतं की, आमचा रस्ता कापण्याची कुणी हिंमतच करू धजवणार नाही. माझ्या बाबतीत बोलाल तर मी ह्या विश्वासात मग्न होते की, माझ्यासोबत माझा 'रुस्तम' – माझा अराश – असल्यावर मला जगात कुणाचीही भीती बाळगण्याची गरज नाही.

मग एक दिवस असा उजाडला. जेव्हा मी महाविद्यालयामधून घरी परतत होते. बॅगमधून महाविद्यालयाची पुस्तकं डोकावत होती आणि डोक्यावरचा रुमाल धीटपणे पाठीमागे सरकून माझे बोटभर केस दाखवत होता. मी नुकतीच माझ्या दोन मैत्रिणींना त्यांच्या घरी सोडून माझ्या घरापर्यंत जाणारा रस्ता कापत होते. त्या दोन मैत्रिणीसुद्धा माझ्यासारख्याच 'ज्वालामुखी' प्रवृत्तीच्या होत्या. संपूर्ण रस्ताभर आम्ही आमच्यावर होणाऱ्या अन्यायांविरुद्ध महाविद्यालयामध्ये धरणे धरली पाहिजेत, अशा कल्पना मांडत आणि तारुण्यसुलभ पद्धतीनं महाविद्यालयातल्या देखण्या मुलांबाबत चर्चा करत आलो होतो.

इतक्या कड्या पहाऱ्यांमधूनसुद्धा आम्ही चार घटका करमणूक मिळवू शकलो आणि चार घटका स्वतंत्र विचार उद्घोषित करू शकलो, ह्या उन्मादात मी झपाझप पावलं टाकत पुढं चालू लागले. इतक्यात माझ्याशेजारून करकचून ब्रेक लावल्याचा आवाज आला, तसं मी चमकून मागे बघितलं. मी काही प्रतिक्रिया देऊ शकण्याआधीच, त्या हिरव्या रंगाच्या प्युगो गाडीमधून एक शिपाई बाई बाहेर पडली आणि मला म्हणाली, "तुझं ओळखपत्र दाखव." मला काहीच समजेना... हा नेमका काय प्रकार चाललाय? पण आता ही वेळ प्रश्न विचारण्याची नाही हे लक्षात येऊन, मी निमूट तिला माझं ओळखपत्र सुपूर्द केलं. तिनं त्यावर धड नजर फिरवेपर्यंत अजून एक शिपाई उतरला आणि क्षणार्धात त्यानं मला गाडीच्या पाठच्या आसनावर ढकललं. ती शिपाई बाईसुद्धा गाडीत शिरली आणि मला काही समजण्याच्या आत गाडीनं वेग धरला. आता मी प्रचंड घाबरले आणि मागच्या काचेतून डोकावत, काही मदत मिळते का ते बघू लागले. बघितलं तर माझ्या दोन्ही मैत्रिणी जीव तोडून गाडीमागे धावत होत्या. (त्यांच्या घरापासून काही अंतरावरच हा प्रकार घडल्यानं, त्यांनी सगळं बघितलं होतं.) पण गाडीच्या सुसाट वेगासमोर त्यांचा वेग कमी पडला आणि काही क्षणांतच मला त्या दिसेनाशा झाल्या.

घडला प्रकार इतका आकस्मिक होता की, काही मिनिटं मला ते सगळं स्वप्नात घडल्यासारखंच वाटत राहिलं. मग जरा भानावर आल्यावर त्या घटनेचं गांभीर्य माझ्या मनात झिरपू लागलं. हे असं पोलिसांकडून रस्त्यावरून उचललं जाणं

निश्चितच आगामी मोठ्या संकटाची चाहूल होती. मी असं ओझरतं ऐकलं होतं की, बऱ्याचदा बंड पुकारणाऱ्या विद्यार्थ्यांना धडा शिकवण्यासाठी, पोलिस त्यांना असेच रस्त्यावरून उचलून, खरपूस चोप देऊन, रक्ताळलेल्या अवस्थेत कुठल्यातरी अज्ञात ठिकाणी फेकून देतात. पण आजपावेतो माझ्या ओळखीच्या कुठल्याही व्यक्तीसोबत असं घडलं नसल्यामुळं मी त्या गोष्टीचा फारसा गांभीर्यानं विचार केला नव्हता. हो, ह्या गोष्टीसाठी माझी मानसिक तयारी होती की, कधीतरी मला पोलिस ठाण्यात बोलावलं जाईल आणि चार उभे-आडवे प्रश्न विचारले जातील; पण मला असं थेट उचललं जाईल, असं मला स्वप्नातही वाटलं नव्हतं.

सदर परिस्थितीमध्ये आपला आत्मसन्मान जपण्याच्या हेतूनं मी जरा उच्चभ्रू आणि निडर वागण्याची खूणगाठ बांधली आणि त्यानुसार शेजारच्या शिपाई बाईला विचारलं, "एक्स्यूज मी! पण मला जरा सांगाल का की, तुम्ही मला कुठं नेत आहात?"

उत्तरादाखल, त्या बाईनं माझ्याकडे साधं वळूनही न पाहता, रटाळ स्वरात सांगितलं, "पोलिस ठाण्यात. तुला काही प्रश्न विचारायचे आहेत."

"प्रश्न? कशाबद्दल?"

"वेळ आली की सगळं सांगितलं जाईल."

"नाही! मला आत्ताच्या आत्ता सांगा."

पण अर्थातच माझ्यासारख्या धिटाईनं हट्ट धरणाऱ्या मूर्खांशी रोजच सामना करणाऱ्या त्या अधिकाऱ्यांवर माझ्या धमकावणीचा काहीच परिणाम झाला नाही. मी त्यांना अजून काही विचारू शकण्याआधीच, अचानक गाडी थांबवली गेली आणि शिपाई बाईनं माझ्या डोळ्यांवर काळी पट्टी चढवली. मला काही दिसत नाहीये ह्याची चार-चार वेळा खात्री केली. आता मात्र माझं सगळं अवसान गळून गेलं. मी ठरवून टाकलं की, हे लोक माझ्यावर ज्या कुठल्या गुन्ह्याचा ठपका ठेवतील, त्याबद्दल मी अगदी नाक घासून माफी मागेन. पुन्हा तो गुन्हा करणार नाही, असं माझ्या आईची शपथ घेऊन सांगेन. ... माझी आई!... अरे देवा! तिला ह्याबाबत काही समजता कामा नये. ती बिचारी माझ्या काळजीनं मरूनच जाईल. ... नाही, मी माफी मागेन... म्हणजे माझी लगेच सुटका होईल आणि माझ्या आईच्या जिवात जीव येईल. पण हे चूक आहे ना? असे कसे हे लोक मला भर रस्त्यावरून उचलून घेऊन आले? ही काय पद्धत झाली? नाही! मी त्यांना आता धमकी देईन की, मला निमूट सोडा; नाहीतर मी सरळ वृत्तपत्रांकडे जाऊन तुमचा भांडाफोड करीन.... अरे बाप रे! पण माझ्या ह्या धमकीचा त्यांच्यावर काहीच परिणाम झाला नाही तर? तर मग मी इथंच खितपत पडेन आणि तिथं माझी आई माझ्यासाठी झुरत मरेल. नाही! तसं होता कामा नये. मी ह्यांना सांगेन की, मी जे काही केलं, ते स्वत:च्या मर्जीनं केलं नाही. मला तर हे माहीतच नव्हतं की, माझ्या कृत्याचा काय विपरीत परिणाम होईल. माझ्या

मित्र-मैत्रिणींनी मला फशी पाडलं, म्हणून मी असं वागले. त्यांनी मला फसवलं. ... पण... पण मी हे असं बोलल्याचं अराशला समजलं तर? तर त्याला माझी किती लाज वाटेल? तो किती नाराज होईल? त्याचा माझ्यावरचा विश्वासच उडून जाईल. नाही! मी ह्यांच्यासमोर गयावयाही करणार नाही आणि खोटंसुद्धा सांगणार नाही. चुकीचं ते वागत आहेत, मी नाही. मी खरं काय तेच सांगणार! आणि बाबा चांगला वकील आणून माझी सुटका करून घेतीलच.

माझं हे विचारचक्र मध्येच थांबलं, तशी मी पुन्हा भानावर आले. दुरून गाड्यांचा आवाज येत असतो; पण मला नेमकं कुठं नेत आहेत, ह्याचा अंदाज येत नाही. तेहरानमध्ये तर गल्लोगल्ली पोलिस ठाणी आहेत. मग तिथल्याच कुठल्यातरी ठाण्यात न नेता, मला इतकं दूर कुठं नेत आहेत?

जसजसा वेळ जात राहतो, तसतशी माझ्या मनातली भीती अजूनच गडद होऊ लागते. आम्ही नेमकं चाललोय तरी कुठं?

अखेर बऱ्याच वेळानं गाडी थांबते आणि शिपाई बाई मला फर्मावते, ''चल, खाली उतर.''

मी उतरते आणि शिपाई बाईच्या हुकमानुसार पुढं चालू लागते. डोळ्यांवरच्या पट्टीमुळे दिशाहीन झाल्यासारखं वाटत असतं. लहानपणी लपंडाव हा माझ्या आवडत्या खेळांपैकी एक होता; पण आताचा हा लपंडाव जीवघेणा वाटू लागला होता. कुठल्याही क्षणी माझ्यावर चाबूक चालवला जाईल किंवा मला छडीनं फोडून काढण्यात येईल, ह्या भीतीनं मी पुरती गारठून जाते.

काही अंतर असंच अडखळत चालल्यावर, शिपाई बाई पुन्हा मला फर्मावते, ''हं, थांब!'' मी तत्काळ जागीच खिळून राहते, जणू मी किती गुणी मुलगी आहे, ह्याचीच ग्वाही देत असावे.

माझ्या आजूबाजूला लोक फिरत असल्याचं जाणवतं. मध्येच कुणीतरी खिदळतं; त्यावर कुणी अधिकारी पुरुष त्या व्यक्तीला दरडावून गप्प करतो. मग ती शिपाई-बाई माझ्या डोळ्यांवरची पट्टी ओढून काढते. (तसं करताना माझ्या डोक्यावरचा रुमाल खेचला जाणार नाही, ह्याची काळजी घेते.)

डोळे उघडल्यावर लक्षात येतं की, मी एका पोलिस-चौकीमध्ये उभी आहे; पण ही चौकी तेहरानमधल्या इतर चौक्यांपेक्षा वेगळी दिसत आहे. काही पोलिस टेबलापाशी बसून कुणाची चौकशी करण्यात मग्न असतात; तर काही कंटाळलेल्या चेहऱ्यानं इथं-तिथं बघत उभे असतात. तिथल्या एका भिंतीला पाठ टेकून काही मुली आणि स्त्रिया बसलेल्या असतात. अचानक एक शिपाई बाई त्यांच्यावर जोरजोरात ओरडू लागते आणि हातवारे करून त्या सगळ्यांना तिच्यासमोर येऊन उभं राहायला फर्मावते. त्या सगळ्या लगबगीनं माझ्याशेजारी येऊन उभ्या राहतात.

मी त्यांच्याकडे चोरटा कटाक्ष टाकते तेव्हा लक्षात येतं की, त्या सगळ्याजणी वेश्या असतात. अगदी किशोरवयीन मुलींपासून ते पन्नाशीतल्या प्रौढांपर्यंत. त्या स्त्रियांच्या जथ्थ्याकडे बघून मला लक्षात येतं की, दिवसभर लोकांना रोकत-टोकत फिरणाऱ्या बासिजींनी ह्यांना इथं उचलून आणलेलं असावं. आम्ही सगळ्या समदु:खी आहोत ह्या विचारानं मी त्यांपैकी एकीशी बोलायचा प्रयत्न करत खुसफुसते, ''नमस्कार...'' त्यावर ती बाई आपल्या शेजारणीकडे बघून दात विचकत उद्गारते, ''अजून एक महाविद्यालयीन पाखरू आलंय बघ!''

त्या सगळ्या बायका फारच हुज्जत घालणाऱ्या होत्या. वास्तविक सगळ्याच इराण्यांना हुज्जत घालण्याची सवय असते; पण आता आपण पोलिस-कोठडीत आहोत तर जरा संयमानं वागलं पाहिजे, ह्याचं त्या बायकांना काही भानच नव्हतं मुळी! आपल्याला इथं का आणण्यात आलं आहे, ह्याबद्दल त्या तिथल्या पोलिस-अधिकाऱ्यांशी वाद घालत बसल्या होत्या. वीतभर वस्त्रं घातलेली एक मुलगी विचारत होती, ''मी काय गुन्हा केलाय?'' ओठांवर लिपस्टिक फासलेली दुसरी मुलगी खिदळत होती, ''ही लिपस्टिक नाहीये काही; मी लॉलिपॉप खात होते ना, त्यामुळे माझे ओठ इतके रंगले आहेत.''

मला समजेना की, इतक्या बिकट प्रसंगी ह्या एवढ्या बिनधास्तपणे कशा काय वागू शकतात? मी का नाही अशी वागू शकत? देवा! मला जर ह्यांची शिक्षा भोगता आली, तर किती बरं होईल. किमान त्यांना आपला गुन्हा काय आहे, हे तरी माहितेय. त्यामुळे त्यांना जी शिक्षा मिळेल, ती भोगण्याची त्यांची मानसिक तयारी तरी आहे. मला मात्र माझा गुन्हा काय आहे हेसुद्धा ठाऊक नाही आणि त्यासाठी काय शिक्षा मिळू शकते, हेसुद्धा माहीत नाही. त्यामुळं माझी अस्वस्थता अर्थातच सगळ्यात अधिक वाईट आहे.

थोड्या वेळानं मला इथं घेऊन आलेली शिपाई बाई कंटाळून आराम करण्यासाठी निघून जाते. ती गेल्यावर इतर स्त्रिया पटापट चौकीभर फतकल मारून बसतात; पण मी मात्र अगदी आज्ञाधारकपणाची पराकाष्ठा करत तशीच उभी राहते. बाकीच्या स्त्रिया माझ्याकडे बघून फिदीफिदी हसत राहतात; पण मी त्यांच्याकडे दुर्लक्ष करते.

बराच वेळ जातो. मग एक पोलिस अधिकारी आत येऊन आम्हाला त्याच्यापाठी चालत येण्याचा हुकूम करतो. तो आम्हाला एका तारेच्या दरवाजापर्यंत घेऊन जातो. दरवाजा उघडतो; आम्हा सगळ्यांना आत ढकलतो आणि दरवाजा बंद करून घेतो. आता आम्ही सगळ्या त्या दरवाजामागे अडकलेल्या कैदी बनतो.

थोड्या वेळानं आमच्यावर पहारा देणारे शिपाई सुस्त झाल्याचं लक्षात आल्यावर, मी त्या स्त्रियांपैकी एकीला विचारते, ''तुम्ही इथून बाहेर पडलात की, फक्त एकदा माझ्या आईला फोन करून कळवाल का की, मी इथे बंदिस्त आहे ते? प्लीज? प्लीज?''

तशी ती बाई मला नखशिखान्त न्याहाळत थंडपणे उत्तर देते, "नाही. तू राजकीय कैदी म्हणून आणली गेली आहेस. तुला मदत करायला गेले, तर माझ्यावर काय कंबख्ती ओढवेल ह्याचा मला अंदाजसुद्धा लावायचा नाहीये."

"असं करू नका हो. माझ्यावर दया करा. बरं...माझ्याकडे थोडे पैसे आहेत. ते मी तुम्हाला दिले, तर कराल का माझं हे काम?"

"नाही." असं म्हणत ती माझ्यापासून जरा दूर जाऊ लागते. पण मी निग्रहानं तिच्या पाठी जात पुन्हा एकदा विनवते, "बरं, मला एवढं तरी सांगू शकाल का की, आता ही लोकं मला काय करतील? प्लीज?"

त्यावर ती बाई (कुणी आमचं संभाषण ऐकत नाहीये ह्याची खात्री करून) एका शब्दात उत्तर देते, "एव्हिन."

"काय? खरंच?"

"तू मला विचारलंस, मी तुला सांगितलं."

खरंतर मला तिला अजूनही काही विचारायचं असतं; पण माझा इरादा ओळखून की काय, ती बाई माझ्यापासून लगेच दूर होते.

आता मी एकटी पडते, सर्वस्वी एकटी! 'देवाऽऽऽ! माझ्यावर कृपा कर, माझी मदत कर!'

माझ्यासमोर काय वाढून ठेवलं आहे, ह्याची जाणीव झाल्यावर माझं हृदय जोरजोरात धडधडू लागतं; घशाला कोरड पडते; मेंदूमध्ये भीतियुक्त विचारांचं मोहोळ उठतं आणि त्या सगळ्या कोलाहलामधून एक जाणीव ठळकपणे उभी राहते. ती ही की, 'हे सगळं झेलण्यासाठी माझ्या अंगात तसूभरही त्राण उरलेले नाहीये.'

२३

आम्ही गाडीतून बाहेर पडल्यानंतर, एक पुरुष अधिकारी मला मार्ग दाखवत पुढे नेऊ लागतो. माझ्या डोळ्यांवर पट्टी असली, तरी आतापर्यंत मला माझ्या अतिंद्रिय शक्तीनं आजूबाजूच्या परिसराची वा माणसांची माहिती करून घेण्याची खूप सवय झालेली असते. माझ्या लगेच लक्षात येतं की, आम्ही एका मोठ्या इमारतीपाशी येऊन पोहोचलो आहोत. थोड्याच वेळात एक मोठा दरवाजा सरकवून उघडल्याचा आवाज येतो. 'म्हणजे हा बहुतेक मुख्य दरवाजा असावा आणि ज्या अर्थी तो सरकता दरवाजा आहे, त्या अर्थी हे कुठल्यातरी मोठ्या व्यक्तीचं कार्यालय असावं.'

पुढं चालत जातो तसा माझा हा कयास अधिकच बळावतो; कारण इथल्या फरशा सिमेंटच्या नसून, गुळगुळीत टाइल्स जडवलेल्या असतात. मध्येच एखाद्या कोपऱ्यावर वळताना कुठल्याशा शोभेच्या झाडाची पानं हाताला स्पर्श करून जातात. तिथली हवासुद्धा चांगलीच खेळती असते. 'निश्चितच हे कुणा बड्या अधिकाऱ्याचं कार्यालय आहे. म्हणजे एक नक्की की, मला इथं फाशी दिली जाणार नाही... का मग फाशीची पूर्वतयारी करण्यासाठीच मला इथे आणलं गेलं आहे?... जाऊ देत, आता जे समोर वाढलं असेल ते भोगायचं.'

आमचा काफिला आता अजूनच भराभर चालू लागतो. असे बरेच बोळ पार करत गेल्यावर अचानक एके ठिकाणी मला थांबण्याचे आदेश मिळतात. अरे देवा! आता माझ्यावर गोळ्या तर झाडल्या जाणार नाहीत ना? पण मी असा विचार करत असतानाच, माझ्या डोळ्यांवरची पट्टी काढली जाते. समोर बघते तर एक बंद दरवाजा असतो आणि त्यावर लिहिलेलं असतं – आत येऊ नये.

मी गोंधळून तिथेच उभी राहते. तसा माझ्यासोबतचा पोलिस पुढे होतो आणि अदबीनं ते दार उघडतो. तितक्या वेळात मी त्याला निरखून घेते – अगदी सामान्य

दिसणारा, मध्यम उंचीचा मनुष्य असतो तो.

दरवाजा उघडल्यावर आम्ही आत शिरतो. समोर एक प्रशस्त लाकडी टेबल असतं; त्याच्या भोवती प्लॅस्टिक व धातूच्या खुर्च्या मांडलेल्या असतात आणि भिंतीवर खोमेनी व खामेनी ह्या राष्ट्रपित्यांच्या तसबिरी लावलेल्या असतात. सत्तावीस-अठ्ठावीस वर्षांचा एक तरुण मनुष्य टेबलाच्या टोकाशी उभं राहून मला निरखत असतो. त्यानं घातलेल्या उंची कोट व शर्टावरून, तसंच त्याच्या नाकावर रुळलेल्या महागड्या चश्म्यावरून हे लक्षात येत असतं की, ही व्यक्ती तरुण असली, तरी जबाबदारीच्या पदावरची आहे. (आपण ह्या व्यक्तीला 'मिस्टर इंपॉर्टण्ट' असं म्हणू या.) त्याच्या बाजूला त्याची सचिव संगणकावर काम करत बसलेली असते. 'मिस्टर इंपॉर्टण्ट'च्या डाव्या बाजूला एक मध्यमवयीन माणूस बसलेला असतो. तो माझ्याकडे धड बघण्याचेसुद्धा कष्ट घेत नाही पण मला सतत असं वाटत राहतं की, मी त्याला ह्याआधी कुठेतरी बघितलेलं आहे. कुठं ते लक्षात येत नसतं. थोडा वेळ कोणीच काही बोलत नाही. मी निमूटपणे मान खाली घालून, माझ्या पायाच्या नखांवर उरलेलं गुलाबी नेलपॉलिश बघत उभी राहते. काही आठवड्यांपूर्वी माझ्या भाच्यानं केलेली कारागिरी होती ती. त्याला माझी नखं रंगवताना खूप गंमत वाटली होती. त्याची कलाकुसर संपल्यावर आम्ही इतके हसलो होतो की, आता त्या दिवसाची आठवण आल्यावर ते सगळं स्वप्नात घडल्यासारखंच वाटू लागतं.

मला मनसोक्त निरखून झाल्यावर शेवटी एकदा 'मिस्टर इंपॉर्टण्ट' म्हणतो, "बसा ना ताई, तुम्ही उभ्या का?" त्याच्या या चांगुलपणाबद्दल मला शंका वाटू लागते; पण तसं काही बोलण्याची सोय नसते. मग मी कशीबशी अडखळत एका खुर्चीत जाऊन बसते. तो मोठ्या वयाचा मनुष्य काहीही न बोलता माझ्या हालचाली निरखत राहतो. त्यानंतर दहा मिनिटं काहीच घडत नाही. आम्ही सगळे आपापल्या ठिकाणी शांतपणे बसून राहतो. थोड्या वेळानं दरवाजावर थाप मारली जाते. ती ऐकून 'मिस्टर इंपॉर्टण्ट' म्हणतो, "आत या."

बाहेरची व्यक्ती आत येते. कोण आलंय हे बघायला मी मान वळवते, तर समोर उभा असतो तो गलिच्छ वासाचा प्रश्नकर्ता! त्याला बघून मला भीतीनं आणि घृणेनं अक्षरश: मळमळू लागतं. त्याच्या मारापासून वाचण्यासाठी नकळतच माझा हात चेहऱ्यापाशी जातो.

पण आश्चर्य म्हणजे, आज त्या प्रश्नकर्त्याची अरेरावी साफ नाहीशी झालेली दिसते. तो 'मिस्टर इंपॉर्टण्ट'समोर अदबीनं झुकून "सुप्रभात हाजी. माफ करा, मला यायला उशीर झाला", असं म्हणत मोठ्या माणसासमोर प्रार्थनेसाठी जोडतात तसे हात जोडत, त्यांच्या नजरेला नजर न भिडवता, दोन खुर्च्या सोडून माझ्याशेजारी बसतो. तो जवळ आल्यावर मला आश्चर्याचा अजून एक धक्का बसतो. कारण आज

त्याच्या अंगाला नेहमीच्या घाणेरड्या दर्पाऐवजी चक्क सुगंधी वास येत असतो. ज्या अर्थी त्यानं स्वत:च्या अंगाचा वास घालवण्यासाठी इतके कष्ट घेतले होते, त्या अर्थी ह्या दोन व्यक्ती निश्चितच महत्त्वाच्या असल्या पाहिजेत, हे मला लगेच लक्षात येतं.

धक्क्याचा बहर ओसरल्यावर माझ्या मनामध्ये प्रश्नकर्त्याबद्दल असलेल्या अतीव रागाचा नाग फणा काढू लागतो. त्याचा चेहरा पाहून माझ्या संतापाचा पारा इतका चढू लागतो की, आता मी कुठल्याही क्षणी तिरीमिरीनं उठून त्याच्या चेहऱ्यावर पचकन थुंकेन, अशी मला भीती वाटू लागते. 'नाही झारा! तू असं काहीही करणार नाहीयेस. त्याचे परिणाम खूप वाईट होतील. मनावर ताबा ठेव,' असं स्वत:ला दटावत मी निग्रहानं शांत बसून राहते.

थोड्या वेळानं तो मोठा माणूस मला फर्मावतो, ''इकडे वळून बघ.'' त्याच्या आवाजातली जरब माझ्या मनाला कापरं आणते.

मग 'मिस्टर इंपॉर्टण्ट' अरबी भाषेमध्ये काही शब्द उच्चारतो. माझ्या लक्षात येतं की, हे शब्द कुठलंही महत्त्वाचं सरकारी काम सुरू करण्यापूर्वी उच्चारले जातात. ह्याचाच अर्थ मला कुठल्यातरी न्यायालयामध्ये आणलं गेलेलं आहे. कदाचित, माझ्यासारख्या बंड पुकारणाऱ्यांसाठी स्थापित केलेल्या विशिष्ट न्यायालयामध्ये आणलं गेलं आहे.

'मिस्टर इंपॉर्टण्ट'चं उच्चारण संपल्यावर त्याच्या शेजारची स्त्री आपल्या संगणकामध्ये बघून अत्यंत किरट्या आवाजात बोलू लागते- ''झारा गहरमानी. अलामे तेहरान येथील भाषा विभागामधल्या अनुवाद ह्या विषयाची विद्यार्थिनी. जन्म पैगंबराच्या शके १३६०, शाहरिवाराचा ३१वा दिवस. जन्मदाखला क्रमांक ८४३. ही तूच आहेस का?''

''हो.''

त्यावर ती स्त्री आपला अधिकार गाजवत खेकसते, ''मोठ्याने बोल!''

''हो.''

''तुझ्यावर असलेले आरोप तुला वाचून दाखवतेय. नीट ऐक. एक : महाविद्यालयाचं पवित्र वातावरण गढूळ करून तिथल्या इतर विद्यार्थ्यांना शिक्षण घेणं कठीण केलंस. दोन : इतर मुलांना वर्गांवर बहिष्कार टाकायला प्रवृत्त केलंस. तीन : इराणच्या सरकारविरुद्ध लेख लिहून सरकारच्या कार्यप्रणालींवर ताशेरे ओढलेस. चार : महाविद्यालयाच्या प्रांगणामध्ये व वर्गांमध्ये, सरकारनं काही नाठाळ विद्यार्थ्यांवर केलेल्या कारवाईच्या विरोधात भाषणं दिलीस. पाच : पोलिसांना त्रास देण्याच्या हेतूनं आपल्या सह-अध्यायांना रस्त्यावर झोपायला सांगून रस्ता बंद करवलास. सहा : अराश हजरतीसोबत अनैतिक शारीरिक संबंध ठेवलेस.''

इथं ती स्त्री थांबते आणि ‘मिस्टर इंपॉर्टण्ट’कडे बघते.

थोडा वेळ कोणीच काही बोलत नाही. मला खरंतर मनात चाललेल्या भावनांच्या उद्रेकाला वाट करून द्यायची असते. ‘हे सगळं खोटं आहे! धादांत खोटं आणि घृणास्पद आहे’, असं ओरडायचं असतं; पण तसं न करता, मी निमूट बसून राहते.

अजून थोडा वेळ गेल्यावर ‘मिस्टर इंपॉर्टण्ट’ मला विचारतो, “कु. गहरमानी, तुम्हाला तुमच्यावरचे हे आरोप मान्य आहेत का?”

मी काहीच बोलत नाही.

“कु. गहरमानी, तुम्हाला अगोदरच ह्या गुन्ह्यांसाठी दोषी ठरवण्यात आलेलं आहे. मी तुम्हाला एवढंच विचारतोय की, तुम्ही हे गुन्हे केले आहेत हे तुम्ही मान्य करता का?”

“म्हणजे? तुम्हाला असं म्हणायचंय का की, माझ्यावर अगोदरच न्यायालयीन कारवाई केली गेली आहे आणि त्यानुसार मला दोषी करार दिले गेलेले आहे?” चिडायचं नाही असं ठरवूनही शेवटी माझ्या प्रश्नात हताश रागाचा सूर उमटतोच.

उत्तरादाखल, ‘मिस्टर इंपॉर्टण्ट’ मला सांगतो, “आम्ही तुम्हाला फक्त तुमच्यावरच्या कारवाईचे निकाल वाचून दाखवत आहोत. तुम्ही गुन्हे केलेले आहेत, हे आधीच सिद्ध झालेलं आहे.”

“कोण म्हणतं मी हे गुन्हे केले म्हणून? माझ्यावर ठपका ठेवणारे ते लोक तरी कोण आहेत?”

बराच वेळ काही न बोलता मला निरखत राहून अखेर ‘मिस्टर इंपॉर्टण्ट’ मला सांगतो, “हे न्यायालय आणि सरकारी वकील. काळजी करू नका – तुमच्यावरचे हे आरोप सिद्ध करताना सगळे न्यायालयीन नियम नीट पाळले गेले होते.”

“माझ्या बाजूनं कुणी वकील होता का?”

“होता की! अगदी निपुण वकील होता. अराश हजरती. तुम्हीसुद्धा हे मान्य कराल ना की, अराशसारखा उत्कृष्ट वकील शोधून सापडणार नाही? काय?”

‘मिस्टर इंपॉर्टण्ट’च्या ह्या प्रश्नावर मी त्याच्याकडे जळजळीत कटाक्ष टाकायला वर बघते, तेव्हा त्याच्या आणि मोठ्या माणसाच्या चेहऱ्यावर रुळणारं कुत्सित स्मित बघून तर माझ्या तळपायाची आग मस्तकात जाते. पण आता माझ्या रागाचा उद्रेक झाला तर अनर्थ होईल हे ओळखून, मी मोठ्या निग्रहानं मान खाली घालून उत्तर देते, “मला माहीत नाही.”

एका अर्थी मी माझी हार कबूल करतेय, हे लक्षात येताच ती स्त्री पुन्हा एकदा आपल्या संगणकात डोकं खुपसून वाचू लागते : “अल्लाचं नाव घेऊन आम्ही हे घोषित करतो की, झारा गहरमानीच्या चौकशीअंती मिळालेल्या पुराव्यांनुसार हे सिद्ध झालंय की, तिच्यावर ठेवलेले सगळे आरोप खरे असून, झारा गहरमानी गुन्हेगार

सिद्ध झालेली आहे. गुन्हेगाराला तीस दिवसांच्या तुरुंगवासाची शिक्षा फर्मावली जाते. आतापर्यंत गुन्हेगारानं जेवढे दिवस तुरुंगात व्यतीत केलेले आहेत ते वगळून, उरलेल्या दिवसांची शिक्षा पूर्ण करण्याचा तिला आदेश दिला जात आहे. गुन्हेगार सिद्ध झाल्यामुळं झारा गहरमानीला ह्यापुढे महाविद्यालयामध्ये शिक्षण घेता येणार नाही. सरकारनं तिच्या शिक्षणासाठी ज्या पैशाची सोय केली होती, ते पैसे तिनं सरकारला परत द्यावे, असा आदेश दिला जात आहे. तिनं सरकारच्या औदार्याचा आणि जनतेप्रति असलेल्या प्रेमाचा अपमान केल्यामुळं सदर पाऊल उचललं जात आहे. तुरुंगातून सुटल्यानंतरही आरोपीला पुन्हा आपल्या महाविद्यालयामध्ये दाखल होता येणार नाही. तसंच तिला इस्लामी महासत्तेच्या इतरही कुठल्या महाविद्यालयामध्ये दाखल होता येणार नाही. तिला कुठल्याही वर्तमानपत्र वा नियतकालिकासाठी काम करता येणार नाही. तिला कुठल्याही प्रकारच्या लिखाणाद्वारे वा भाष्याद्वारे राजकीय मतप्रदर्शन करता येणार नाही.'' इतकं सगळं बोलून झाल्यावर ती स्त्री अचानक माझ्याकडे बघत विचारते, ''तुला तुझ्या समर्थनार्थ काही बोलायचं आहे का?''

तिचा तो प्रश्न ऐकून काही क्षण मी हबकूनच जाते. पण मग माझ्या लक्षात येतं की, तिनं तसं विचारणं ही निव्वळ औपचारिकता आहे. माझ्या नकळत माझ्याविरुद्ध हा खटला उभा करून, खरे-खोटे पुरावे गोळा करून माझ्यावरचे सगळे आरोप आधीच सिद्ध करून नंतर मला हा प्रश्न विचारण्यात काही तथ्य आहे काय? ही तर मोठी चेष्टाच सुरू आहे. माझी, माझ्या घरच्यांची आणि माझ्यासारख्या तमाम हतबल, निरपराध युवक-युवतींची आमच्या धर्मांध आणि मुजोर सरकारनं चालवलेली ही मोठी क्रूर थट्टा आहे. तर्कसंगती, न्याय, हक्क ह्या सगळ्या संकल्पनांना खुशाल धाब्यावर बसवून काही मूठभर लोकांनी आमच्या नशिबांची जी थट्टा चालवलीय, त्याविरुद्ध काही प्रतिक्रिया देण्यासाठी मी पूर्णतः हतबल आहे.

सदर सत्यांची जाणीव होऊन, मी निमूट मान खाली घालून उत्तर देते, ''नाही.'' आणि मग समोरच्या लोकांना ऐकू जाईल ना जाईल अशा आवाजात कुजबुजते, ''त्यापेक्षा तुम्ही मला सरळ मारून का टाकत नाही?'' माझी कुजबुज त्यांना ऐकू जाते की नाही, ठाऊक नाही; पण थोड्या वेळानं 'मिस्टर इंपॉर्टण्ट' आणि तो मोठा माणूस जागेवरून उठत म्हणतात, ''तुझा कबुलीजबाब लवकरच जनतेसमोर घोषित केला जाईल. देव आपल्या सगळ्यांवर मेहेरनजर ठेवो.''

त्यानंतर 'मिस्टर इंपॉर्टण्ट' खोलीबाहेर जातो, तसा प्रश्नकर्ता माझ्या डोळ्यांवर काळी पट्टी चढवतो आणि मला बाहेर नेऊ लागतो. बाहेर जाता-जाता, मोठा माणूस त्याला म्हणतो, ''देव तुझं कल्याण करो हाजी. कधीतरी मला तुझ्या सेवेसाठी योग्य तो मोबदला देता, यावा हीच माझी इच्छा आहे.'' त्यावर प्रश्नकर्ता उत्तर देतो, ''मी फक्त माझं कर्तव्य करतोय हाजी... निव्वळ माझं कर्तव्य करतोय.''

एव्हिनमधल्या माझ्या कोठडीत पोहोचल्यावर, इतका वेळ मनात दाबून ठेवलेला संताप बाहेर उफाळून येऊ लागतो. माझ्या भित्रेपणाबद्दल स्वत:ला दूषणं देत मी कराकरा डोकं खाजवू लागते. 'छे! मी त्या सगळ्यांच्या तोंडावर थुंकायला पाहिजे होतं. विशेषत: त्या बाईच्या! नालायक कुठली! स्वत: स्त्री असून दुसऱ्या स्त्रीची मदत करण्याऐवजी फितूर बनून तिच्या पाठीत खंजीर खुपसते. नाही, तिचे तर दातच तोडायला हवे होते....'

बराच वेळ विचारांच्या गर्तेत गरगरत राहिल्यावर माझ्या मनात प्रश्नकर्ता आणि मोठ्या माणसामध्ये झालेलं शेवटचं संभाषण खेळू लागतं. काय म्हणाला तो? 'तुला योग्य तो मोबदला देता यावा, हीच माझी इच्छा आहे.' नेमका काय अर्थ होतो ह्या बोलण्याचा? कशाबद्दल मोबदला? कसलं कर्तव्य पार पाडलं, त्या घोलमनं? बराच वेळ त्या विषयावर रवंथ केल्यावर अचानक मला त्या प्रकरणातलं रहस्य लक्षात येतं. घोलमनं मला त्या लोकांकडे जिवंत सुपूर्द करण्याचा वायदा केला असेल आणि त्यानं आपला वायदा पूर्ण केल्याबद्दल हे लोक त्याला मोबदला देऊ करत असतील. नालायक! हरामखोर सगळे! म्हणजे बेहनामच्या मध्यस्थीचा हा परिणाम झालेला आहे तर! घोलमनं मोठ्या औदार्यानं मला केवळ लहानसहान शिक्षा दिल्या आहेत. ना त्यानं मला ठार मारून टाकलेलं आहे आणि ना त्यानं आपल्या त्या 'विशिष्ट' चौकशी-कक्षात नेऊन माझ्यावर भयानक अत्याचार केले आहेत. होऽऽ, आता लक्षात आलं... त्या मोठ्या माणसाला मी अशाच कुठल्याशा कार्यक्रमामध्ये बघितलेलं होतं, जिथं बेहनाम मला आपल्या सोबत घेऊन गेला होता.

चला! म्हणजे मला बेहनामसारखा प्रभावी मित्र असल्याचा फायदा मिळाला तर! पण जर मी इतकी 'भाग्यवान' नसते तर? किंवा जर एखाद्या फ्रीज, वॉशिंग मशीन, मोठा टीव्ही किंवा पॅरिससाठी विमान-तिकिटं असल्या 'मौल्यवान' वस्तूंच्या बदल्यात स्वत:चा जीव वाचवण्याची माझी ऐपत नसती तर? तर काय झालं असतं?... नुसत्या विचारानंसुद्धा जिवाचा थरकाप उडतो आणि इराणमधल्या ह्या भ्रष्ट सरकारी व्यवस्थेबद्दल नव्यानं घृणा दाटून येते.

मी रागानं खदखदत असतानाच सोहराब वरून बोलतो, "मला वाटलं, आता तू काही परत येणार नाहीस."

"का? मी कुठे जाणार?"

माझ्या तिरकस प्रश्नाकडे दुर्लक्ष करत सोहराब विचारतो, "कुठं गेली होतीस?"

"न्यायालयात."

"म्हणजे...तुला घरी पाठवत आहेत का?"

"असं ते म्हणाले खरे; पण माझा काही त्या गोष्टीवर विश्वास नाही. आणि

पाठवलं तरी काय उपयोग? मला त्यांनी पुन्हा महाविद्यालयामध्ये दाखल होण्याची बंदी घातलीय आणि काही लिखाण करण्यावरही बंदी घातलीय.''

''तू लिहितेस?''

''थोडंसं.''

''हं! मी तुझं लिखाण मुळीच वाचणार नाही. बेकार असेल ते!''

''असं का म्हणतोयस?''

''मी तुम्हा लोकांना चांगलं ओळखतो. तुम्हाला सगळ्या गोष्टींना चांगलं-सुंदर बनवण्याची वाईट खोड असते. तुझ्या लिखाणामध्ये तू घोलमसारख्या निवडुंगालासुद्धा गुलाबाचं रोपटं म्हणून साकारशील. शाईची बरबादी, झालं!''

''आज तो न्यायालयामध्ये गुलाबाचं रोपटं बनून आला होता खरा. इतका सुगंधी होऊन आला की, अत्तराची अख्खी बाटली स्वतःवर उपडी केली असावी बहुतेक!''

''कर, स्वतःची खोटी समजूत करत राहा! मला तुझा तिरस्कार वाटू लागलाय.''

''वा! आज तू फारच चांगल्या मूडमध्ये दिसतोयस हं सोहराब...''

''डोक्यावर तुळई आदळली की, तू धाय मोकलून रडू लागतेस; पण हे नाही बघत की तू स्वतःच त्या तुळईखाली उभी राहिली होतीस. मला तुझा धिक्कार वाटतो. मनापासून धिक्कार वाटतो.''

''ए! तू गप्प बस हं आता! नाहीतर मी तुझं थोबाड फोडीन, सांगून ठेवतेय!''

''राजकुमारी, आजतागायत तुझ्याकडून असले अपशब्द ऐकले नव्हते मी.''

''मग सवय करून घे!''

''अस्सं? बरंऽऽ, मग परत म्हण बरं तेच..''

''नाही.''

''अरे वा! एव्हिनमध्ये येऊन गरीब गाईचं लांडग्यामध्ये रूपांतर झालंच तर! चला, चांगलं आहे. आयुष्य जगण्यासाठी लागणारी काही उत्कृष्ट कौशल्यं तू एव्हिनमध्ये येऊन आत्मसात केली, ह्याबद्दल मला तुझा अभिमान वाटतो.''

सोहराबच्या ह्या बोलण्यावर मी काहीच प्रतिक्रिया देत नाही. तो असं कुत्सित बोलू लागल्यावर मला त्याच्याशी बोलावंसं वाटत नाही.

आता मी ह्या गोष्टीचा विचार करू लागते की, तुरुंगातून बाहेर पडल्यावर मी कशा प्रकारचं आयुष्य जगू शकेन? काय काम करू शकेन? ह्या लोकांनी माझ्या पुढच्या शिक्षणावरही बंदी घातलीय आणि लिखाणावरही. म्हणजे बहुधा मला एखाद्या मॉलमध्ये लोकांच्या सामानाच्या पिशव्या तपासायचं वगैरे काम करावं लागेल, असं दिसतंय. ठीक आहे... आता त्याला इलाज काय? पण तिथं मला

लोकांशी संभाषण साधावं लागलं नाही, म्हणजे मिळवलं. फक्त 'नमस्कार', 'अच्छा, पुन्हा भेटू' इतक्यावर भागवता आलं म्हणजे ठीक; नाहीतर उगीच कुणाच्या साबणाच्या वा टूथपेस्टच्या निवडीवर ताशेरे ओढेन आणि परिणामी स्वत:वर अजूनच कंबख्ती ओढवून घेईन. तसंच मला स्वत:ला तीच 'चांगली' वृत्तपत्रं आणि नियतकालिकं वाचायची सवय लावावी लागेल, ज्यांमध्ये इराणच्या दुष्ट शत्रूंवर आणि त्यांनी चालवलेल्या दुष्ट कृत्यांवर टीका केलेली नसेल.

मला जोराची लघवी लागली आहे, पण मी मोठ्या निग्रहानं त्याकडे दुर्लक्ष करतेय. कारण मला माहितेय, बाहेर तीच शिपाई बाई आहे जिला माझ्यासोबत शय्यासोबत करायची आहे. पण थोड्याच वेळानं माझा निग्रह मोडीत निघतो आणि मी दरवाजाबाहेर हिरवा कागद टाकते. ती शिपाई बाई तडक दरवाजा उघडते – जणू ह्या क्षणाची वाट पाहत तिथेच उभी असावी!

मला शौचालयाकडे नेत असताना ती मला विचारते, "मी जे बोलले, त्याबद्दल विचार केलास का तू?"

"मला नशा करण्याची सवय नाहीये."

"चल! काहीही बोलू नकोस. सगळ्यांनाच नशा करण्याची आवड असते." असं बोलून ती माझा हात हातात घेत मला पुढं नेऊ लागते. खरंतर तिचा स्पर्श माझ्या अंगावर काटा आणत असतो; पण आता जर मी शौचालयात जाऊ शकले नाही, तर पायजम्यातच कारभार उरकावा लागेल ह्या भीतीनं मी गप्प बसते.

अखेर आम्ही शौचालयापर्यंत पोहोचतो. मी आत जाते आणि तत्काळ डोळ्यांवरची पट्टी काढून टाकते. शिपाई बाई अगदी बाहेरच उभी असल्याचं जाणवत असतं; पण त्याबद्दल काही करण्यास मी असह्य असते. खरंतर एरवी सगळे शिपाई जरा दूर उभे राहतात; पण आज हिचा इरादा काही निराळाच असतो.

मी माझा पायजमा धड पूर्ण घातलाही नसतो, इतक्यात...इतक्यात ती शिपाई बाई शौचकुपीत घुसते... आणि मी जोरात किंचाळते! मी इतकी घाबरून किंचाळते ती तिच्या अशा आकस्मिक येण्यानं नव्हे, तर तिचं भयानक रूप पाहून! तिचा चेहरा कुणी जाळून वा कापून चपटा केल्यासारखा असतो. तिच्या चेहऱ्यावरचे उभारी असलेले सगळे अवयव जणू कापून काढलेले असावे, असे दिसत असतात. इतक्या विद्रूपतेमुळं, ती हसतेय का रागानं बघतेय हे सांगणं अवघड असतं. बाकी, ती माझ्या अपेक्षेपेक्षा बरीच तरुण आणि बुटकी असते. चांगलीच बारीक आणि रंगाने काळीसुद्धा असते.

मी तिच्याकडे भयचकित नजरेनं पाहत उभी असतानाच, शिपाई बाई माझ्या दिशेनं लपकते आणि माझे खांदे पकडते. आतातर भीतीनं माझा प्राण कंठाशी येतो आणि काही न सुचून, सगळी शक्ती पणाला लावून मी तिला जोरात मागे ढकलते आणि वाट फुटेल तिथे सुसाट पळू लागते.

बराच वेळ जीव तोडून पळत राहिल्यावर, अचानक एके क्षणी मी थबकते. मला लक्षात येतं की, ती बाई माझ्या मागून येत नाहीये. तेव्हाकुठं माझं लक्ष आजूबाजूच्या परिसराकडे जातं... 'बाप रे! हा एव्हिन म्हणजे नुसता तुरुंग नसून एखादा किल्ला शोभेल इतका भरभक्कम आणि अजस्त्र आहे. बोळ तरी किती आहेत इथं? आणि प्रत्येक बोळामध्ये दरवाजे तरी किती आहेत? आणि त्या दरवाजांमागे किती कोठड्या... त्यांमध्ये किती कैदी...! अरे देवा! म्हणजे इथेच कुठंतरी माझे मित्र-मैत्रिणी खितपत पडले आहेत. म्हटलं तर मी आता त्यांच्या किती जवळ आहे... आणि म्हटलं तर आमच्यात समुद्राएवढं अंतर आहे... चोर, खुनी, वेश्यांच्या ह्या गराड्यामध्ये मी माझ्या दोस्तांना शोधू तरी कसं? माझ्याकडे अवघे सात दिवस आहेत आणि मला धड माझ्या कोठडीकडे जायचा रस्तासुद्धा ठाऊक नाहीये! अरे देवाऽऽऽ.... आता काय करायचं?'

काहीच न सुचून, मी आहे त्या ठिकाणी खिळून राहते. सर्वत्र नि:शब्द शांतता पसरलेली असते. ना कोणी रडत असतं, ना बोलत असतं, ना हसत असतं... एव्हिनचा तो भाग अगदी निर्जन वाटत असतो.

इतक्यात माझ्या मागून झपाझप चालणाऱ्या पावलांचा आवाज ऐकू येतो. वळून पाहते तर ती बाई मोठ्या त्वेषानं दात-ओठ खात माझ्या दिशेनं येत असते. ती माझ्याजवळ पोहोचते, खस्सकन माझ्या डोळ्यांवर पट्टी ओढवून बसवते आणि मग फाडकन माझ्या मुस्कटात मारते. इतक्या जोरानं की, माझे कान वाजू लागतात.

तो आवाज ऐकून एक पुरुषशिपाई धावत येतो आणि तिला विचारतो, "काय झालं ताई?"

"ह्या नालायक मुलीनं मला शौचालयात ढकलून दिलं आणि पळून गेली. बहुतेक हिचा इथून पळून जाण्याचा डाव दिसतोय. बेअक्कल कुठली."

ते ऐकून तो पुरुष शिपाई माझ्या जवळ येतो आणि माझ्या गालाला चिमटे काढत उद्गारतो, "काय गं ए शहाणे! फारच चरबी चढलेली दिसतेय तुला."

मग माझा चेहरा आपल्या हातामध्ये धरून तो मला खेचत पुढे नेऊ लागतो. पण तसं करताना मी धडपडू लागते. मग तो रागानं माझे खांदे धरून मला खेचत माझ्या कोठडीत नेतो आणि तिथल्या थंडगार फरशीवर मला भिरकावून देतो. त्या अनपेक्षित धक्क्यातून मी सावरून बसणार, इतक्यात तो पुन्हा माझ्या जवळ येतो आणि लाथा-बुक्क्यांनी मला अक्षरश: तुडवू लागतो. पोट, पाठ, खांदे, हात, पाय... माझा जो कुठला अवयव हाताला लागेल त्यावर तो मारत राहतो. मध्येच दोन-तीनदा मला जमिनीवरून उचलतो आणि पुन्हा भिंतीवर आदळून देतो. लाथांनी मारून थकल्यावर बुक्क्यांनी तुडवू लागतो. मी कसाबसा स्वत:चा चेहरा झाकून घेते पण बाकी सगळं शरीर त्याच्या मारानं शेकून निघतं.

अखेर बऱ्याच वेळानं त्या शिपायाच्या जिवाची शांती होते आणि मला एकदा शेवटचं जमिनीवर आदळून तो अगदी ऐटीत बाहेर निघून जातो. माझं अवघं शरीर एक मोठी जखम होऊन ठणकू लागलेलं असतं. नेमक्या कुठल्या अवयवाची काळजी करावी, हेच समजेनासं होतं.

वेदनेनं विव्हळत, मी कोठडीच्या फरशीवर पडून राहिले असतानाच समोरच्या दरवाजाकडे लक्ष जातं. बघते तर ती शिपाई बाई माझ्याकडे बघून कुत्सित हसत दरवाजाशी उभी असते. मला खरंतर तिची माफी मागायची असते... तिच्यासमोर गयावया करायची असते... पण तोंडातून शब्दच फुटत नाहीत.

इतक्यात तो पुरुषशिपाई पुन्हा कोठडीत येतो आणि नव्या जोमानं मला बदडू लागतो. आता तर माझी शुद्धच हरपायची बाकी राहते. डोळे आणि डोकं गरगरू लागतं... काय खरं, काय भास, काहीच समजेनासं होतं.... पण त्या सगळ्या कोलाहलात एक आवाज ठळकपणे जाणवू लागतो... तो म्हणजे सोहराबचा! तो जिवाच्या आकांतानं कधी त्या शिपायांना शिव्या हासडत असतो, तर कधी माझ्यावर दया करण्याची भीक मागत असतो.

पण कुणाचं ऐकेल तर तो शिपाई कसला! तो मला लाथा-बुक्के मारत राहतो. माझं शरीर इतक्या ठिकाणी ठणकू लागलं असतं. मला नीट श्वास घेता येत नसतो; डोळे धड उघडता येत नसतात; कसेबसे डोळे उघडलेच तर समोरचं सगळं धुरकट दिसत असतं!

'माझ्यात खूपच जास्त बिघाड झालाय; पार वाट लागलीय अगदी माझ्या शरीराची!' असा स्वत:शी विचार करत असतानाच, मला कुणाच्यातरी हाका ऐकू येतात "ए! अगं ए, जागी हो! माझ्याशी बोल... काहीतरी बोल, प्लीज! तुला माझं बोलणं ऐकू येतंय का?"

"कोण?... कोण आहे?"

"अगं असं काय करतेस? मी...मी सोहराब बोलतोय. तुला ऐकू येत नाहीये का? माझा आवाज ओळखू येत नाहीये का?"

सोहराबचा स्वर काळजीनं ओथंबलेला असतो; पण त्याच्या एकाही प्रश्नाचं उत्तर देण्याचं त्राण माझ्या अंगात उरलेलं नसतं. मी काहीच प्रतिक्रिया देत नाही असं पाहून सोहराब पुन्हा पुन्हा मला तेच प्रश्न विचारत राहतो. शेवटी मला त्याचा आवाज ऐकूनसुद्धा चीड येऊ लागते. 'ह्या मूर्खाला समजत नाहीये का की, मला धड एक शब्दसुद्धा उच्चारता येत नाहीये? का मला हा असे प्रश्न विचारून भंडावून सोडतोय?'

अखेर बऱ्याच वेळानं मी मनाचा हिय्या करून कूस बदलण्याचा प्रयत्न करते. बरगड्यांमध्ये सणकन कळ जाते! पण ती सहन करत, मी जबडा उघडण्याचा

प्रयत्न करते. पुन्हा एकदा तशाच वेदनेचा लोळ उठतो. मग मी जिभेनं चाचपडून बघू लागते की, माझे किती दात तुटले आहेत. आश्चर्य म्हणजे, एकही दात तुटलेला नसतो पण तोंडामध्ये जीभ फिरवण्याच्या साध्या कृतीनेही डोळ्यांत पाणी उभं राहतं. बराच वेळ असे प्रयोग करत, अखेर मी कशीबशी उठून बसते. डोळे उघडणे अजूनही दुरापास्तच असतं; पण किमान मी उठून बसू शकले, ह्याबद्दल मी देवाचे हजारदा आभार मानते.

सोहराब अजूनही हाकाट्या करतच असतो. अखेर मी कसंबसं तोंड उघडून त्याला उत्तर देते, "मी ठीक आहे..."

पण कदाचित माझा क्षीण आवाज सोहराबपर्यंत पोहोचत नाही; कारण तो मला पुन्हा विचारतो, "तू ठीक आहेस का? तुला माझा आवाज ऐकू येतोय का?"

मला त्याच्या प्रश्नांची उत्तरं द्यायची इच्छा असते; पण माझ्या घशातून आवाजच फुटू शकत नाही. पुढे बराच वेळ हेच सत्र सुरू राहतं. सोहराब जोरजोरात मला तेच प्रश्न विचारत राहतो आणि मी त्याला क्षीण आवाजात माझी 'खुशाली' कळवण्याचा प्रयत्न करत राहते. पण सगळंच व्यर्थ असतं!

शेवटी मला त्या सगळ्या केविलवाण्या प्रकाराचा कंटाळा येतो आणि मी निमूट पडून राहावं म्हणून पुन्हा जमिनीवर पडायला जाते...इतक्यात! इतक्यात माझी नजर कोठडीच्या दरवाजाशी जाते आणि तिथे 'ती' उभी दिसते! तीच ती, शिपाई बाई! आता मात्र मी जोरात किंचाळते.

"मी जर अशी विद्रूप नसते, तर तू मला होकार दिला असतास का गं?" माझ्या भयभीत अवताराकडे सपशेल दुर्लक्ष करत ती मला दुःखी आवाजात विचारते.

तिला काय उत्तर द्यावं हेच मला सुचेनासं होतं. किंबहुना मला तिला काही उत्तर द्यायची इच्छाच नराते.

मी काही बोलत नाही असं बघून शिपाई बाई मला पुन्हा तोच प्रश्न विचारते, पण ह्या वेळी तिचा आवाज चांगलाच गुरकावल्यागत असतो.

आता मला तिला उत्तर देणं भाग असतं; पण तिला आपलं नकारार्थी उत्तर शक्य तितक्या सौम्यपणे कसं कळवावं असा विचार करत असतानाच, शिपाई बाई स्वतःशी बोलल्यागत सांगू लागते, "मी आधीपासून अशी नव्हते. सुंदर होते. तुझ्यापेक्षा कितीतरी पटीनं सुंदर होते पण मग त्यांनी आमच्या गल्लीत बॉम्बचा वर्षाव केला. त्यात माझं घर जळालं, माझे सगळे कुटुंबीय जळून राख झाले आणि मी ही अशी बनले – विद्रूप! सैतानरूपी! आता माझ्याशी कोणीच बोलत नाही...सगळ्यांनी मला वाळीत टाकलंय. पण ह्यात माझा काय दोष होता, सांग ना? काय दोष होता माझा?"

ह्या बाईच्या बाबतीत जे घडलं ते निश्चितच भयंकर होतं. पण मला कळेना की, ती हे सगळं मला का सांगतेय?

"मी तुला खूप काही देऊ शकले असते. तुला ह्या भयाण ठिकाणामध्ये आनंदाचे क्षण देऊ शकले असते; पण तू मला जवळच येऊ देत नाहीस. तुझ्यासाठी काही करूच देत नाहीस. मग असं कसं चालणार?"

बाप रे! नक्की पाहिजेय तरी काय ह्या बाईला? आणि किती विचित्र असेल ही? आता काही क्षणापर्यंत मला बेदम मार खाताना बघून ही दात विचकत उभी होती आणि आता हिला असं वाटतं की, मी तिच्या आयुष्याच्या शोकांतिकेबद्दल हळहळ व्यक्त करावी?

मी असा विचार करत असताना, बाईची बडबड अजून चालूच असते, "तुला काय वाटतं, तुला इथं बसून महाराणीसारखी निवड करता येईल काय? नाही. हा एव्हिन तुरुंग आहे; कुठला बाजारहाट नाही जिथं तू 'मला हे नको, मला ते नको', असा हट्ट करू शकशील आणि तशीही तू आता सुंदरसुद्धा उरलेली नाहीयेस. तू तर माझ्यापेक्षाही घाणेरडी दिसत आहेस. अशा रूपात तुला कोण स्वीकारेल? अगदी घोलमसुद्धा तुला बघून नाक मुरडेल."

असं बोलत असताना त्या बाईचा आवाज कापरा होत जातो. ती मुसमुसू लागते.

"तुला आयुष्यभर इथंच डांबून ठेवलं पाहिजे. मगच चांगली अद्दल घडेल तुला. जेव्हा तू वर्षानुवर्षं इथं राहून वेडी बनशील आणि स्वतःला मारून टाकण्यासाठी माझ्याकडे एखाद्या अस्त्रासाठी भीक मागशील ना, तेव्हा माझ्याकडे तुला देण्यासारखं काहीही नसेल. मगच तुला माझी किंमत समजेल. तुम्ही सगळे एका माळेचे मणी आहात. मला तुमच्या सगळ्यांचा तिरस्कार वाटतो." असा आरडाओरडा करत ती बराच वेळ जागीच थरथरत उभी राहते आणि मग अचानक एक क्षणी कोठडीचा दरवाजा धाडकन बंद करून निघून जाते. मला तिच्याबद्दल मुळीच दया वाटत नाही. उलट, तिला त्रास झाला हे पाहून अतिशय आनंद होतो.

शिपाई बाई दरवाजा बंद करून गेल्याचं लक्षात येताच सोहराब पुन्हा वरून ओरडू लागतो, "माझ्याशी काहीतरी बोल."

सकाळी जाग येते तेव्हा दरवाजाखालून माझ्यासाठी नाश्ता सरकवला गेलाय, असं दिसतं. मी ती ताटली घेण्यासाठी उठू लागते, तशी एकाच वेळी शरीराच्या इतक्या भागांतून कळा उठतात की, मी मटकन खालीच बसते. हात, पाय, कंबर, पाठ... इतकंच काय तर कान, जीभ, बोटंसुद्धा वेदनेनं विव्हळत असतात.

अखेर बऱ्याच निग्रही प्रयत्नांती मी त्या ताटलीपर्यंत पोहोचते आणि हळूहळू

अन्नाचा एकेक घास घशाखाली ढकलू लागते. अवघ्या काही क्षणांतच वरून आवाज येतो, "माझ्याशी बोल!"

"मी ठीक आहे."

"तू खरंच ठीक आहेस का?"

"हो."

"मग माझ्याशी बोल."

आता मात्र मी वैतागते आणि सोहराबच्या वेडसर हाकाट्यांकडे दुर्लक्ष करू लागते. तसं करताना मला अपराध्यासारखं होतं खरं; कारण मला माहितेय की, तो माझ्या काळजीपोटी बोलत असतो. पण सध्यातरी मला इतर कुणाचं मन सांभाळत बसण्याची हौस नसते.

मी माझ्या जीर्ण कांबळ्यावर पडून, पुन्हा झोप येतेय का ते बघू लागते; पण जमिनीला पाठ लागत्याक्षणी डोक्यात इतक्या सगळ्या विचारांचं मोहोळ उठतं की, झोप येणं शक्यच नसतं.

खूप खूप रडावंसं वाटत असतं; पण डोळ्यांतून अश्रू पाझरायला तयारच होत नाहीत. डोळे नुसते चुरचुरत राहतात; पण त्यांतून पाण्याचा एक थेंब येईल तर शपथ!

मग अचानक मला लघवीला जायची घाई होते. दरवाजाच्या फटीतून हिरवा कागद बाहेर टाकताच, लागलीच माझ्यासाठी डोळ्यांवरची पट्टी आत टाकण्यात येते. खरंतर आज ह्या पट्टीची काहीच गरज नसते; मला तसंही डोळे उघडता येत नसतात, पण हे ह्या लोकांना सांगून काय फायदा आहे?

पट्टी चढवायला मला बराच वेळ लागतो कारण बोटं वाकवतानासुद्धा डोक्यात कळ जात असते. अखेर मी पट्टी चढवून तयार होते आणि एक पुरुषशिपाई मला खस्सकन खेचून शौचालयाकडे नेऊ लागतो. मला क्षणार्धात हे लक्षात येतं की, हा तोच शिपाई असतो, ज्यानं मला काल बेदम मारलेलं असतं.

शौचालयाकडे जात असताना तो माझ्या कानात खुसफुसतो, "मला तुझ्या अवस्थेबद्दल तसूभरही वाईट वाटत नाहीये. तू हे सगळं आपल्या हातानं स्वत:वर ओढवून घेतलं आहेस."

कोठडीमध्ये परत आल्यावर मी हा विचार करू लागते की, जर मला अजून एखादी शिक्षा ठोठावली गेली, तर मी कुठल्या प्रकारे आत्महत्या करू शकेन? पण लवकरच मला लक्षात येतं की, मी हा विचार करून फुकट वेळ दवडत आहे कारण ह्या कोठडीमध्ये ना कुठला पंखा आहे ज्यावर लटकून मी स्वत:ला गळफास लावू शकेन; ना इथल्या एकुलत्या एक चमच्यानं मला स्वत:ला भोसकता येणार आहे आणि कांबळ्याचा तुकडा पाडून घशाखाली घालून श्वास कोंडण्याचं म्हटलं, तर ना

इथं कात्री आहे आणि ना ते कांबळं फाडण्यासाठी माझ्या मनगटामध्ये जोर! फार फारतर, भिंतीवर डोकं आपटून आत्महत्या करायची म्हटली तरच ते शक्य आहे. पण तितकी वेदना भोगण्याची माझी मानसिक तयारी नाही, हे मला चांगलंच ठाऊक आहे.

खरंतर मी इतका विचार कर करून वेडीच झाली असते; पण वेदनेचा ठणका असह्य होऊ लागला की, मी बेशुद्ध होऊन जायचे हे माझ्यासाठी छुपं वरदानच ठरलं म्हणायचं!

सोहराबनं आता मला हाकाट्या मारणं थांबवून, आपला मोर्चा पुन्हा लैलाकडे वळवलेला असल्यामुळे मला काही तासांपुरती शांतता मिळते.

संध्याकाळ होते मग रात्र उतरते. एव्हिनमध्ये प्रार्थनांचे सूर उमटू लागतात. रात्रभर मी माझं दुखरं शरीर मुडपून बसून राहते. आता मी बेशुद्ध पडत नाही.

सकाळ होते. अझान झाल्यानंतर माझ्या कोठडीचा दरवाजा उघडला जातो. तीच शिपाई बाई एका दुसऱ्या पुरुषशिपायासोबत माझ्या कोठडीत येते. अचानक तो पुरुषशिपाई मला तुडवू लागतो. पुन्हा सोहराब वरून रेकू लागतो, ''तिला सोडा नालायकांनो! तिला मारू नका.'' पण काहीच उपयोग होत नाही. तो मला मारत राहतो. मी जमेल तसं स्वत:चा चेहरा जपू पाहते.

थोड्या वेळानं शिपाई बाई त्याला म्हणते, ''पुरे झालं. चल, निघू या.''

तसा तो आज्ञाधारकपणे मला मारण्याचं थांबतो.

काही क्षण मला हेच समजेनासं होतं की, मी जिवंत आहे की मरून गेलेय? शरीरातून प्राण निघून गेल्यावर, काही क्षणांपूर्वी जिवंत असलेल्या त्या शरीराला असंच वाटत असेल का? पण नाही, बहुतेक मी मेले नसावे. कारण मेले असते, तर वेदनेचा ठणका जाणवू लागला नसता.

इतक्यात वरून सोहराबचा आवाज येतो, ''काय चॅम्पियन, जिवंत आहेस ना अजून?'' माझ्या 'गहरमानी' ह्या आडनावाचा अर्थ 'चॅम्पियन/अजिंक्य' असं असल्याचं समजल्यापासून सोहराबनं हा नवीनच चाळा सुरू केला आहे. पण आज मला त्याला त्यावरून काही खरमरीत सुनावण्याचा उत्साह नसल्यानं मी त्याच्याकडे दुर्लक्ष करत जरा उठून बसते. गंमत म्हणजे आता मिळालेल्या मारामुळं रात्रीपासून ठणकत असणारा जबडा जरा सुटसुटीत झाल्यासारखा वाटू लागला असतो. म्हणून मला कालच्यापेक्षा आता जरा जास्त स्पष्ट बोलता येतं.

मी सोहराबला हाक मारते, ''सोहराब?''

''ओहोहो... म्हणजे तू जिवंत आहेस तर?''

''नाही.''

''अच्छा, म्हणजे तू मरून गेलीयस तर?''

"हो. मी मरून गेलेय."

माझं हे उत्तर सोहराबला इतकं गमतीशीर का वाटतं देव जाणे! पण तो खो-खो हसत उद्गारतो, "अरे वा! माझी छोटुकली चॅम्पियन!"

"नाही. मी चॅम्पियन नाहीये सोहराब. ही लढाई नीति नियमांप्रमाणे नाही चाललीय. अशी तर मी कधीच जिंकू शकणार नाही."

माझं हे विधान ऐकून आधी सोहराब गदगदून हसू लागतो आणि मग मला जाणवतं की, त्याला मला काहीतरी गंभीरपणे सांगायचंय; पण त्यानं पुढे काही बोलण्याआधीच मी पुन्हा वेदनेच्या अधीन होऊन बेशुद्ध पडते.

पुढं कित्येक तास हेच सत्र चालू राहतं. मी बेशुद्ध पडत राहते; मध्येच कधीतरी उठते; थोडा वेळ जागेपणात घालवते आणि मग पुन्हा बेशुद्ध पडते. फक्त मध्ये एकदा दरवाजाखालून माझ्यासाठी जेवण सरकवल्याचं लक्षात आल्यावर, मी मोठ्या निग्रहानं ते अन्न घशाखाली उतरवते - भूक लागली असते म्हणून नव्हे, तर 'ही लढाई जिंकण्यासाठी मला आपलं मोडीत निघालेलं शरीर पुन्हा तंदुरुस्त बनवायला हवं आणि त्यासाठी अन्न खायला हवं', ह्या जाणिवेनं.

आता मी आत्महत्या कशी करावी, ह्याचा विचार करणं सोडून देते. कारण मला माहितेय की, ह्यापुढं मला एकदा जरी मार पडला, तर मी त्यानंच मरून जाईन.

दुसऱ्या मारानंतर तीन दिवसांनी मला बेशुद्ध न पडता उठून बसता येऊ लागलं. गेल्या दोन-चार वेळा शौचालयात जाताना मला ती शिपाई बाई काही पुन्हा दिसत नाही, पण मला मारणारे दोन्ही पुरुषशिपाई मात्र दिसतात. ते त्या प्रसंगाची ओळखही दाखवत नाहीत. अर्थात घडला प्रसंग त्यांच्या विस्मरणात गेला असला, तरी मला आश्चर्य वाटणार नाही. त्यांच्यासाठी ही नेहमीची बाब असेल; त्यांच्या नोकरीचा एक कायमस्वरूपी भाग.

हळूहळू माझा एकेक अवयव बरा होऊ लागतो. फाटलेले ओठ एकसंघ होऊ लागतात, दृष्टी स्वच्छ होऊ लागते, ठिकठिकाणी आलेली सूज उतरू लागते, बोटं पूर्वीसारखी लवचीक बनतात. मला अजूनही विश्वास वाटत नसतो की, इतका मार खाल्ल्यावरही माझे सगळे दात शाबूत राहिले. म्हणूनच मी वेळोवेळी जिभेनं वा बोटांनी चाचपून त्या गोष्टीची खात्री करत राहते.

"तू घरी कधी जाणार आहेस?" - इति सोहराब.

"मला माहीत नाही."

"आणि तुला कधीच घरी जाता नाही आलं तर? आयुष्यभर इथंच राहावं लागलं तर? तर तू काय करशील?"

“मी मरून जाईन सोहराब.”

“खरंच? तुला असं वाटतं?”

“वाटतं नाही, मला हे पक्कं ठाऊक आहे.”

“बऱ्याच लोकांना असं वाटत राहतं झारा. तुला काय वाटलं, तू एकटी आहेस? इथं अशी कित्येक माणसं आहेत जी गेल्या पाच-सात वर्षांपासून असाच विचार करत आहेत की, आपण आता अजून सहन करू नाही शकणार; आपण आता मरून जाणार. पण तसं होत नाही... आणि ती जगत राहतात.”

“तुला जेव्हा असं लक्षात आलं की, तुला आता इथून मुक्तता मिळणार नाहीये, तेव्हा तुला कसं वाटलं होतं सोहराब?” माझा प्रश्न खूप क्रूर आहे हे मला समजत असतं; पण मला हे जाणून घेणं गरजेचं असतं. त्यात सोहराब ज्या त्वेषानं उत्तर देतो, त्यानं माझ्या मनात – काही क्षण का होईना – पण नवा जोष भरला जातो.

तो म्हणतो, “मला असं वाटलं होतं की, इथं कायमस्वरूपी डांबलं जाण्यापूर्वी मला त्या हिडीस माणसांपैकी दोघा-चौघांचे खून करता आले असते ना, तर इथं खितपत पडल्याचं सार्थक झाल्यासारखं तरी वाटलं असतं.”

“बस्? एवढंच वाटलेलं तुला?”

“एवढं वाटणं खूप आहे. का? तुझी काय अपेक्षा होती?”

“मला माझ्या घरच्यांची चिंता सतावू लागली असती. माझी आई हाय खाऊन मरून जाईल, ह्याची चिंता वाटू लागली असती.”

“जन पळभरच हाय-हाय म्हणतात मुली....”

“तू माझ्या घरच्यांबाबत असं बोलूच कसा शकतोस सोहराब? जीभ हासडीन मी तुझी.”

“जे खरं आहे, ते खरं आहे.”

आता मात्र मला सोहराबला मुस्कटात मारायची इच्छा होऊ लागते. पण तसं करणं शक्य नसल्यामुळं मी तोंडानं त्याच्यावर वार करत उद्गारते, “तुझ्या घरचे कदाचित तुला विसरू शकले असतील; कारण तू वेडा आहेस, ठार वेडा आहेस. पण माझे आई-वडील मला त्यांच्या शेवटच्या श्वासापर्यंत विसरू शकणार नाहीत. तुला काय माहीत, आपल्या लाडक्या अपत्याचा विरह सहन करणं म्हणजे काय असतं ते? कुठलेही आई-वडील आपल्या मुलाला विसरू शकत नाहीत. समजलं तुला?”

“बरं, तू म्हणशील ते खरं.”

त्यानंतर बराच वेळ मी धुमसत राहते. सोहराब माझ्या आई-वडिलांबद्दल असं बोलूच कसा शकतो? ते माझी काळजी करत आहेत, ह्या एकाच विश्वासावर तर

मी इथं जिवंत राहिले आहे. त्या विश्वासाच्या आधाराशिवाय मी इतके दिवस, इतक्या त्रासामध्ये तग धरूच शकले नसते.

सोहराबवरच्या रागाचा पारा थोडा कमी झाल्यावर मी आधीच्या संभाषणाचा धागा पकडत म्हणते, ''ती एकच गोष्ट आहे, जी हे लोक माझ्यापासून हिरावून घेऊ शकलेले नाहीयेत. माझा माझ्या आई-वडिलांवर, त्यांच्या माझ्यावरच्या प्रेमावर पूर्ण विश्वास आहे.''

''अगं राणी, तुला काय वाटतं आणि काय वाटत नाही, ह्याची इथं कुणालाही पर्वा नाहीये. त्यांना ना तुझ्या भावनांबद्दल काळजी आहे, ना तुझ्या आई-वडिलांच्या तुझ्यावरच्या प्रेमाबद्दल.''

''नाही. त्यांना माझ्या विचारांबद्दल काळजी होती. मी काय बोलते आणि काय लिहिते, ह्याबद्दल त्यांना काळजी होती म्हणूनतर मी आज इथं येऊन पडलेय ना?''

''नाही झारा. तसं नाहीये. त्यांना तुझ्या विचारांशी काहीच देणंघेणं नव्हतं. त्यांनी तुला इथं आणलं ते तू बंडखोरी दाखवलीस म्हणून! तुम्ही जर त्यांच्या नियमांनुसार वागलात, बोललात, तर त्यांना तुमच्या इतर कुठल्याही कृत्याशी काहीही देणंघेणं नसतं.''

''लोकांना इथं त्यांच्या विचारांबद्दल मारून टाकण्यात आलेलं आहे सोहराब! तू असं म्हणूच कसा शकतोस की, ह्या लोकांना आमच्या विचारांची पर्वा नाही?''

''कुणी कुणाला त्याच्या विचारांमुळं मारत नसतो झारा. एखाद्या व्यक्तीच्या जीवनाचा उपयोग संपला की, तिला मारलं जातं - बस्! इतकं सोपं गणित आहे ते.''

ह्यापुढं मला काय बोलावं, हेच सुचत नाही. सोहराबचे विचार ऐकून मी हतबुद्ध होते. थोड्या वेळानं तो माझी माफी मागतो; पण तरीही मी स्वत:ला पुन्हा त्याच्याशी बोलतं करू शकत नाही. त्याच्या नकारात्मक मतांसाठी माझ्याकडे काहीही इलाज नसतो; पण म्हणून त्याची मतं सर्वस्वी योग्य आहेत, असं मी मुळीच मानू शकत नाही आणि जरी तो म्हणत असलेली प्रत्येक गोष्ट खरी असली, तर मग इतरही बऱ्याच गोष्टी खऱ्या आहेत.

मी डोळे मिटून गेल्या दोन वर्षांतल्या माझ्या आयुष्याच्या आठवणींना उजाळा देऊ लागते. एक आठवण विशेष लक्षात राहिली असते – 'डीप ब्रेथ' नावाच्या चित्रपटाचा दिग्दर्शक (मी इथं त्याचं नाव सांगू शकत नाही.) माझ्यासारख्या 'बंडखोर' मुलांना त्याचा चित्रपट दाखवण्यासाठी शहरात आला होता. चित्रपट पाहणाऱ्या घोळक्यापैकी एकजण ओरडून म्हणाला होता की, ''नुसते असे चित्रपट बनवून कुठल्याच समस्या सुटत नाहीत. त्यासाठी अजून बरंच काही करावं लागतं.'' उत्तरादाखल त्या दिग्दर्शकानं आम्हाला सांगितलं की, तो सिनेमाचं शिक्षण घेत असताना व्ही.सी.आर. मिळवणं

म्हणजे अमली पदार्थ मिळवण्याइतपत जोखमीचं काम होतं; कारण त्या काळी घरामध्ये व्ही.सी.आर. ठेवणं बेकायदा समजलं जायचं. पण त्यालातर आपल्या अभ्यासासाठी जगभरातले सिनेमे बघणं गरजेचं होतं आणि त्यासाठी घरामध्ये व्ही.सी.आर. असणं क्रमप्राप्त होतं. त्यानं बऱ्याच खटपटी करून एक व्ही.सी.आर. मिळवला; पण खुद्द त्याच्या पालकांनीच त्याबद्दल बासिजींना कळवलं. १९७९च्या क्रांतीनंतर लगेच घडलेल्या ह्या घटनेबद्दल बोलताना दिग्दर्शक म्हणाला की, "त्यांचा दोष नव्हता म्हणा! त्या काळी लोक एकाच दिशेनं विचार करायला सरावले होते." परिणामी त्याच्यासारखे कैक चित्रकार, दिग्दर्शक, लेखक, विचारवंत इत्यादी तुरुंगात डांबले गेले. पण त्यामुळं त्यांची जिद्द कमी झाली नाही. तुरुंगातून सुटल्यावर त्या सगळ्या लोकांनी आपापल्या कलेद्वारे वा व्यवसायाद्वारे आपल्या विचारांना साकार स्वरूप दिलंच आणि अशाच लोकांच्या सांघिक प्रयत्नांमुळे, जी वस्तू बाळगणं बेकायदा समजलं जायचं, तीच अगदी दिमाखानं दुकानांच्या फळकुटांवर सजलेली दिसू लागली! "सांगायचा मुद्दा हा की, बदल घडत गेले. हळूहळू का होईना, पण निश्चितपणे बदल घडत गेले. जिथे पूर्वी विचार एकाच दिशेनं धावायचे तिथं त्यांना दीड, दोन, अडीच रस्ते दिसू लागले. तात्पर्य हे की आपण आपली कार्यं सुरू ठेवली पाहिजेत. बदल घडत जातात." त्यावर त्या नाठाळ प्रश्नकर्त्यानं दिग्दर्शकाला विचारलं होतं, "आणि तुम्ही म्हणता त्याप्रमाणे एकाचे दीड-दोन रस्ते न होता, अर्धा-पाव रस्ता झाला तर?" दिग्दर्शकानं त्याला हसून उत्तर दिलं होतं, "तरीही प्रयत्न थांबता कामा नये. पुस्तकं लिहीत राहा, चित्रपट बनवत राहा... आज ना उद्या अपेक्षित बदल घडतील, हे नक्की!"

रात्रीच्या वेळी मी सोहराबला शिपायाला हाक मारताना ऐकते. त्याला शौचालयात जायचं असतं; पण तो हिरवा कागद वगैरे बाहेर टाकण्याच्या भानगडीत न पडता, सरळ हाकाट्या करून शिपायांना बोलवत असतो. शिपाई येतो; सोहराबला शौचालयात नेऊन आणतो. परत कोठडीत आल्यावर सोहराबला कोणतं भूत झपाटतं देव जाणे; पण तो शिपायांना घाणेरड्या शिव्या हासडू लागतो. त्याच्या त्या मूर्खपणानं माझ्या मनात धडकीच भरते. 'अरे देवा! कशाला हा स्वत:च्या पायावर अशी कुऱ्हाड मारून घेत असतो? आता ह्याला खरपूस चोप मिळणार.'

माझा होरा खरा ठरतो. काही क्षणांतच दोन शिपाई कोठडीत येतात आणि सोहराबला बिनदिक्कत तुडवू लागतात. मात्र जिथं मी मार खाताना रडत-भेकत होते, तिथं सोहराब चक्क हसत राहतो आणि शिव्या हासडत राहतो. अखेर बऱ्याच वेळानं शिपाई त्याचा नाद सोडून देतात. ते गेल्यावर सोहराब मला ओरडून विचारतो, "बघितलंस? आज मी त्यांना हरवून टाकलं!"

ते ऐकून मला सोहराबचा संताप येतो. उत्तरादाखल, मी रागाने फुत्कारते. "मग

त्यात एवढं दात काढण्यासारखं काय आहे? किती बेअक्कल असशील ना तू सोहराब? मला तुझी घृणा वाटू लागलीय.''

''अरे? असं का?''

''गप्प बस रे तू! मला तुझ्याशी एक शब्दही बोलायचा नाहीये. एक दिवस तू असाच त्यांचा मार खात-खात मरशील ना, तेव्हा मला मनापासून आनंद होईल. कारण तुला तसाच धडा मिळाला पाहिजे.''

''होईलही कदाचित तसं.''

''तुला ना, वेड्यांच्या इस्पितळात टाकलं पाहिजे.''

''अरे? मला तर असं वाटत होतं की, मी तिथंच आहे... वेड्यांच्या इस्पितळात.''

सोहराबचा हा लहरी स्वभाव माझ्या जिवावर बेततो. कधी-कधी मला त्याच्याबद्दल इतकं प्रेम वाटू लागतं की, आयुष्यभर त्याची काळजी घेत राहावी असं वाटत राहतं; पण इतर वेळी, तो आजच्यासारखा आचरटपणा करू लागल्यावर मला त्याचा खून करावासा वाटतो.

२४

आज मी अगदी शांतपणे आणि गाढ झोपते; कारण मला माहीत असतं की, उद्या मी ह्या नरकामधून मुक्त होणार असते. पण... पण ही माणसं आपला शब्द पाळतील तरी का? ह्यांच्या वचनांना कितपत गांभीर्यानं घ्यावं बरं? माझं आयुष्य, माझं स्वातंत्र्य हे माझ्यासाठी अमौलिक आहे; पण ह्या लोकांच्या नजरेत त्या गोष्टींना काडीचंही मोल नाही. ह्यांना ना कुणाच्या हास्याचं मोल आहे, ना कुणाच्या काळजीचं.

'जाऊ दे. आत्ता मी ह्या गोष्टींबद्दल रवंथ करून काही उपयोग आहे का? शेवटी जे व्हायचं तेच होणार आहे,' असा विचार करून मी माझ्या भरत येणाऱ्या जखमा चाचपडू लागते. 'इतका मार खाल्ल्यानंतर अवघ्या पाच दिवसांत मी चक्क चालू शकतेय, वाकू शकतेय, बोलू शकतेय, ही देवाची मोठी किमयाच म्हणायची!' असं म्हणत मी स्वत:शीच हसत राहते.

सकाळ होते, सकाळची प्रार्थना संपते. त्यानंतर अचानक माझ्या कोठडीचा दरवाजा उघडला जातो, तशी मला धडकी भरते. मला परत कुणी मारायला आलंय की काय? तसं असेल तर मी चटकन माझ्या प्रार्थना म्हणून टाकेन आणि मरायला तयार होईन! ... पण तसं काही न होता, उघड्या दरवाजातून एक गाठोडं आत टाकलं जातं आणि दरवाजा पुन्हा मिटला जातो. मी आहे त्या जागी खिळून त्या गाठोड्याकडे निरखून पाहत राहते! 'नेमकं काय असेल त्याच्यात? ही ह्यांची कुठली नवीन चाल तर नसेल?...' अखेर बऱ्याच वेळानं मनाचा हिय्या करून मी ते गाठोडं उचलून घेते. बघते तर त्यामध्ये एक साधासा काळा पायघोळ झगा असतो. माझा झगा. मला इथं आणलं गेलं तेव्हा मी घातलेला झगा असतो तो! आहाहा! किती छान वाटतंय ह्या झग्याच्या स्पर्शानं! माझं हरवलेलं आयुष्य पुन्हा गवसल्यासारखं वाटतंय! ती लुप्त झालेली झारा पुन्हा सापडल्याबद्दल अत्यानंद होतोय!

डोळ्याला आसवांच्या धारा लागतात, पण आज मी ते अश्रू पुसून न टाकता, त्यांना मुक्तपणे वाहू देते. कारण त्या अश्रूंद्वारे गेल्या महिन्याभराचा सगळा ताण, सगळा राग, सगळी हतबलता बाहेर पडल्यासारखं वाटत असतं.

बराच वेळ झग्याच्या घडीमध्ये डोकं खुपसून, माझ्या हरवून पुन्हा गवसलेल्या आयुष्याचा सुगंध मनसोक्त मनात भरून घेतल्यावर, मी तो झगा अंगावर चढवते. त्यानंतर डोळ्यांवर पट्टी चढवून बाहेर नेलं जाण्याची वाट बघू लागते. दोन मिनिटांत दरवाजावर थाप पडते. तशी मी गहिवरल्या आवाजात सोहराबला म्हणते ''सोहराब? तू जागा आहेस का? मला न्यायला आले आहेत. मी आज इथून चालले.''

बहुधा सोहराब माझ्या बोलण्याची वाटच बघत बसलेला असतो; कारण तो लगेच उत्तर देतो, ''नीट जा.''

''मी तुझ्या आईच्या थडग्यावर फुलं वाहीन हं. काळजी करू नकोस. तू सांगितलेली डेझीचीच फुलं घालीन.''

''आभार! चांगलं होईल तसं केलंस तर.''

''मला तुझी आठवण येईल सोहराब...''

''पळभर...? हाऽहाऽहाऽ...''

मी त्यावर काही उत्तर देणार, इतक्यात शिपाई मला बाहेर पडण्याची वर्दी देतो. लिफ्टपाशी पोहोचल्यावर तो मला दुसऱ्या कुठल्यातरी व्यक्तीच्या हवाली करतो. ती व्यक्ती कोण आहे, हे मला समजत नाही; पण ती चटकन माझे दोन्ही हात पाठीमागे बांधत शिपायाला हसत विचारते, ''तुम्ही हिला काही खायला-प्यायला द्यायचात की नाही? ही अशी कशी रोडावली?''

मग मला खाली नेण्यात येतं – अगदी सहा दिवसांपूर्वी न्यायालयात नेताना आणण्यात आलेलं तसंच. लगेच गाडी आणण्यात येते. माझ्यासोबतचा मनुष्य मला मागच्या आसनावर आडवं पडायला सांगून, वाहन चालक आणि दुसऱ्या एका माणसासोबत पुढच्या आसनावर बसतो. मग गाडी चालू लागते. थोड्याच वेळात माझ्या लक्षात येतं की, हा तो रस्ता नाही ज्यानं आम्ही न्यायालयात गेलो होतो. हा वेगळा रस्ता असतो – अधिक वर्दळ असलेला. विक्रेते आपल्या मालाची जाहिरात करत गिऱ्हाइकं आकृष्ट करत असतात; आया आपल्या मुलांवर ओरडत असतात; ट्रॅफिकमधल्या रस्त्यानं जाताना हमखास होणारी वाहनचालकांची भांडणं ऐकू येत असतात.... पण आज मला त्या आवाजांचा मुळीच त्रास होत नाही. उलट, महिनाभराच्या स्मशान शांततेनंतर पुन्हा एकदा सामान्य जगाचे स्वर ऐकू आल्याबद्दल निरतिशय आनंद होत राहतो.

सुरुवातीला सुमारे तासभर ती गाडी खड्ड्यांनी भरलेल्या रस्त्यांवरून हेलकावे खात पुढे जाते. त्यानंतर मात्र छान गुळगुळीत रस्ता लागतो; बहुधा तो महामार्ग

असावा. मात्र, अजूनही मला हे समजत नसतं की, मला नेमकं कुठं नेलं जात आहे? माझ्या घरीतरी नक्कीच नेलं जात नाहीये. एव्हिनपासून आमचं घर अवघ्या वीस मिनिटांवर आहे आणि आम्ही गेले दीडेक तास प्रवास करत असतो. 'अरे देवा! कदाचित मला त्या स्मशानात तर नेत नसतील, जिथं नाठाळ व्यक्तींना नेलं जाऊन त्यांचा खातमा करण्यात येतो आणि पुरलं जातं?' एव्हिनमध्ये असताना मी असं ऐकलं होतं की, तेहरानपासून बऱ्याच अंतरावर अशी एक जागा आहे. सामान्य लोकांना त्या जागेबद्दल काही माहीत नसतं; पण नाठाळ व्यक्तींना धडा शिकवण्यासाठी खास ते ठिकाण बनवलं आहे, अशी कुजबुज मी ऐकलेली खरी. 'मला जर तिथे नेलं जात असेल तर ठीक आहे. दुसऱ्या एखाद्या तुरुंगात डांबलं जाण्यापेक्षा मला मृत्यू पतकरला.'

मी हे ठाम ठरवलेलं असतं की, मला दुसऱ्या कुठल्या तुरुंगात डांबलं गेलंच, तर मात्र मी स्वत:चा जीव संपवून टाकायला मुळीच कचरणार नाही. चटकन आई-वडिलांसाठी दोन पत्रं लिहून ठेवेन आणि आत्महत्या करून मोकळी होईन. पत्रांचा मसुदासुद्धा मी डोक्यात तयार ठेवलेला असतो. मी त्यांच्यावर सतत प्रेम करत राहीन, मरेपर्यंत प्रत्येक क्षण मी कशी त्यांची आठवण काढत राहिले इत्यादीबद्दल लिहून, पुनर्जन्माच्या संकल्पनेवर ठाम विश्वास असलेल्या माझ्या आईला मी हे सांगेन की, ह्या जन्मी तिला असं मध्यात सोडून गेल्याबद्दल मला निरतिशय दु:ख होत आहे; पण मी लवकरच तिच्या पोटी पुन्हा जन्म घेऊन, मुलगी म्हणून अपूर्ण राहिलेली सगळी कर्तव्यं नीट पूर्ण करीन.

बराच वेळ निर्जन वाटणाऱ्या रस्त्यावरून गाडी चालल्यानंतर, अखेरीस ती एके ठिकाणी थांबवली जाते. तरी बराच वेळ मला बाहेर पडण्याचे आदेश दिले जात नाहीत. मी अस्वस्थपणे चुळबुळ करू लागते. 'आता हा काय नवीन डाव आहे? पुन्हा मला फसवलं तर जात नाहीये ना?' असा विचार करत मी श्वास रोखून पडून राहते. पण माझी भीती फोल ठरते. लघवीला वगैरे जाऊन आल्यानंतर, थोड्या वेळानं तो माणूस मला गाडीतून बाहेर पडायला सांगतो. मी बाहेर उतरते, तशी वाऱ्याची एक सुंदर झुळूक माझ्या चेहऱ्याला गोंजारून जाते... आणि मनावर मोरपीस फिरवल्यागत वाटतं! मला गाडीबाहेर उभं केल्यावर, तो माणूस चटकन माझे बांधलेले हात मोकळे करतो पण डोळ्यांवरची पट्टी तशीच ठेवून देतो.

'नेमकं चाललंय तरी काय? ह्यांच्या मनात आहे तरी काय?' असा मी विचार करत असतानाच, गाडीचा दरवाजा बंद केल्याचा आवाज येतो आणि त्या पाठोपाठ गाडी भरधाव पळू लागल्याचाही आवाज येतो! म्हणजे!.... म्हणजे हे निघून गेले? मला एकटं सोडून निघून गेले? म्हणजे मी खरंच मुक्त झाले?

पण तरीही माझा ह्या शक्यतेवर पूर्ण विश्वास बसेना. ह्या लोकांचा काय

भरवसा? अजून दोन-चार गाड्या घेऊन येण्यासाठी गेले असतील किंवा निव्वळ माझी परीक्षा घेण्यासाठी गेले असतील, तर मला आश्चर्य वाटणार नाही. 'जरा दमानेच घेतलेलं बरं', असा सुज्ञ विचार करत मी डोळ्यांवरची पट्टी न काढता बराच वेळ तशीच उभी राहते.

अखेर जेव्हा माझी खात्री पटते की, ते मला खरंच एकटं आणि मुक्त सोडून गेले आहेत, तेव्हा मी आनंदानं वेडीपिशी होते!

सर्वांत आधी डोळ्यांवरची ती नकोशी पट्टी काढून भिरकावून देते! त्या क्षणी डोळ्यांना बिलगण्यासाठी धावून आलेली उन्हाची किरणं मला काही मिनिटांसाठी चकित करतात! सुमारे महिनाभर त्या हव्याहव्याशा उन्हाला पारखी राहिलेली मी, आधी मनसोक्त त्या उबदार स्पर्शामध्ये न्हाऊन घेते. मग थोड्या वेळानं जरा भानावर येत मी नेमकी कुठं आहे, ह्याचा अंदाज घेऊ लागते.

ओळखीची एकही खूण दिसत नसते. वर निरभ्र आकाश, आजूबाजूला उंच पर्वतरांगा आणि एका दिशेनं समोर पसरलेला गुळगुळीत महामार्ग! ना कुणी मनुष्य दिसत असतो आणि ना कुणाचं घर! रस्ता विचारणार तरी कोणाला?

क्षणभर माझं मन पुन्हा कच खातं! महिनाभराच्या तुरुंगातील वास्तव्यानंतर 'भीती' ही भावना माझ्या मनावर नेहमीपेक्षा अधिक लवकर घात करू लागली आहे; पण मग मी निग्रहानं स्वतःच्या मनाला आवर घातला आणि महामार्गावर चालू लागले.

अशी किती मिनिटं, किती तास जातात मला ठाऊक नाही; पण अखेर बऱ्याच वेळानं मला एक गाडी दिसते. मनाला हुरूप येतो. ती लालचुटूक गाडी जशी वेगानं माझ्या जवळून पुढे जाते, तेव्हा त्यामध्ये ओठांना लिपस्टिक लावून, डोक्यावर रुमाल न चढवता ऐटीत बसलेल्या ललनेला पाहून माझ्या मनात एकाच वेळी आनंद आणि असूया उगटते. आनंद ह्यासाठी, की बासिजींच्या धाकाला न घाबरता त्या मुलीला आपलं स्वातंत्र्य उपभोगता येत आहे - आणि असूयाही ह्याच भावनेसाठी की, तिला नेमकं तेच करता येत आहे, ज्याबद्दल मला तुरुंगात डांबण्यात आलं.

पण मग मी हे विचार झटकत पुढे चालू लागते. जसजसं शहर जवळ येत जातं, तसतशी माझ्या बाजूनं जाणाऱ्या गाड्यांची संख्या वाढत जाते. मध्येच कधीतरी मला माझ्या खंगलेल्या रूपाची आठवण होऊन, गाड्यांमधून जाणाऱ्या लोकांना माझ्याकडे बघून काय वाटत असेल, ह्याची लाज वाटू लागते. बेहनामसोबत गाडीमधून जाताना, तेहरानच्या रस्त्यांवर हमखास दिसणाऱ्या भकास चेहऱ्याच्या आणि खंगलेल्या देहाच्या मुलींकडे पाहून मी कशी हळहळत असे, ह्याची आठवण झाल्यावर तर मला स्वतःची अधिकच लाज वाटू लागते.

पण थोड्याच वेळात, दूरवर तेहरानच्या सुपरिचित इमारतींची टोकं दिसू

लागल्यावर, मनातून इतर सगळे विचार दूर जाऊन तिथे निव्वळ निर्व्याज आनंद मुसळ्या मारू लागतो. आता माझ्या लक्षात येतं की, मी तेहरानच्या 'एकबाटन' नावाच्या भागामध्ये उभी आहे. पूर्वी बेहनाम आणि माझ्या वडिलांसोबत मी अनेकदा इथं आलेले होते.

मी योग्य मार्गावर आहे ह्याची खात्री झाल्यावर मी पुढं चालत राहते. एका दुकानाबाहेर सार्वजनिक टेलिफोन दिसतो. घरी फोन करण्याचा विचार सुचल्यावर लक्षात येतं की, माझ्याकडे तेवढेही पैसे नाहीयेत. 'एखाद्या वाटसरूकडे मागून बघितले पाहिजेत', असा विचार करून मी फाटलेल्या ओठांनी जमेल तितकं चांगलं स्मित करत, येणाऱ्या-जाणाऱ्यांची करुणा भाकू लागते. अखेर एक वृद्ध माझ्या समोर येऊन थांबतो. माझ्या खंगलेल्या देहाकडे, खोल गेलेल्या डोळ्यांकडे आणि जखमांनी भरलेल्या चेहऱ्याकडे बघून त्याचे डोळे विस्फारतात! तो मला मृदू आवाजात विचारतो, "काय झालं मुली? तुला काही पाहिजे का?"

मी चाचरत उत्तर देते, "अं... हो... अं... मला एक फोन करायचा होता, पण माझ्याकडे अजिबात पैसे नाहीयेत. तुम्ही मला थोडे पैसे देऊ शकता का प्लीज?"

"तुला फोन करायचाय?"

"हो. अतिशय महत्त्वाचा फोन करायचाय. प्लीज माझी तेवढी मदत केलीत तर जन्मभर आभारी राहीन तुमची."

कदाचित त्याचा माझ्या बोलण्यावर विश्वास बसत नाही. 'ही फाटकी मुलगी कुणाला फोन करणार'. असंच त्याच्या डोक्यात आलं असेल, ह्याची मला खात्री आहे. पण सुदैवानं तो आपल्या पाकिटामधून एक नाणं काढून माझ्या हातावर टिकवतो. मी कृतज्ञतेनं हसते. तसं तो पुन्हा माझ्याकडे काळजीयुक्त नजरेनं पाहत विचारतो, "पोरी, तुला बरं नाहीये का?"

मला त्याच्या आवाजातून प्रतीत होणाऱ्या असंख्य शंका लक्षात येतात; पण मी त्याला खोटंच सांगते, "नाही, तसं काही नाही. मी जरा पडले."

त्याला माझं उत्तर पटलेलं नाही, हे मला त्याच्या डोळ्यांतले बदलते भाव बघून लगेच लक्षात येतं; पण मी त्याकडे दुर्लक्ष करते. मग तो माणूस मला म्हणतो, "त्या तिथल्या बागेतल्या बाकड्यावर बसून थोडा वेळ आराम केलास, तर बरं होईल. तुला चांगलंच लागलेलं दिसतंय."

"धन्यवाद! मी नक्कीच तसं करीन."

माझं उत्तर ऐकून तो जायला निघतो. मग पुन्हा माझ्याकडे वळून आपल्या हातातल्या ताज्या पावाकडे निर्देश करत विचारतो, "तुला एक पाव खायला आवडेल का?"

त्याच्या काळजीनं ओथंबलेल्या आवाजानं मला रडू येतं; पण डोळ्यांत

तरळणारे अश्रू बाहेर न येऊ द्यायची काळजी घेत मी त्याला विचारते, "तुम्हाला चालेल... मी एक पाव खाल्ला तर?"

"अर्थात! त्यात न चालण्यासारखं काय आहे?" असं म्हणत तो माझ्या हातात एक लुसलुशीत पाव देऊन "काळजी घे स्वत:ची", असं बोलून चालू पडतो.

तो गेल्यावर मी अनिमिष नेत्रांनी तो पाव निरखू लागले.

आहाहा! ताजा, पांढराशुभ्र पाव! आयुष्यातले असे किती आनंद आपण गृहीत धरत असतो; पण तेच आनंद हिरावून घेतले गेल्यावर आपल्याला त्यांचं मोल समजतं. महिनाभर तुरुंगातले कडक, बुरसटलेले पाव खाल्ल्यावर मला आता हा पाव म्हणजे पंचतारांकित हॉटेलमधून आणलेल्या व्यंजनाइतका सुरस वाटत होता!

मी बकाबका तो पाव खाते आणि मग घरी फोन करण्यासाठी टेलिफोनकडे धाव घेते. टेलिफोनचा रिसीव्हर उचलताना हाताला कंप सुटतो... काही क्षण सगळं स्वप्नात घडत असल्यासारखंच वाटत राहतं. पण मग मी भानावर येते आणि 'वेडी मुलगी झारा, हे स्वप्न नव्हे, सत्य आहे. चल लवकर घरी फोन लाव', असं स्वत:ला दटावत अखेर नंबर फिरवते.

समोरून बराच वेळ घंटी वाजत राहते. अखेर बऱ्याच वेळानं माझ्या वडिलांचा आवाज कानात पाझरतो, "हॅलो... गहरमानींचं घर. कोण बोलतंय?"

बाबांचा आवाज ऐकून मी रस्त्यावर नाचायचं बाकी असतं. कसाबसा स्वत:चा आवाज स्थिरावत मी उत्तर देते, "आघा-जान, मी... मी बोलतेय. झारा."

काही क्षण समोर नि:शब्द शांतता पसरते.... आणि मग बाबा कुर्दीमध्ये चित्कारतात, "झारा! माझी राणी, माझी सोनू, झारा! खरंच तू बोलतेयस? कुठं आहेस तू? मी तुला आत्ताच्या आत्ता न्यायला येतोय."

गालांवर ओघळणारे अश्रू पुसत मी बाबांना सांगते, "एकबाटन, ब्लॉक-३१ – मध्ये एका दुकानाबाहेरच्या टेलिफोनजवळ उभी आहे मी. इथं जवळच एक बाग आहे आणि कसलेतरी मोठाले पाईप दिसत आहेत."

समोरच्या बाजूला ढसढसा रडणाऱ्या बाबांना मला तो पत्ता तीनदा सांगावा लागतो. त्यात मध्येच आईचा आवाज येतो "खरंच आपली झारा बोलतेय? माझी बाहुली बोलतेय? अहो जा ना, आणा ना तिला लवकर... मला आता धीर धरवत नाहीये."

"अगं हो, हो... मी तिलाच आणायला जातोय. झारा, बाळा, तू आहेस तिथंच थांब. मी येतोय. तिथून कुठं जाऊ नकोस. मी येतोय राणी."

"मी थांबलेय बाबा. या तुम्ही. आता मी कुठंही जाणार नाहीये. अगदी कुठंही..."

इतक्यात फोनची वेळ संपते आणि तो बंद होतो. पण आता मला काळजी

वाटत नाही. माझे आई-बाबा येत असतात. मला आपल्या घरी नेण्यासाठी येत असतात.

अचानक मला रडू कोसळतं. गेल्या महिनाभराचा सगळा ताण, सगळा त्रास जणू त्या अश्रूंमधून वाहू लागतो. मी पोटभर रडून घेते. मध्येच हातात उरलेल्या पावाच्या तुकड्याकडे लक्ष गेल्यावर मी तो खाऊन टाकते. पुन्हा एकदा मला रडू कोसळतं – ह्या जाणिवेनं की, मी जर स्वर्गात असेन, तर ह्या क्षणी स्वर्गाची माझी एकमेव व्याख्या असेल : खायला ताजा पाव, डोळ्यात आनंदाश्रू आणि मला न्यायला येत असणारे माझे आई-बाबा!

इतकं सगळं होऊनही फेकून द्यायला विसरलेली डोळ्यांवरची पट्टी हातात घट्ट पकडून मी माझ्या स्वातंत्र्याची अवीट गोडी चाखत बसते!

■